AF519107

ഗ്രീൻ ബുക്സ്

നമ്മുടെ എം.ടി.

രമേഷ് പുതിയമഠം

കണ്ണൂർ ജില്ലയിലെ കല്ലിക്കണ്ടിയിൽ, പുതിയമഠത്തിൽ
കേളുനായരുടെയും ജാനകിയുടെയും മകനായി ജനനം.
എറണാകുളത്തെ കേരള പ്രസ് അക്കാദമിയിൽനിന്നും
ജേണലിസത്തിൽ ഡിപ്ലോമയെടുത്ത ശേഷം മലയാളത്തിലെ
ആദ്യത്തെ ഓൺലൈൻ വെബ് പോർട്ടലുകളിലൊന്നായ
കേരള വേൾഡ് ഡോട്ട് കോമിൽ സബ് എഡിറ്ററായി.
സിനിമാമേഖലയിലും മറ്റുമുള്ള നിരവധി
പ്രശസ്തരെക്കുറിച്ചുള്ള പന്ത്രണ്ടോളം
ഗ്രന്ഥങ്ങളുടെ രചയിതാവ്.
ഇപ്പോൾ കേരളകൗമുദി ദിനപത്രത്തിന്റെ
കോഴിക്കോട് എഡിഷനിൽ ചീഫ് സബ് എഡിറ്റർ.

ഗ്രീൻ ബുക്സ് പ്രസിദ്ധീകരിച്ച
ഗ്രന്ഥകാരന്റെ ഇതരകൃതി

ജഗതി ഒരു അഭിനയ വിസ്മയം (ഓർമ്മ)

ഓർമ്മ

നമ്മുടെ എം.ടി.

തയ്യാറാക്കിയത്

രമേഷ് പുതിയമഠം

ഗ്രീൻബുക്സ്

green books private limited
gb building, civil lane road, ayyanthole,
thrissur- 680 003, kerala, ph: +91 487-2381066, 2381039
website: www.greenbooksindia.com
e-mail: info@greenbooksindia.com

branches:
thrissur 0487-2422515
thiruvananthapuram 0471-2335301
calicut 0495 4854662

malayalam
nammude mt
memoirs

compiled by
ramesh puthiyamadam

published june 2023

cover image : namboodiri

printed in india
manipal technologies ltd

isbn : 978-81-963780-5-9

₹ 220.00
GBPL/1302/2023

മുഖക്കുറി

നമ്മുടെയെല്ലാം പ്രിയങ്കരനായ എം.ടിയെന്ന നിത്യവിസ്മയത്തെ അദ്ദേഹത്തിനോട് ഏറ്റവും അടുപ്പമുള്ള സുമനസ്സുകൾ ഓർക്കുകയാണ്. കർക്കശക്കാരനായ ഒരാൾ എന്ന പൊതുധാരണയിൽനിന്നും തികച്ചും വ്യത്യസ്തനായ ഒരു വ്യക്തിത്വത്തെ ഇതിലൂടെ അനാവരണം ചെയ്യപ്പെടുകയാണ്.

ഈ പുസ്തകത്തിന്റെ നിർമ്മിതിയുമായി ബന്ധപ്പെട്ട പ്രവർത്തനങ്ങളുടെ തുടക്കത്തിൽ ഏപ്രിൽ 12ന്, എം.ടി. സാറിനെ ഞങ്ങൾ 'സിതാര'യിൽ പോയി കണ്ട് അനുഗ്രഹം വാങ്ങിയിരുന്നു. അന്ന് അദ്ദേഹം പറഞ്ഞത് 'നവതിയെല്ലാം കഴിഞ്ഞല്ലോ' എന്നാണ്. പിറന്നാൾ ആഘോഷങ്ങളോടുള്ള വിമുഖതയാണോ അതോ വേറെ എന്തെങ്കിലും ഉദ്ദേശിച്ചാണോ അങ്ങനെ പറഞ്ഞത് എന്നറിയില്ല. ഞങ്ങളുടെ അന്വേഷണങ്ങൾക്കുള്ള മറുപടിയായി എഴുത്തെല്ലാം കുറവാണെന്ന് പറഞ്ഞ അദ്ദേഹത്തോട് കൈയിൽ തിരുപ്പിടിച്ചുകൊണ്ടിരിക്കുന്ന തീപ്പെട്ടിയെക്കുറിച്ച് ചോദിച്ചപ്പോൾ തീപ്പെട്ടി അതിന്റെ കൂട്ടുകാരനെ കാത്തിരിക്കുകയാണെന്ന് പുഞ്ചിരിയോടെ പറഞ്ഞത് എല്ലാവരും ചിരി പടർത്തി. അദ്ദേഹവുമൊത്തുള്ള ആ കുറച്ചു സമയം ഹൃദ്യവും സ്നേഹപൂർണവുമായിരുന്നു.

തൃശ്ശൂരിലേക്ക് തിരിച്ചുവരുന്ന വഴി വരയുടെ കുലപതിയായ നമ്പൂതിരി സാറിന്റെ നടുവട്ടത്തെ വീട്ടിലും കയറി. ഞങ്ങളെ സ്നേഹത്തോടെ സ്വീകരിച്ച അദ്ദേഹം വരയൊക്കെ കഷ്ടിയാണെങ്കിലും എം.ടിയുടെ പുസ്തകത്തിന് വേണ്ടിയൊരു ചിത്രം വരച്ചുതരാമെന്ന് പറഞ്ഞു. കളറ് വേണോ വെറും വര വേണോ എന്നും ചോദിച്ചു. കളർ തന്നെയാണ് കവറിന് നല്ലതെന്ന് അദ്ദേഹം തന്നെ പറഞ്ഞു. മാസങ്ങൾ കഴിഞ്ഞെങ്കിലും രോഗകാരണങ്ങളാലും ആശുപത്രിവാസം വേണ്ടിവന്നതിനാലും ചിത്രം ലഭിച്ചില്ല. ഒടുവിൽ വിളിച്ചപ്പോൾ കൈയിനുള്ള വേദനയെല്ലാം അവഗണിച്ച് ഞങ്ങൾക്കായി വരച്ചുതന്ന ചിത്രമാണ് ഈ പുസ്തകത്തിന്റെ മുഖചിത്രമായി ചേർത്തിട്ടുള്ളത്. തൽക്കാലം ഇതു മതിയോ എന്നു ചോദിച്ച് മകൻ വാസുദേവന്റെ വാട്സ്ആപ്പ് വഴി അദ്ദേഹം ഞങ്ങൾക്ക് അയച്ചു തന്നതാണ് ഈ ചിത്രം. ഞങ്ങളേക്കാളേറെ എം.ടിയോടുള്ള സ്നേഹത്തിന്റെ ഒരു പ്രതിഫലനം. കൂടുതൽ മിഴിവുള്ള ഒരു കവർ ചിത്രം വരച്ചു തരാമെന്ന അദ്ദേഹത്തിന്റെ വാഗ്ദാനം നിറവേറ്റാനാകാതെ നമ്മെ വിട്ടുപിരിഞ്ഞ നമ്പൂതിരി സർ വരച്ച ഏറ്റവും ഒടുവിലത്തെ രേഖാചിത്രം. ആ സ്നേഹത്തിന് ഞങ്ങളുടെ ഹൃദയം നിറഞ്ഞ നന്ദി. ആ ചിത്രം ലഭിച്ച് പത്ത് ദിവസത്തിനുള്ളിൽ നമ്മെ വിട്ടുപിരിഞ്ഞ സ്നേഹനിധിയായ നമ്പൂതിരി സാറിന്റെ സ്മരണയ്ക്ക് മുന്നിൽ ഞങ്ങൾ പ്രണാമം അർപ്പിക്കുന്നു.

നവതി ദിനത്തിൽ മലയാളത്തിന്റെ സാഹിത്യകുലപതിക്ക് ഒരു ഉപഹാരമായി ഗ്രീൻ ബുക്സ് ഈ സമാഹാരം സമർപ്പിക്കുന്നു.

എഡിറ്റർ

ഉള്ളടക്കം

ആമുഖം

എം.ടി.: ഭാഷയ്ക്കൊപ്പം ചേർത്തുവെച്ച പേര്

രണ്ടാമൂഴത്തിലാണ് തുടങ്ങിയത്. പിന്നീട് നാലുകെട്ടും അസുരവിത്തും മഞ്ഞും കാലവും കടന്ന് കഥകളിലെത്തിയപ്പോഴേക്കും മനസിൽ പ്രതിഷ്ഠിച്ചുകഴിഞ്ഞിരുന്നു, പ്രിയപ്പെട്ട എഴുത്തുകാരനെ, എം.ടിയെ. മഹാഭാരതത്തിന്റെ പൊളിച്ചെഴുത്തെന്ന നിലയിൽ ഏറ്റവുമധികം ചർച്ച ചെയ്യപ്പെട്ടത് രണ്ടാമൂഴമാണെങ്കിലും എന്നെ സ്വാധീനിച്ചത് മഞ്ഞായിരുന്നു. മഞ്ഞ് യഥാർത്ഥത്തിൽ നോവലല്ല, കവിതയാണ്. ഓരോ വരികളിലും കവിത തുളുമ്പിനിൽക്കുന്നു. മലയാളസാഹിത്യത്തിൽ ഒരുപക്ഷേ അത്തരമൊരു ആഖ്യാനം പി. കുഞ്ഞിരാമൻനായരിലാണ് വായിച്ചിട്ടുള്ളത്. കവിയുടെ കാൽപ്പാടുകൾ എന്ന ആത്മകഥയിലുടനീളമുണ്ടായിരുന്നു, ഹൃദയത്തെ തൊടുന്ന വാക്കുകൾ. കവിതയേക്കാൾ ഒരുപടി മുന്നിൽനിൽക്കുന്നവ. അതോടൊപ്പം ചേർത്തുവയ്ക്കാവുന്നതാണ് മഞ്ഞും. വിമലയെയും ബുദ്ദുവിനെയും ഏറെക്കാലം മനസ്സിൽ കൊണ്ടുനടന്നു. നൈനിറ്റാൾ കാണണമെന്ന തോന്നലുണ്ടാക്കിയതും ഈ നോവലാണ്. വീണ്ടും വീണ്ടും വായിക്കാൻ പ്രേരിപ്പിക്കുന്ന എം.ടി. കൃതിയും മഞ്ഞ് തന്നെ.

കോളേജ് കാലഘട്ടത്തിലാണ് എം.ടിയെ കാണണമെന്ന ആഗ്രഹമുണ്ടാവുന്നത്. പക്ഷേ അത് സഫലമാകാൻ അധികം കാത്തിരിക്കേണ്ടിവന്നില്ല. സമ്പൂർണ്ണ സാക്ഷരതാ പ്രഖ്യാപനം കോഴിക്കോട് മാനാഞ്ചിറ മൈതാനത്ത് നടക്കുമ്പോൾ വേദിയിലുണ്ടായിരുന്നു എം.ടി. പതിനായിരക്കണക്കിന് ആളുകൾക്കിടയിൽനിന്ന് ഞാനും അദ്ദേഹത്തെ കണ്ടു. കേട്ടു. അടുത്ത് കാണണമെന്നും സംസാരിക്കണമെന്നും ആഗ്രഹിച്ചു. പത്രപ്രവർത്തകനായി കോഴിക്കോട്ടെത്തുമ്പോഴും മനസ്സിലുള്ളിൽ ആ സ്വകാര്യമോഹം സൂക്ഷിച്ചിരുന്നു. എന്നെങ്കിലും കാണാൻ

പറ്റുമെന്ന് എനിക്കുറപ്പായിരുന്നു. കോഴിക്കോട്ടെ സാംസ്കാരിക സദസ്സുകളിൽവെച്ച് പലപ്പോഴും എം.ടിയെ കണ്ടു. പക്ഷേ അടുത്തുപോകാനും സംസാരിക്കാനും ഭയം.

മംഗളത്തിന്റെ സ്ഥാപക പത്രാധിപരായിരുന്ന എം.സി. വർഗീസ് സാറിന്റെ പേരിൽ ഏർപ്പെടുത്തിയ പ്രഥമ സാഹിത്യ പുരസ്കാരം എം.ടിക്കായിരുന്നു. അത് നൽകാനായി മാനേജിംഗ് ഡയറക്ടർ സജി വർഗീസ് സാറിനൊപ്പം എം.ടിയുടെ വീട്ടിലേക്ക് പോകണമെന്ന് ഹെഡ് ഓഫീസിൽനിന്ന് അറിയിച്ചപ്പോൾ വല്ലാത്തൊരു സന്തോഷം തോന്നി. അങ്ങനെയാണ് ആദ്യമായി എം.ടിയുടെ വീടായ നടക്കാവിലെ 'സിതാര'യിലെത്തുന്നത്. പോകുന്നതിന് മുമ്പ് ചില സുഹൃത്തുക്കൾ പറഞ്ഞു -എം.ടിയാണ്. അദ്ദേഹം ചിരിച്ചുകിട്ടിയാൽ ഭാഗ്യം. ഇഷ്ടപ്പെട്ടാൽ ചേർത്തുനിർത്തും. അല്ലെങ്കിൽ.... അതുകൊണ്ടുതന്നെ ഭയത്തോടെയാണ് കയറിച്ചെന്നത്. പക്ഷേ കേട്ട കഥകളിൽനിന്നും വ്യത്യസ്തനായിരുന്നു അദ്ദേഹം. ചെറുപുഞ്ചിരിയോടെയാണ് സ്വീകരിച്ചത്. അവാർഡ് നൽകിയശേഷം കുറച്ചുനേരം അദ്ദേഹം മംഗളത്തെക്കുറിച്ച് സംസാരിച്ചു. നിറഞ്ഞ ചിരിയോടെയാണ് അന്ന് യാത്രയാക്കിയത്.

എം.ടിയെക്കുറിച്ച് അദ്ദേഹവുമായി ബന്ധമുള്ളവരുടെ അനുഭവക്കുറിപ്പ് എഴുതാമോ എന്ന് ചോദിച്ചത് ഗോകുലംശ്രീ മാസികയുടെ എക്സിക്യൂട്ടീവ് എഡിറ്റർ ദീപേഷേട്ടനാണ്. ഞാനത് സസന്തോഷം ഏറ്റെടുത്തു. അന്തരിച്ച അക്ബർ കക്കട്ടിലിനെയാണ് ആദ്യം സമീപിച്ചത്. അദ്ദേഹം എം.ടിക്കൊപ്പമുള്ള അനുഭവങ്ങൾ പറഞ്ഞുതന്നു. ഞാനത് കേട്ടെഴുതി. വായനക്കാർക്ക് താൽപ്പര്യമുണ്ടെന്നറിഞ്ഞതോടെയാണ് 'എന്റെ എം.ടി.' എന്ന ആ കോളം തുടരാൻ തീരുമാനിച്ചത്. പ്രശസ്തർ മുതൽ അപ്രശസ്തരായ എം.ടിയുടെ ബന്ധുക്കൾവരെ അനുഭവങ്ങൾ പങ്കുവെച്ചപ്പോൾ അത് വേറിട്ടൊരു പംക്തിയായി മാറി. എം.ടിയും അത് സസൂക്ഷ്മം വായിക്കുന്നുണ്ടെന്ന് അറിഞ്ഞപ്പോൾ അഭിമാനവും സന്തോഷവും തോന്നി. ആ സമയത്താണ് വിദ്യാരംഭം വരുന്നത്. തുഞ്ചൻപറമ്പിൽ പതിവുപോലെ എം.ടി. വരുന്നു എന്നറിഞ്ഞപ്പോൾ സന്തോഷം തോന്നി. ഇളയമകൻ ആയുഷിന്റെ നാവിൽ അദ്ദേഹം ആദ്യക്ഷരമെഴുതി. അതും ജീവിതത്തിലെ വലിയൊരു ഭാഗ്യം.

മമ്മൂട്ടിയെക്കുറിച്ച് ഒരു പുസ്തകമെഴുതിയപ്പോൾ അത് പ്രകാശനം ചെയ്യാൻ ഏറ്റവും യോഗ്യതയുള്ളയാൾ എം.ടി. ആണെന്ന് തോന്നി. പക്ഷേ കൊറോണക്കാലമാണ്. വീട്ടിൽ

വിശ്രമത്തിലാണ്. സന്ദർശകരെ ആരെയും അനുവദിക്കുന്നില്ല. കാത്തിരിക്കാൻ തീരുമാനിച്ചു. എം.ടിയുമായി അടുത്ത ബന്ധം പുലർത്തുന്ന ചന്ദ്രിക പത്രാധിപർ കമാൽവരദൂരിനോട് സ്വകാര്യ സംഭാഷണത്തിൽ ഇക്കാര്യം സൂചിപ്പിച്ചപ്പോൾ ആ ദൗത്യം അദ്ദേഹം ഏറ്റെടുത്തു. രണ്ടോ മൂന്നോ ദിവസം കഴിഞ്ഞപ്പോൾ തന്നെ കമാൽക്കയും ഞാനും എം.ടിയുടെ വീട്ടിലെത്തി ആ കർമ്മം നിർവഹിച്ചു. അന്നും വളരെ സന്തോഷത്തോടെയാണ് ഞങ്ങളെ സ്വീകരിച്ചത്.

വർഷങ്ങൾ കഴിഞ്ഞ് വീണ്ടും ഞാൻ എം.ടിയെ കാണുന്നത് കഴിഞ്ഞ ഏപ്രിലിലാണ്. അതിന് നിമിത്തമായത് ഗ്രീൻബുക്സാ യിരുന്നു. എം.ഡി. നരേന്ദ്രൻസാറിനും ഡോ. ശോഭാ മാധത്തി നുമൊപ്പം കഴിഞ്ഞ ഏപ്രിൽമാസത്തിലായിരുന്നു ആ സന്ദർ ശനം. എം.ടിയെ നേരിൽക്കാണുകയെന്നത് ജീവിതാഭിലാഷ മായി കരുതിയിരുന്ന സുഹൃത്ത് തലശ്ശേരി പാറാലിലെ ഉദയ പ്രകാശനെയും ഒപ്പം കൂട്ടിയിരുന്നു. അന്നാണ് എം.ടിക്കൊപ്പം ആദ്യമായി സംസാരിക്കാൻ കഴിഞ്ഞത്. ഏറെനേരം ഞങ്ങൾ സിതാരയിൽ ചെലവഴിച്ചു. പുതുതായി പ്രസിദ്ധീകരിക്കാൻ പോകുന്ന ഈ പുസ്തകത്തിനുള്ള അനുഗ്രഹവും വാങ്ങിച്ചാണ് അന്ന് മടങ്ങിയത്. ഞങ്ങളെ യാത്രയയയ്ക്കാനായി അദ്ദേഹം വരാന്തയിലേക്ക് വന്നത് ഇപ്പോഴും അത്ഭുതപ്പെടുത്തുന്നു.

എന്റെ കുറിപ്പുകളിൽനിന്നും തെരഞ്ഞെടുക്കപ്പെട്ടവ പുസ്തക മാക്കണമെന്ന് ആദ്യം നിർദ്ദേശിച്ചത് ഗ്രീൻ ബുക്സിന്റെ എം.ഡി. നരേന്ദ്രൻസാറാണ്. അതിൽപെടാതെ പോയ പല പ്രശസ്ത രേയുംകൂടി ഉൾപ്പെടുത്തിയാണ് ഗ്രീൻ ബുക്സ് ഈ പുസ്തകം തയ്യാറാക്കിയിരിക്കുന്നത്.

മലയാളഭാഷയുടെ കരുത്താണ് എം.ടി. അദ്ദേഹമില്ലെങ്കിൽ ഈ ഭാഷയില്ല. ഈ കൊച്ചുഭാഷയ്ക്കുവേണ്ടിയാണ് അദ്ദേഹം ജീവിച്ചത്. മലയാളത്തെക്കുറിച്ചാണ് എം.ടി. എപ്പോഴും പറഞ്ഞു കൊണ്ടിരിക്കുന്നതും. അക്ഷരങ്ങൾക്കൊപ്പം ജീവിച്ച മഹാനു ഭാവന്റെ പേരിൽ ഒരു പുസ്തകം ഇറക്കാൻ കഴിയുന്നു എന്നതു തന്നെ ഒരു പുണ്യമാണ്.

രമേഷ് പുതിയമഠം

കരളിലെ കാണാപ്പൊന്ന്

സി. രാധാകൃഷ്ണൻ

മാതൃഭൂമി നടത്തിയ നോവൽ മത്സരത്തിൽ സമ്മാനം കിട്ടിയപ്പോഴാണ് ആ അത്ഭുതം ഉണ്ടായത്: എനിക്ക് എംടിയുടെ കത്ത് വന്നു! പെരുമ്പായപ്പരപ്പുള്ള ലെറ്റർപാഡിൽ അഭിനന്ദനങ്ങൾ എന്ന ഒറ്റ വാക്കും ഒപ്പും. ആഴ്ചപ്പതിപ്പിൽനിന്ന് വിവരത്തിന് കമ്പി കിട്ടിയിരുന്നുവെങ്കിലും പത്രാധികരുടെ വിശദമായ അറിയിപ്പ് വരുന്നതിനു മുമ്പാണ് ഇത്.

കോഴിക്കോട് പഠിക്കുന്ന കാലത്ത് ഡെയ്‌ലിയുടെ ഡെസ്കിൽ ഏതാണ്ട് നിത്യസന്ദർശകനായിരുന്നു എങ്കിലും ആഴ്ചപ്പതിപ്പിലെ പ്രധാനികളിൽ ആരെയും പരിചയപ്പെട്ടിട്ടില്ലായിരുന്നു.

ആഗ്രജൻ എന്ന് ഞാൻ അക്ഷരം കൂട്ടി വായിക്കാൻ തുടങ്ങിയ കാലത്തേ കരുതിയ ആളുടെ ആ ചുമലിൽ തട്ട് ഇന്നും സജീവമായ ഊർജ്ജമാണ്. എന്നാലോ, പിന്നേയും പലപ്പോഴും കണ്ടുവെങ്കിലും, ഇന്നേവരെ ഈ കാരണവർ എന്നോട് മൊത്തം പറഞ്ഞത് നൂറു വാക്കിൽ താഴെ മാത്രം!

ഏതാണ്ട് അരനൂറ്റാണ്ടിനിപ്പുറം, മൂർത്തി ദേവി പുരസ്കാരം ആരിൽനിന്ന് സ്വീകരിക്കാനാണ് ഇഷ്ടം എന്ന ചോദ്യം വന്നപ്പോൾ എനിക്ക് മറ്റൊരു പേര് പറയാൻ ഉണ്ടായിരുന്നില്ല, ചൂണ്ടിക്കണിക്കാൻ സ്ഥലവും വേറൊന്ന് ഇല്ലായിരുന്നു. അന്ന് ആ പഴയ ആശംസ വാസുവേട്ടൻ ആവർത്തിച്ചു. അത് ഇപ്പോഴും കാണാപ്പൊന്നായി അകം നിറയെ! വാഴ്‌വിൽ ശേഷിക്കുന്ന കുറച്ചു വഴിയിലും അതു ധാരാളം മതിയാവും പാഥേയം!

ഇടയ്ക്കിടെ ചെറിയ ബൂസ്റ്റർ ഡോസുകൾ കിട്ടുന്നത് നവനവോന്മേഷകരം. നവതി ആഘോഷത്തിന്റെ ഭാഗമായി തുഞ്ചൻപറമ്പിൽ നടന്ന 'സാദരം' പരിപാടി ചൂടാറാത്ത അനുഭവം. മുഖ്യമന്ത്രി

ഉൾപ്പെടെ മൂന്ന് മന്ത്രിമാരും സ്ഥലം എംഎൽഎയും മലയാള സിനിമയുടെ പുരുഷപ്രതീകമായ മമ്മൂട്ടിയും നിരന്ന ഉദ്ഘാടന വേദിയിൽ മലയാളത്തിലെ സമകാലിക എഴുത്തുകാരെ പ്രതിനിധീകരിച്ച് വാസുവേട്ടന് മംഗളമാശംസിച്ചു സംസാരിക്കാൻ ഭാഗ്യമുണ്ടായി.

ആ വേദിയിൽ നിൽക്കെ, 'കൃതം സ്മര' എന്ന് മനസ്സ് ശാസിച്ചപ്പോൾ വാസുവേട്ടന്റെ മുഖ്യസംഭാവനകൾ ഓർമ്മയിൽ നിരന്നു: അന്നേവരെ മറ്റ് ആരെയൊക്കെയോപ്പറ്റി മാത്രമായിരുന്ന മലയാള കഥാകഥനം തല തിരിച്ച് ആത്മാലാപമാക്കി. രാമാനുജൻ എഴുത്തച്ഛൻ കേരളത്തിൽ ജീവിച്ചിരുന്നു എന്നതിന് തിരൂരിൽ എന്നേക്കുമായി സമുചിതസാക്ഷ്യം പണിതു. എഴുത്തുകാരൻ ആരുടെയും ആട്ടും കുത്തും ചവിട്ടുമേറ്റ് കിടക്കേണ്ടവനല്ല പിന്നെയോ ആർക്കും സമശീർഷനാണ് എന്ന് പൊതുജീവിതത്തിൽ സ്ഥാപിച്ചു. ഒരു എഴുത്തുകാരനെ ലോകത്തെങ്ങും അടയാളപ്പെടുത്താൻ വെറും രണ്ട് അക്ഷരം മതി എന്ന് തെളിയിച്ചു.

നീണാൾ വാഴ്ക!

■

എഴുത്തിലെ ആദ്യാക്ഷരങ്ങൾ കുറിച്ച രണ്ട് അക്ഷരങ്ങൾ

സേതു

എം.ടിയെക്കുറിച്ച് ഒരു കുറിപ്പ് എഴുതുകയെന്നത് ലേശം ബുദ്ധിമുട്ടുള്ള കാര്യമാണ്. വായിച്ചാലും വായിച്ചാലും തീരാത്ത ഒരു മഹാഗ്രന്ഥം പോലെ പരന്നു കിടക്കുകയാണ് എം.ടിയുടെ ജീവിതവും എഴുത്തും. അതുപോലെത്തന്നെ അര നൂറ്റാണ്ടു കാലത്തെ അടുത്ത പരിചയത്തിൽനിന്ന് എന്തെങ്കിലും ചിലതൊക്കെ പെറുക്കിയെടുത്ത് അവതരിപ്പിക്കുക എന്നത് ഒരു സാഹസമായിരിക്കും. മാത്രമല്ല, പോയ കാലത്ത് അദ്ദേഹത്തെപ്പറ്റി ഒരുപാട് പറയുകയും എഴുതുകയും ചെയ്തു കഴിഞ്ഞു. വളരെ ലളിതമായി പറഞ്ഞാൽ എന്റെ ജീവിതത്തിൽതന്നെ ഒരു വടവൃക്ഷമായോ നിറഞ്ഞ സാന്നിധ്യമായോ ഒക്കെ എന്നും അദ്ദേഹം ഉണ്ടായിരുന്നു.

ഞാൻ സ്കൂളിൽ പഠിക്കുന്ന കാലത്തോ മറ്റോ ആണ് ലോക കഥാമത്സരത്തിന്റെ ഭാഗമായി മാതൃഭൂമി സംഘടിപ്പിച്ച കഥാമത്സരത്തിൽ ഒന്നാം സമ്മാനം നേടിയ വളർത്തുമൃഗങ്ങൾ എന്ന കഥയുമായി എം.ടി. സാഹിത്യരംഗത്തേക്ക് കടന്നുവരുന്നത്. അതായത് ഏതാണ്ട് ഏഴു പതിറ്റാണ്ടുകൾക്ക് മുമ്പ്. വലിയ ആവേശത്തോടെ ആഴ്ചപ്പതിപ്പിൽ അച്ചടിച്ചു വന്നിരുന്ന കഥയും നോവലുമൊക്കെ ആർത്തിയോടെ വിഴുങ്ങിയിരുന്ന കാലം. മലയാള കഥാസാഹിത്യം റിയലിസത്തിന്റെ നീരാളിപ്പിടുത്തത്തിൽ അമർന്നിരുന്ന കാലം. തകഴിയും കേശവദേവും പൊൻകുന്നം വർക്കിയുമെല്ലാം ചൂഷകവർഗ്ഗത്തിന്റെ പിടിയിൽ പിടയുന്ന കർഷകന്റെയും തൊഴിലാളിയുടെയും ഉള്ളുരുക്കുന്ന അനുഭവങ്ങൾ പരുക്കൻ ഭാഷയിൽ പകർത്തിയിരുന്ന കാലം. ഒരർത്ഥത്തിൽ അത് കാലഘട്ടത്തിന്റെ ആവശ്യം കൂടിയായിരുന്നു. രണ്ടിടങ്ങഴിയും ഓടയിൽ നിന്നുമൊക്കെ ഉയർത്തിയ സാമൂഹ്യപ്രശ്നങ്ങൾ അത്രയേറെ നീറുന്നവയായിരുന്നു.

പക്ഷേ ഒരു ഘട്ടം കഴിഞ്ഞപ്പോൾ കഥക്കും നോവലിനുമൊക്കെ വഴി മാറാതെ നടക്കാൻ വയ്യെന്നായി.

അങ്ങനെയാണ് ടി. പദ്മനാഭനും എം.ടി. വാസുദേവൻനായരും മാധവിക്കുട്ടിയുമൊക്കെ രംഗത്തു വരുന്നത്. കഥയിൽ കവിതയോട് ചേർന്നുനിൽക്കുന്ന ഭാഷയുമായി എം.ടി. അനുവാചകരെ ആകർഷിച്ചത് വളരെ പെട്ടെന്നാണ്. ആദ്യത്തെ കഥയ്ക്ക് ശേഷം അദ്ദേഹത്തിന്റെ ഒട്ടേറെ കഥകൾ മാതൃഭൂമിയിൽ വന്നു. ഫ്യൂഡൽ കാലഘട്ടത്തിലെ തെക്കേ മലബാറിലെ നായർതറവാടുകളുടെ തകർച്ചയും കാരണവന്മാരുടെ മേധാവിത്തവുമൊക്കെയായിരുന്നു അദ്ദേഹത്തിന്റെ പ്രിയപ്പെട്ട വിഷയമെങ്കിലും അത് പറഞ്ഞ രീതിയാണ് വായനക്കാരെ ആകർഷിച്ചത്. കാല്പനികനെന്ന പരാതി ഉയർ ന്നെങ്കിലും ഹൃദയത്തിന്റെ ഭാഷയിൽ എഴുതിയ അദ്ദേഹം നേരിട്ട് സംവദിച്ചിരുന്നത് അനുവാചകന്റെ ഹൃദയത്തോടായിരുന്നു. ഇടത്തരക്കാരന്റെ വ്യഥകളും സ്വകാര്യ വിഷാദങ്ങളും ധർമ്മസങ്കടങ്ങളുമെല്ലാം അനായാസമായി മനസ്സിൽ തറഞ്ഞു കയറിക്കൊണ്ടിരുന്നപ്പോൾ എം.ടി. എന്ന രണ്ടക്ഷരങ്ങൾ വായനക്കാർക്ക് ഏറെ പ്രിയപ്പെട്ടതായി മാറി.

ഒരുപക്ഷേ ചങ്ങമ്പുഴയ്ക്ക് ശേഷം മലയാളികൾ ഇത്രയേറെ മനസ്സിലിട്ട് താലോലിച്ച മറ്റൊരു പേരുമുണ്ടായേക്കില്ല. ഒരുപക്ഷേ യേശുദാസിനേയും അക്കൂട്ടത്തിൽ ചേർക്കാമെന്നു മാത്രം. കുട്ടിയേടത്തിയും ഇരുട്ടിന്റെ ആത്മാവുമൊക്കെ കഥയിൽ വലിയ മാറ്റങ്ങൾ കൊണ്ടുവന്നപ്പോൾ അതേ അന്തരീക്ഷത്തിൽനിന്ന് അടർത്തിയെടുത്ത നാലുകെട്ടും അസുരവിത്തുമെല്ലാം പ്രിയപ്പെട്ട നോവലുകളായി. ഒരുപാട് യാത്ര ചെയ്തിട്ടുണ്ടെങ്കിലും വായനയിലൂടെ ലോകസാഹിത്യവുമായി അടുത്ത ബന്ധം പുലർത്തിയിരുന്നെങ്കിലും അദ്ദേഹത്തിന്റെ രചനയുടെ പശ്ചാത്തലം എന്നും പ്രിയപ്പെട്ട നിളയും അതിന്റെ ചുറ്റുപാടിൽ ജനിച്ചു വളർന്ന കുറെയേറെ സാധാരണ മനുഷ്യരുമായിരുന്നു.

അങ്ങനെ സാഹിത്യരംഗത്തു തന്റെ ജൈത്രയാത്ര തുടരുന്ന കാലത്താണ് അദ്ദേഹം മാതൃഭൂമിയുടെ സഹപത്രാധിപരായി ചുമതലയേൽക്കുന്നത്. കവിതയുടെ ഭാഗം എൻ.വി. കൃഷ്ണവാരിയരും കഥ എം.ടിയുമാണ് അന്ന് കൈകാര്യം ചെയ്തുകൊണ്ടിരുന്നത്. അക്കാലത്താണ് അതേവരെ ചിലതൊക്കെ കുത്തിക്കുറിച്ചുകൊണ്ടിരുന്ന ഞാൻ ഒരു കഥയെഴുതി പ്രസിദ്ധീകരിക്കാൻ ധൈര്യപ്പെടുന്നത്. വാസ്തവത്തിൽ അതൊരു വലിയ നിയോഗം കൂടിയായിരുന്നു. കുട്ടിക്കാലം തൊട്ടേ ധാരാളം വായിച്ചിരുന്നുവെങ്കിലും എഴുത്തുകാരെന്ന വർഗ്ഗത്തിന്റെ ശിരസ്സിന് ചുറ്റും വലിയൊരു പ്രഭാവലയമുണ്ടാകുമെന്ന മിഥ്യാധാരണയിൽ അങ്ങോട്ടൊന്നും എത്തി

നോക്കാനുള്ള ധൈര്യമുണ്ടായിരുന്നില്ല. മാത്രമല്ല, എഴുത്തിനെപ്പറ്റി കാര്യമായ ധാരണയൊന്നും അന്നില്ലായിരുന്നു. പത്താംക്ലാസിനപ്പുറം മലയാളം പഠിക്കാത്തതിന്റെ വിശ്വാസക്കുറവുമുണ്ട്. കുട്ടിക്കാലം തൊട്ടേ പുസ്തകങ്ങളും വാരികകളും നിരന്തരം വായിച്ചു കൊണ്ടിരുന്ന അമ്മയയായിരുന്നു വായനയിലേക്ക് എന്നെ തള്ളിയിറക്കിയത്. അക്കാലത്തെ ചിട്ടയായ വായനയിൽ നിന്നായിരിക്കണം സാഹിത്യത്തെക്കുറിച്ച് ഒരു തെളിഞ്ഞ അവബോധം ഉള്ളിലുണ്ടാക്കാൻ സഹായിച്ചത്.

പിൽക്കാലത്തു ദില്ലിയിൽ ജോലി ചെയ്തുകൊണ്ടിരുന്നപ്പോഴാണ് ചില നേർക്കാഴ്ചകളുടെ പശ്ചാത്തലത്തിൽ ഒരു നീണ്ട കുറിപ്പ് തയ്യാറാക്കിയത്. 1966ൽ ബിഹാറിലും സമീപപ്രദേശങ്ങളിലുമുണ്ടായ കൊടിയ വരൾച്ചയെപ്പറ്റി അന്ന് മാദ്ധ്യമങ്ങളിൽ ഒട്ടേറെ റിപ്പോർട്ടുകൾ വന്നുകൊണ്ടിരുന്നു. ദൂരദർശന്റെ തുടക്കകാലമായിരുന്നത് അതേപ്പറ്റി കൂടുതൽ അറിയാൻ പത്രങ്ങളെ ആശ്രയിക്കേണ്ടി വന്നിരുന്നു. അങ്ങനെയിരിക്കെ ചില ബീഹാറി സുഹൃത്തുക്കളോടൊപ്പം അവിടത്തെ ചില ഗ്രാമങ്ങളിൽ ചുറ്റിയടിച്ചപ്പോൾ കാണാനായ ഉള്ളു പൊള്ളിക്കുന്ന ചില കാഴ്ചകൾ രണ്ടു രാത്രികളിലെ ഉറക്കം കളഞ്ഞു. അതിൽനിന്നുള്ള ഒരു മോചനം എന്ന നിലയിലാണ് അതേപ്പറ്റി ചിലതൊക്കെ കുത്തിക്കുറിക്കാൻ തോന്നിയത്. ഏറെക്കുറെ ചില ചിതറിയ വാങ്മയ ചിത്രങ്ങളായിരുന്നു അവ.

പിന്നീട് രണ്ടു പ്രാവശ്യം വായിച്ചു നോക്കിയപ്പോൾ കൊള്ളാമെന്ന് തോന്നി. അത് വെറുമൊരു അന്വേഷണാത്മക റിപ്പോർട്ടാണോ അതോ സംഭവകഥയാണോ എന്നൊന്നും അന്ന് രൂപമുണ്ടായിരുന്നില്ല. പക്ഷേ നേരനുഭവത്തിന്റെ ചൂടും ചൂരും അതിനുണ്ടെന്ന് ഉറപ്പായപ്പോൾ വൃത്തിയായി പകർത്തി മാതൃഭൂമിക്ക് അയച്ചു കൊടുത്തു. എങ്ങനെയാണ് അതിന് ധൈര്യം കിട്ടിയതെന്ന് ഇന്നും യാതൊരു പിടിയുമില്ല. മഹാരഥന്മാർക്ക് മാത്രം വാതിൽ തുറക്കുന്ന മലയാളത്തിലെ മുന്തിയ പ്രസിദ്ധീകരണത്തിൽ അച്ചടിച്ചു വരികയെന്നത് ഏറെക്കുറെ അസാധ്യംതന്നെ. അന്നൊക്കെ മാതൃഭൂമിയിൽ കഥയോ കവിതയോ വരണമെങ്കിൽ കോഴിക്കോട്ടെ ഏതെങ്കിലും പരിചയക്കാർ ശുപാർശ ചെയ്യണമെന്നാണ് കേട്ടിരുന്നത്. ഞാനാണെങ്കിൽ ആ നഗരം കണ്ടിട്ടില്ലെന്ന് മാത്രമല്ല, എനിക്ക് അവിടെയുള്ള ആരെയും പരിചയവുമില്ല. അങ്ങനെ പ്രായത്തിന്റെ ചോരത്തിളപ്പിൽ, വെറുമൊരു ചങ്കൂറ്റംപോലെയാണ് അത് അയച്ചുകൊടുത്തത്. അത് പത്രാധിപരുടെ ചവറ്റുകുട്ടയിൽതന്നെ ചെന്ന് വീഴുമെന്ന് ഉറപ്പുള്ളതുകൊണ്ട് മടക്കി അയയ്ക്കാനുള്ള കവറൊന്നും അടക്കം ചെയ്തിരുന്നില്ല. പിന്നീട് കഥ നന്നായിരിക്കുന്നു, പ്രസിദ്ധീകരിക്കാൻ മാറ്റി വച്ചിരിക്കുന്നുവെന്ന എം.ടിയുടെ കത്ത് വരുമ്പോഴാണ്

അതിനെ കഥയെന്ന് വിളിക്കാമെന്ന് എനിക്ക് ഉറപ്പായത്. എന്നിട്ടും ഒടുവിൽ അത് തള്ളിക്കളയുമോ എന്ന പേടിയായിരുന്നു.

അക്കാലത്തു 'അടുത്ത ലക്കത്തിൽ' എന്നൊരു കോളമുണ്ടാകാറുണ്ട്. അങ്ങനെ അടുത്ത ലക്കത്തിലെ രണ്ടു കഥകളുടെ കൂട്ടത്തിൽ എന്റെ 'ദാഹിക്കുന്ന ഭൂമി'യും കണ്ടപ്പോഴാണ് ശ്വാസം ശരിക്കും വീണത്.. അതോടെ ഞാനും ഒരു ചെറുകിട എഴുത്തുകാരനായെന്ന് തോന്നിത്തുടങ്ങി. അങ്ങനെ 1967 ജൂണിൽ നമ്പൂതിരിയുടെ ചിത്രത്തോടെ അത് പ്രസിദ്ധീകരിച്ചു വന്ന ദിവസം ഇന്നുമെനിക്ക് മറക്കാൻ വയ്യ. കൊണാട്ടു പ്ലേസിലെ ഫുട്പാത്തിലെ തമിഴന്റെ കടയിൽനിന്ന് ആഴ്ചപ്പതിപ്പിന്റെ രണ്ടു കോപ്പികൾ വാങ്ങി അവിടത്തെ ഒരു തൂണിൽതന്നെ ചാരിനിന്ന് ഒറ്റവീർപ്പിൽ ആ കഥ മുഴുവൻ വായിച്ചുതീർത്തത് ഇപ്പോഴും നല്ല ഓർമ്മയുണ്ട്. സത്യത്തിൽ അതൊരു നല്ല തുടക്കമായിരുന്നു, കഥയെഴുത്തിന്റെ, വിലപ്പെട്ടൊരു ആത്മബന്ധത്തിന്റെ. ആദ്യത്തെ കഥ പ്രസിദ്ധീകരിച്ചു വന്നതിന്റെ ആത്മവിശ്വാസത്തിൽ പിന്നീട് ഞാൻ നിരന്തരമായി എഴുതിക്കൊണ്ടിരുന്നു. രണ്ടുമൂന്നു മാസങ്ങൾക്കുള്ളിൽതന്നെ എന്റെ നാലഞ്ചു കഥകൾ മാതൃഭൂമിയിൽ വന്നുവെന്നാണ് ഓർമ്മ. ഒരു കഥ പോലും എം.ടി. മടക്കി അയച്ചതുമില്ല.

പിന്നീട് ഏതാണ്ട് രണ്ടു വർഷം കഴിഞ്ഞപ്പോൾ പെട്ടെന്ന് ഒരു ദിവസം തൃശ്ശൂർ കറന്റ് ബുക്സിന്റെ ഉടമയായ തോമസ് അവിടെ അവതരിക്കുകയുണ്ടായി. ഒ.വി. വിജയന്റെ ഖസാഖിന്റെ ഇതിഹാസത്തിന്റെ പകർപ്പവകാശം വാങ്ങിക്കുക എന്നതായിരുന്നു ആ വരവിന്റെ ഉദ്ദേശ്യം. ആ വരവിൽതന്നെ പുതിയ തലമുറയിലെ കഥാകൃത്തുക്കളുടെ പത്തു കഥാസമാഹാരം ഇറക്കാനുള്ള പരിപാടിയെപ്പറ്റിയും അദ്ദേഹം സൂചിപ്പിച്ചു. അക്കൂട്ടത്തിൽ എന്റെ പേരും കണ്ടപ്പോൾ ഞാൻ അതിശയിച്ചു പോയി. പിന്നീട് ആ പത്തു പുസ്തകങ്ങളും കോഴിക്കോട് ടൗൺ ഹാളിൽ പ്രകാശനം ചെയ്തത് എം.ടിയായിരുന്നു. അവിടെ ഹാളിന് നടുവിൽ ഇരുന്നിരുന്ന എന്നെ എഴുന്നേൽപ്പിച്ചു നിറുത്തി സദസ്സിന് പരിചയപ്പെടുത്തിയത് വലിയൊരു സംഭവമായിരുന്നു. ഏതാണ്ട് രണ്ടു വർഷത്തെ എഴുത്തു പരിചയം മാത്രമുള്ള എന്റെ കഥാസമാഹാരം ഇറക്കുക, എഴുത്തുകാരനെ സദസ്സിന് പരിചയപ്പെടുത്തുക തുടങ്ങിയതൊക്കെ അതിശയകരമായ കാര്യങ്ങളായിരുന്നു. ഭാവിയുടെ വാഗ്ദാനമെന്ന നിലയിൽ ഒരു പത്ത് എഴുത്തുകാരെ തെരഞ്ഞെടുക്കാൻ തോമസിനെ സഹായിച്ചത് എം.ടി. തന്നെയായിരുന്നുവെന്നാണ് ഞാൻ ഇന്നും വിശ്വസിക്കുന്നത്. കാരണം അദ്ദേഹത്തിന്റെ അടുത്ത സുഹൃത്തും എം.ടി. സാഹിത്യത്തിന്റെ ഏക പ്രസാധകനുമായിരുന്നു തോമസ്. ഇതൊക്കെ

കൊണ്ടാണ് ഒരു മൂന്നാംകണ്ണുള്ള പത്രാധിപരായി ഞാൻ അദ്ദേഹത്തെ എന്നും കണ്ടിട്ടുള്ളത്. എം.ടിയെക്കാൾ മികച്ച എഴുത്തുകാർ മുമ്പുണ്ടായിട്ടുണ്ട്. ഇനിയും ഉണ്ടാകുകയും ചെയ്യും. പക്ഷേ അദ്ദേഹത്തെപ്പോലെ ഒരു മികച്ച സാഹിത്യ പത്രാധിപർ ഭാരതീയ ഭാഷകളിൽ ഉണ്ടായിട്ടില്ലെന്ന് നിസ്സംശയം പറയാം.

കോഴിക്കോട്ട് അന്ന് വലിയൊരു സുഹൃദ്സംഗമം ഉണ്ടായിരുന്നു. നാട്ടിലേക്ക് മടങ്ങിയെത്തിയശേഷം ഞാനും അടുത്ത സുഹൃത്തായിരുന്ന പുനത്തിൽ കുഞ്ഞബ്ദുള്ളയും ഇടയ്ക്കൊക്കെ അക്കൂട്ടത്തിൽ ചെന്നെത്താറുണ്ടായിരുന്നു. എം.ടി., എൻ.പി. മുഹമ്മദ്, പട്ടത്തുവിള കരുണാകരൻ, തിക്കോടിയൻ അങ്ങനെ പലരും. ഇടയ്ക്കൊക്കെ അരവിന്ദനും എം.വി. ദേവനും അതിൽ ചേരാറുണ്ട്. സാഹിത്യ സംബന്ധമായ ഒട്ടേറെ ചർച്ചകൾ അവിടെ നടക്കാറുണ്ടായിരുന്നു. ഏറ്റവും ഒടുവിൽ വായിച്ച പുസ്തകത്തെപ്പറ്റി എം.ടിയും എൻപിയും പട്ടത്തുവിളയുമൊക്കെ വിവരിക്കുന്നത് ഞങ്ങൾ അത്ഭുതത്തോടെ കേട്ടിരിക്കും. ഞങ്ങൾക്കൊക്കെ എത്തിപ്പിടിക്കാനാവാത്ത പുസ്തകലോകം. ആ സദസ്സിനു ശേഷം ഇരട്ടി ഉന്മേഷത്തോടെയായിരുന്നു ഞാൻ നാട്ടിലേക്ക് മടങ്ങിയെത്തിയിരുന്നത്. മാത്രമല്ല, നല്ലൊരു എഴുത്തുകാരൻ ആവണമെങ്കിൽ നല്ലൊരു വായനക്കാരൻ കൂടിയാവണമെന്ന് ആ ഒത്തുകൂടൽ തെളിയിച്ചുകൊണ്ടിരുന്നു. പക്ഷേ അന്നൊക്കെ അത്ഭുതപ്പെടുത്തിയിരുന്ന വലിയൊരു കാര്യം ലോകസാഹിത്യവുമായി അത്രയേറെ ബന്ധമുള്ള എം.ടി. തന്റെ എഴുത്തിന്റെ പശ്ചാത്തലമായി പ്രധാനമായും തെരഞ്ഞെടുത്തിരുന്നത് അദ്ദേഹത്തിന്റെ പ്രിയപ്പെട്ട ഗ്രാമവും അതിന്റെ ചുറ്റുപാടുകളുമായിരുന്നു എന്നതാണ്. പിന്നീട് വളരെ കഴിഞ്ഞാണ് അദ്ദേഹം 'മഞ്ഞി'നായി നൈനിറ്റാളും 'ഷെർലക്കി'നായി അമേരിക്കയും തെരഞ്ഞെടുത്തത്.

എത്രയോ ഒത്തുകൂടലുകൾ. നിർമ്മാല്യത്തിന്റെ ഷൂട്ടിങ്ങ് കൂടല്ലൂരിലും ചുറ്റുവട്ടത്തുമായി നടക്കുമ്പോൾ ഞാനും കുഞ്ഞബ്ദുള്ളയും അവിടെ ഉണ്ടായിരുന്നു. പിന്നീട്, ഓർമ്മയിൽ മാഞ്ഞുപോകാതെ നിൽക്കുന്നത് രണ്ടുമൂന്നു സംഭവങ്ങൾ കൂടി.

സാധാരണയായി ഞാൻ കോഴിക്കോട് പോകുമ്പോഴൊക്കെ താമസിക്കുന്ന ഹോട്ടലിൽനിന്ന് എം.ടിയെ വിളിക്കാറുണ്ട്. അങ്ങനെ ഒരിക്കൽ വിളിച്ചപ്പോൾ ഇന്ന് പ്രധാനപ്പെട്ടൊരു ദിവസമാണ്, എന്റെ വീട്ടിലേക്ക് വരൂ എന്ന് എന്നാണ് അദ്ദേഹം ക്ഷണിച്ചപ്പോൾ അതിൽ ചെറിയൊരു കൗതുകം തോന്നി. സാധാരണ കേൾക്കുന്നതിനേക്കാൾ സന്തോഷം എം.ടിയുടെ ശബ്ദത്തിൽ. അവിടെ ചെന്നപ്പോഴാകട്ടെ, പതിവില്ലാതെ മുറ്റത്തു രണ്ടുമൂന്നു പേർ ചുറ്റിത്തിരിഞ്ഞു നിൽക്കുന്നത് കണ്ടു. അകത്തുവച്ച് അദ്ദേഹം തന്റെ ഭാര്യയായ

സരസ്വതി ടീച്ചറെ പരിചയപ്പെടുത്തിയപ്പോൾ ഞാൻ അമ്പരന്നു പോയി. ''ഇന്ന് കൂടല്ലൂർ ക്ഷേത്രത്തിൽ വച്ച് എന്റെ വിവാഹം കഴിഞ്ഞു.'' എന്ന് അദ്ദേഹം കൂട്ടിച്ചേർത്തു. ആ പ്രധാന ദിവസം തന്നെ അവിടെ ചെന്നു പെടാൻ തോന്നിയത് മറ്റൊരു നിയോഗമായി എനിക്ക് തോന്നി. അതുപോലെതന്നെ, വളരെ കഴിഞ്ഞു ഞാൻ മംഗലാപുരത്തു ജോലി ചെയ്തിരുന്ന കാലത്ത് ഒരിക്കൽ മൂകാംബിക ദർശനം കഴിഞ്ഞ് എം.ടിയും ഭാര്യയും ഞങ്ങളുടെ വീട്ടിൽ ഉച്ചയൂണ് കഴിക്കാനെത്തിയത് ഓർമ്മ വരുന്നു.

ചുരുക്കത്തിൽ എന്റെ എഴുത്തുജീവിതത്തിലെ ആദ്യാക്ഷരങ്ങളായിരുന്നു ആ രണ്ടക്ഷരങ്ങൾ.

എത്രയോ ധന്യമായ ജീവിതം. ഒരു രണ്ടു ജന്മങ്ങൾകൊണ്ടു മാത്രം ചെയ്തു തീർക്കാവുന്ന കാര്യങ്ങൾ വിസ്മയകരമായി പൂർത്തിയാക്കാൻ അദ്ദേഹത്തിന് ഒരു ജന്മംതന്നെ അധികമായിരുന്നു. നവതി പൂർത്തിയാക്കിയ എം.ടിക്ക് എല്ലാ ഭാവുകങ്ങളും.

■

എം.ടിയുമൊത്ത് ശബരിമലയിൽ

മധു

കുട്ടിക്കാലം മുതലുള്ളതാണ് വായനയോടുള്ള കമ്പം. നല്ല നോവലുകളും ചെറുകഥകളും വായിക്കുമ്പോൾ ചിലതൊക്കെ സിനിമപോലെ മനസ്സിൽ കണ്ടിട്ടുണ്ട്. മുതിർന്നപ്പോൾ അതിൽ പലതും സിനിമയായി മാറി. എങ്കിലും എനിക്കിഷ്ടപ്പെട്ട ഒരു നോവൽ മാത്രം അഭ്രപാളികളിലെത്തിയില്ല. ആ കഥ എനിക്കുവേണ്ടി കാത്തിരുന്നതുപോലെ തോന്നി. ആ നോവലിന് എം.ടിയെക്കൊണ്ട് ഒരു വൺലൈൻ എഴുതിക്കണം. അതായിരുന്നു ആഗ്രഹം. എം.ടി. അന്ന് വളരെ തിരക്കുള്ള തിരക്കഥാകൃത്താണ്. അന്നേ എന്റെ അടുത്ത സുഹൃത്തുക്കളിലൊരാൾ.

ഒരു സിനിമയുടെ ഷൂട്ടിംഗിനുവേണ്ടി കോഴിക്കോട്ടേക്കു പോകുമ്പോൾ ആ പുസ്തകവുമുണ്ടായിരുന്നു, ബാഗിൽ. സമയം കിട്ടുമെങ്കിൽ അദ്ദേഹത്തെയൊന്ന് കാണിച്ച് വൺലൈൻ എഴുതിക്കാനായിരുന്നു പ്ലാൻ.

ഷൂട്ടിംഗില്ലാത്ത ഒരു ദിവസം കോഴിക്കോട്ടെ ഒരു സുഹൃത്ത് ഭക്ഷണം കഴിക്കാനായി വീട്ടിലേക്കു ക്ഷണിച്ചു. അതവിടെ പതിവുള്ളതാണ്. പൊതുവെ ആതിഥ്യമര്യാദയ്ക്ക് പേരുകേട്ടവരാണ് കോഴിക്കോട്ടുകാർ. ആ വീട്ടിലേക്ക് എം.ടിയും വരുന്നുണ്ടെന്ന് അറിയിച്ചപ്പോൾ ആ നോവലും കൈയിലെടുത്തു. സുഹൃത്തിന്റെ വീട്ടിലെത്തുമ്പോൾ വരാന്തയിൽ എന്തോ ചിന്തയിലാണ്ടിരിക്കുകയാണ് എം.ടി. എന്നെക്കണ്ടയുടൻ സന്തോഷത്തോടെ സ്വീകരിച്ചു. അപ്പോഴേക്കും ഞങ്ങളുടെ നാലഞ്ച് സുഹൃത്തുക്കൾകൂടി അവിടേക്കെത്തി. എന്റെ കൈയിലുള്ള നോവൽ എം.ടിയെ കാണിച്ച് കാര്യം പറഞ്ഞു.

''ഒരു മണിക്കൂർ നേരത്തേക്ക് എന്നെയാരും ശല്യപ്പെടുത്തരുത്.''

നാലഞ്ച് വെള്ളപേപ്പറുകളും പേനയുമായി എം.ടി. മുകളിലത്തെ നിലയിലേക്ക് പോയി. ഞങ്ങൾ ആ സമയംകൊണ്ട് ചെറിയൊരു

കമ്പനി കൂടി. ഒന്നര മണിക്കൂർ കഴിഞ്ഞുകാണും. ചെറുതായി ചുമച്ചുകൊണ്ട് എം.ടി. പതുക്കെ മുകളിൽനിന്നിറങ്ങി. അടുത്തുവന്ന് പേപ്പറുകൾ എനിക്കുനേരെ നീട്ടി.

''ഇതൊന്നു വായിച്ചുനോക്കൂ.''

അടുക്കും ചിട്ടയോടും കൂടി വൺ ബൈ വണ്ണായി സീനുകൾ എഴുതിച്ചേർത്തിരിക്കുകയാണ് എം.ടി. ഒന്നര മണിക്കൂർ നേരം കൊണ്ട് ഇത്രയും കൃത്യമായി എങ്ങനെ എഴുതാൻ കഴിഞ്ഞു എന്ന തിലായിരുന്നു എനിക്ക് അത്ഭുതം. അതാണ് എം.ടിയുടെ പ്രതിഭ. ആ നോവൽ എം.ടി. നേരത്തെ വായിച്ചിട്ടുണ്ടാവാം. സർഗധനനായ ഒരെഴുത്തുകാരനു മാത്രമേ അതു കഴിയൂ. ഒറ്റയിരുപ്പിനുതന്നെ ഞാനത് വായിച്ചുതീർത്തു. സത്യം പറഞ്ഞാൽ ആ നോവലിനോട് തീർത്തും നീതിപുലർത്തുന്നതായിരുന്നു എം.ടിയുടെ വൺലൈൻ.

''ഇതുതന്നെ ധാരാളം. ഇനി ഡയലോഗുകൾ ചേർത്ത് ഞാൻ വികസിപ്പിച്ചെടുത്തോളാം.''

എം.ടി. ഒന്നര മണിക്കൂറെടുത്ത് തയ്യാറാക്കിയ വൺലൈനിൽ ഡയലോഗ് എഴുതിച്ചേർക്കാൻ എനിക്കു വേണ്ടിവന്നത് മൂന്നാഴ്ച ക്കാലമാണ്. തിരക്കഥ പൂർത്തിയായപ്പോൾ ഞാൻ എം.ടിക്ക് തപാ ലിൽ അയച്ചുകൊടുത്തു. ഒപ്പം ഒരു കുറിപ്പും.

''ഇതൊന്ന് വായിച്ച് ആവശ്യമായ തിരുത്തലുകൾ വരുത്തി ത്തരണം.''

അതു വായിച്ച ശേഷം എം.ടി. മറുപടിയെഴുതി - ഇത് കറക്ടാണ്. ഒന്നും തിരുത്താനില്ല. അങ്ങനെയാണ് ആ തിരക്കഥ വച്ച് ഞാനൊരു സിനിമ ചെയ്യുന്നത്.

തിരുവനന്തപുരത്ത് വന്നാൽ എം.ടി. ഇടയ്ക്ക് വീട്ടിലേക്കു വരും. കോഴിക്കോട്ട് പോയാൽ ഞാനും എം.ടിയുടെ വീട്ടിൽ പോകാറുണ്ട്. ആ ബന്ധം ഞങ്ങളുടെ കുടുംബങ്ങൾ തമ്മിലും സൂക്ഷിക്കുന്നു.

ഒരു വിഷുക്കാലത്ത് വീട്ടിലേക്കു വന്നപ്പോൾ ഞാൻ ശബരിമല യിലേക്ക് പോകാൻ വേണ്ടി മാലയിട്ടിരിക്കുകയായിരുന്നു. എം.ടി. അന്ന് എന്റെ വീട്ടിലാണ് താമസിച്ചത്.

''ഞാനും രണ്ടു കൂട്ടുകാരുമായി നാളെ മലയ്ക്ക് പോവുകയാണ്. വേറെ തിരക്കൊന്നുമില്ലെങ്കിൽ കൂടെ വരാം.''

എല്ലാ തിരക്കുകളും മാറ്റിവെയ്ക്കാം എന്നു പറഞ്ഞാണ് എം.ടി. പിറ്റേ ദിവസം ഞങ്ങൾക്കൊപ്പം കൂടിയത്. പോകുന്ന വഴിക്ക് കറുത്ത മുണ്ട് ധരിച്ചു. മാലയിട്ടു. പമ്പാനദിയിൽ കുളിച്ചു. സ്മാർട്ടായാണ് എം.ടി. മലകയറിയത്. എനിക്ക് കിതപ്പുള്ളതിനാൽ എം.ടിയുടെ

സ്പീഡ് കിട്ടിയില്ല. ആത്മീയ പരിവേഷത്തിലുള്ള എം.ടിയെ അന്നാദ്യമായാണ് കണ്ടത്. സന്നിധാനത്തെത്തി പ്രാർത്ഥിച്ചശേഷം ഇരുമുടിക്കെട്ടിറക്കി. തിരിച്ചുവരുന്ന വഴിയിൽ പത്തനംതിട്ടയിൽ വെച്ച് ഞങ്ങൾ വ്രതം മുറിച്ചു.

എന്റെ മകളുടെ വിവാഹത്തിന് അടുത്ത ബന്ധുക്കളെ മാത്രമേ ഞാൻ നേരിൽക്കണ്ട് ക്ഷണിച്ചിട്ടുള്ളൂ. ബാക്കിയുള്ളവർക്ക് ക്ഷണക്കത്തിനൊപ്പം എന്റെ കവറിംഗ് ലെറ്റർ കൂടി ചേർത്ത് വിളിക്കാമെന്ന് കരുതി. എന്തുകൊണ്ടോ ആദ്യം കത്തെഴുതാൻ തോന്നിയത് എം.ടിക്കായിരുന്നു. പലപ്പോഴും ഞാൻതന്നെ ചിന്തിച്ചിട്ടുണ്ട്, എന്തുകൊണ്ടാണ് ഞാൻ എം.ടിയുടെ പേരുതന്നെ എഴുതിയതെന്ന്. ആ എഴുത്ത് കിട്ടിയപ്പോൾത്തന്നെ എം.ടി. തീരുമാനിച്ചത്രേ, വിവാഹത്തിന് വരണമെന്ന്. വിവാഹദിവസം രാവിലെതന്നെ എം.ടി. വീട്ടിലെത്തി. ആരും പറയാതെ ഒരു കാരണവരുടെ സ്ഥാനത്തുനിന്ന് അദ്ദേഹം കല്യാണച്ചടങ്ങുകൾക്ക് നേതൃത്വം നൽകുകയായിരുന്നു. അതൊന്നും ഒരിക്കലും മറക്കാൻ കഴിയില്ല.

എം.ടി. സംവിധാനം ചെയ്ത ഒരു സിനിമയിലും ഞാൻ അഭിനയിച്ചിട്ടില്ല. എന്നാൽ അദ്ദേഹം തിരക്കഥയെഴുതിയ സിനിമകളിൽ നല്ല വേഷം ചെയ്തിട്ടുണ്ട്. റിയലിസ്റ്റിക്കായിരുന്നു എം.ടിയുടെ ഓരോ കഥാപാത്രങ്ങളും. ദിവസവും വിളിച്ച് സുഖവിവരം അറിയുന്ന ആളല്ല, എം.ടിക്ക് ഞാൻ. അത്യാവശ്യത്തിന് മാത്രം വിളിക്കുന്ന നല്ലൊരു സുഹൃത്ത്.

■

പശ്യേമ ശരദഃ ശതം
ഒ.വി. ഉഷ

എനിക്കപ്പോൾ നാലോ അഞ്ചോ വയസ്സ്. എന്നുവച്ചാൽ 1953-54 കാലം. ഇടത്തരം കനത്തിലുള്ള ഒരു പുസ്തകത്തിന്റെ തീർത്തും വെളുപ്പല്ലാത്ത പശ്ചാത്തലമുള്ള ഒരു പുറംചട്ട. ഇടത്തുനിന്ന് വല ത്തോട്ട് മുകളിലേക്ക് ചരിഞ്ഞ് കറുത്ത വലിയ അക്ഷരങ്ങളിൽ (കൈയെഴുത്താവണം) ഉള്ള ഒരു ശീർഷകം ഓർമ്മയിലുണ്ട്: 'രക്തം പുരണ്ട മൺതരികൾ'. എം.ടി. വാസുദേവൻ നായർ എന്ന പേരും ഉണ്ടായിരുന്നു. അതിന്റെ സ്ഥാനം ഓർമ്മയില്ല, പ്രസാധകരുടെ പേരും. ആ ശീർഷകം എന്നിൽ കാന്തികമായ ഒരാകർഷണം ജനിപ്പിച്ചത് ഇന്നും മനസ്സിൽ നിൽക്കുന്നു.

അങ്ങനെ ആ ചെറിയ കാലത്ത് കണ്ടു പരിചയിച്ച ഒരു പേരാണ് പ്രിയ കഥാകാരന്റേത്. കേട്ടും പരിചയിച്ചുവെന്ന് പറയേണ്ടിയിരി ക്കുന്നു. ഏട്ടനും (ഒ.വി. വിജയൻ) ചേച്ചിയും (ശാന്ത ഗംഗാധരൻ) പിന്നീട് ചേച്ചിയെ കല്യാണം കഴിച്ച ചേട്ടനും (എ.കെ. ഗംഗാധരൻ), പാലക്കാട് ഗവ. വിക്ടോറിയ കോളേജിൽ വിദ്യാർത്ഥികളായിരുന്ന കാലഘട്ടത്തിൽ എം.ടിയും അവിടെ ഉണ്ടായിരുന്നു എന്നാണ് അറിവ്. ഏട്ടനും ചേച്ചിയും തമ്മിൽ നടന്നിരുന്ന സംഭാഷണങ്ങളിൽ നിന്നാണ് എം.ടിയുടെ പേര് എന്റെ മനസ്സിൽ കയറിക്കൂടിയത്.

ഞാനും കൗമാരത്തിലെത്തും മുൻപേ ഒരു വായനക്കാരിയായി. എന്റെ സഹോദരങ്ങളുടെ സംഭാഷണങ്ങളിൽ കേട്ടിരുന്ന പേരു കാരുടെ കൃതികൾ തേടിപ്പിടിച്ചു. അങ്ങനെയാണ് എം.ടിയുടെ കൃതികളും വായിച്ചത്. നാലുകെട്ട്, അസുരവിത്ത്, കാലം, മഞ്ഞ്, എൻ.പി. മുഹമ്മദുമായി ചേർന്നെഴുതിയ അറബിപ്പൊന്ന് എന്നീ നോവലുകൾ വായിച്ചു. എം.ടി. ആദ്യമായി തിരക്കഥയെഴുതിയത് മുറപ്പെണ്ണ് എന്ന സിനിമയ്ക്കാണ്. 'സ്നേഹത്തിന്റെ മുഖങ്ങൾ' എന്ന ചെറുകഥയെ ആധാരമാക്കി ചെയ്ത സിനിമയാണത്. ആ സിനിമ ഞാൻ വളരെ ആസ്വദിച്ചാണ് കണ്ടത്.

എം.ടിയുടെ തിരക്കഥയിൽ പിറന്ന കുറേ സിനിമകൾ കണ്ടിട്ടുണ്ട്. ആൾക്കൂട്ടത്തിൽ തനിയെ, പെരുന്തച്ചൻ, സദയം, സുകൃതം, വൈശാലി, ഒരു ചെറുപുഞ്ചിരി, എന്ന് സ്വന്തം ജാനകിക്കുട്ടി, പരിണയം, തീർത്ഥാടനം, ഇരുട്ടിന്റെ ആത്മാവ്, നിർമ്മാല്യം. മലയാളിക്ക് ഒരു പുതിയ ചലച്ചിത്ര സംസ്കാരവും ആസ്വാദനശേഷിയും ഉണ്ടാക്കിയവയാണ് എം.ടിയുടെ സിനിമകൾ. അങ്ങനെ എം.ടി. എന്റെയും ജീവിതത്തിന്റെ ഭാഗമായി, അസംഖ്യം മലയാളികളുടെ ജീവിതത്തിന്റേതെന്നപോലെ.

ശരാശരി മലയാളിയിലെ പ്രവാസത്വര ബാധിച്ച ഞാൻ പ്രീഡിഗ്രി (ഇന്നത്തെ പ്ലസ് ടു) കഴിഞ്ഞ് പാലക്കാട്ടുനിന്ന് ദില്ലിക്ക് ചേക്കേറി. മഞ്ഞ് വീണ്ടും വായിക്കുന്നത് - ആവർത്തിച്ചു വായിക്കുന്നത് - ദില്ലിയിൽ ഏട്ടന്റെ വീട്ടിൽ വെച്ചാണ്. ഏട്ടന്റെ പുസ്തകശേഖരത്തിൽ ഇംഗ്ലീഷിലുള്ള നോൺ ഫിക്ഷൻ - കല, രാഷ്ട്രീയം, ചരിത്രം - ആണ് കൂടുതലുണ്ടായിരുന്നത്. ചുരുക്കം മലയാള പുസ്തകങ്ങൾ, അവയ്ക്കിടയിലാണ് മഞ്ഞ് കണ്ടത്.

ദില്ലിയിൽ വെച്ചു തന്നെയാണ് നിർമ്മാല്യം കണ്ടതും. ഈയിടെ നിർമ്മാല്യത്തിന്റെ 50 വർഷങ്ങൾ അടയാളപ്പെടുത്തുന്ന ഒരു പുസ്തകത്തിനായി ഒരു കുറിപ്പ് എഴുതിക്കൊടുത്തു. മനുഷ്യമനസ്സിന്റെ അവസ്ഥകളെപ്പറ്റി എം.ടിക്കുള്ള ഗഹനമായ ധാരണയെക്കുറിച്ച് വിസ്മയിക്കാൻ ഒരവസരം അങ്ങനെ വീണ്ടുമുണ്ടായി. വായനക്കാരെ താനേ കഥനത്തിലേക്ക് പെട്ടെന്ന് വലിച്ചിടുന്നതിനും അവസാനം വരെ മുഴുവൻ ശ്രദ്ധയും പിടിച്ചെടുക്കുന്നതിനുമുള്ള സംവേദപാടവം അസംഖ്യം മലയാളികളെപ്പോലെ ഞാനും അനുഭവിച്ചറിഞ്ഞിട്ടുണ്ട്, അസംഖ്യം ആരാധകരിൽ ഒരാളാവുകയും ചെയ്തിട്ടുണ്ട്.

വ്യക്തിപരമായ ഒരു സംഭവംകൂടി പറയാം. കോട്ടയം മഹാത്മാ ഗാന്ധി സർവ്വകലാശാലയുടെ പബ്ലിക്കേഷൻ ഡയറക്ടറായി 1988-ൽ ഞാൻ ജോലിക്ക് ചേർന്നു. തൊട്ടയലത്തെ ഡിപ്പാർട്ടുമെന്റായ സ്കൂൾ ഓഫ് ലെറ്റേഴ്സിൽ 1994-ൽ 'ബഷീർ ചെയർ' സ്ഥാപിതമായി. ടൗണിൽ വെച്ച് നടന്ന ഉദ്ഘാടനത്തിന് എം.ടി. എത്തിയിരുന്നു. തകഴി, എൻ.പി. മുഹമ്മദ്, ഡി.സി. കിഴക്കേമുറി, എം.കെ. സാനു, സക്കറിയ തുടങ്ങി താരനിബിഡമായിരുന്നു വേദി. ഇ.ടി. മുഹമ്മദ് ബഷീർ വിദ്യാഭ്യാസ മന്ത്രിയായിരുന്ന കാലം. ഫാബി ബഷീറും വിശിഷ്ടാതിഥിയായി എത്തിയിരുന്നു.

പരിപാടി കഴിഞ്ഞ് വേദി വിട്ടിറങ്ങി അതിഥികൾ ഹാളിന് പുറത്തേക്ക് കടക്കുകയാണ്. പുറത്തു നിന്നിരുന്ന പ്രസാധകനും എഴുത്തുകാരനുമായ കിളിരൂർ രാധാകൃഷ്ണനോട് ഞാൻ പറഞ്ഞു;

''അതാ എം.ടി. വരുന്നു. എന്നെയൊന്ന് പരിചയപ്പെടുത്തിത്തരാമോ?''

ഞങ്ങൾ രണ്ടുപേരും അദ്ദേഹം അടുത്തെത്തുന്നത് കാത്തു നിന്നു. കിളിരൂർ എന്നെ പരിചയപ്പെടുത്തി. അല്പം മുഖം താഴ്ത്തി നിന്നിരുന്ന അദ്ദഹം പറഞ്ഞു, ''കണ്ടിട്ടുണ്ട്. ദില്ലിയിൽ വിജയന്റെ വീട്ടിൽ വന്നപ്പോൾ. ഉഷ അന്നവിടെ പഠിക്കുകയാണ്.''

ഞാൻ നിന്നനില്പിൽ ഉരുകിപ്പോയി. എന്റെ ആരാധനാപാത്രമായ എം.ടി. വീട്ടിൽ വരികയും ഞാൻ അദ്ദേഹത്തെ കാണുകയും ചെയ്തിരിക്കുന്നു. ഏതാണ്ട് രണ്ടര ദശാബ്ദങ്ങൾക്കുമുമ്പ് നടന്ന കാര്യം. എന്നിട്ടും എം.ടി. ആ സന്ദർശനം ഓർത്തിരിക്കുന്നു. അന്ന് ഞാൻ വിദ്യാർത്ഥിനിയായിരുന്നുവെന്നും ഓർത്തിരിക്കുന്നു. ഞാനോ? ഈശ്വരാ! നാണക്കേടുകൊണ്ട് ഭൂമിയിലേക്ക് താണുപോയാൽ മതിയായിരുന്നു എന്നു തോന്നി. അതേസമയം മറ്റു വലിയ കഴിവുകൾക്കൊപ്പം എം.ടിക്കുള്ള അസാമാന്യമായ ഓർമ്മശക്തി എന്നെ അതിശയിപ്പിച്ചു.

ഇപ്പോൾ മലയാളികളുടെ അഭിമാനമായ എം.ടി. നവതിയിലെത്തുകയാണ്. പ്രിയ കഥാകാരാ, അങ്ങയുടെ അസാധാരണമായ ധിഷണാശക്തിയും ഓർമ്മശക്തിയും എന്നും തെളിഞ്ഞുനിൽക്കട്ടെ. പൗരാണികരുടെ ഒരു മന്ത്രത്തിന്റെ ഭാഗം (ഗുരുവും ശിഷ്യരും ഒരുമിച്ച് പ്രാർത്ഥിക്കുന്നത് ആണെന്നു തോന്നുന്നു) ഓർമ്മവരുന്നു; നമുക്ക് നൂറ് ശരത്തുകൾ കാണാൻ കഴിയട്ടെ... നമ്മൾ നൂറ് സംവത്സരങ്ങൾ ജീവിക്കുമാറാകട്ടെ... എന്നൊക്കെ അർത്ഥം വരുന്നതാണ്. അതിൽ പറയുന്നതുപോലെ ഈശ്വരസ്മരണയോടെ ആശംസിക്കുകയാണ്:

പശ്യേമ ശരദഃ ശതം!
ജീവേമ ശരദഃ ശതം!

■

ആ മൗനത്തിനുമുണ്ട് സൗന്ദര്യം

ആർട്ടിസ്റ്റ് നമ്പൂതിരി

1960കളിലാണ് ഞാൻ മാതൃഭൂമിയിൽ ചേരുന്നത്. എം.ടിയുമായുള്ള ഗാഢസൗഹൃദത്തിന്റെ തുടക്കം അവിടംമുതലാണ്. അക്കാലത്ത് എൻ.വി. കൃഷ്ണവാര്യരും മാതൃഭൂമിയിലുണ്ടായിരുന്നു. ഏറെക്കാലം ഒരേമുറിയിൽ ഒന്നിച്ചിരുന്ന് ജോലി ചെയ്തവരായിരുന്നു ഞങ്ങൾ. മാതൃഭൂമിയിൽ വരുന്ന കഥകളൊക്കെ നോക്കിയിരുന്നത് എം.ടിയാണ്. അധികം സംസാരിക്കാറില്ലെങ്കിലും മാതൃഭൂമിയിലെ സഹപ്രവർത്തകൻ എന്നതിനുമപ്പുറത്തേക്ക് ഞങ്ങളറിയാതെതന്നെ വലിയൊരു സൗഹൃദം രൂപപ്പെട്ടുവരികയായിരുന്നു.

പത്രാധിപസ്ഥാനത്തിരിക്കുന്നതുകൊണ്ടുതന്നെ എം.ടിയുടെ രചനകൾ അധികമൊന്നും മാതൃഭൂമി ആഴ്ചപ്പതിപ്പിൽ വന്നിരുന്നില്ല. അതുകൊണ്ടുതന്നെ അക്കാലത്ത് എം.ടിക്കുവേണ്ടി വരയ്ക്കേണ്ട സാഹചര്യം വന്നതുമില്ല.

1981ൽ ഞാൻ മാതൃഭൂമി വിട്ടു. കലാകൗമുദിയിലെത്തിയപ്പോഴാണ് ആദ്യമായി എം.ടിക്കുവേണ്ടി വരയ്ക്കേണ്ടിവന്നത്. 'സ്വർഗവാതിൽ തുറക്കുന്ന സമയ'ത്തിലെ ചിത്രങ്ങൾ.

കുറേനാളുകൾക്കുശേഷം ഒരു ദിവസം കലാകൗമുദി പത്രാധിപരായ എസ്. ജയചന്ദ്രൻനായർ ഒരു നോവലിന്റെ കൈയെഴുത്തുപ്രതിയെടുത്ത് എനിക്ക് വരയ്ക്കാൻ തന്നു. ഒറ്റനോട്ടത്തിൽത്തന്നെ അതിലെ അക്ഷരങ്ങളെ ഞാൻ തിരിച്ചറിഞ്ഞു. എം.ടിയുടെ രണ്ടാമൂഴം എന്ന നോവലായിരുന്നു അത്. കൈയിൽകിട്ടിയ നിമിഷം തന്നെ ഞാനത് വായിച്ചുതുടങ്ങി. അതിലെ കഥാപാത്രങ്ങളോരോന്നും ചിത്രങ്ങളായി മനസ്സിൽ നിരന്നു. വരജീവിതത്തിലെ ഏറ്റവും വേറിട്ട അനുഭവമായിരുന്നു അത്. അതോടുകൂടിയാണ് എം.ടി. സാഹിത്യവുമായുള്ള ബന്ധവും ദൃഢമാവുന്നത്.

എം.ടിയുടെ സ്വർഗ്ഗവാതിൽ തുറക്കുന്ന സമയം
എന്ന കഥയ്ക്കായി നമ്പൂതിരി വരച്ചത്

രണ്ടാമൂഴത്തിനുവേണ്ടി ഞാൻ വരച്ച ചിത്രങ്ങളെക്കുറിച്ച് എം.ടി. തന്നെ പലയിടത്തും എഴുതുകയും പ്രസംഗിക്കുകയും ചെയ്തിട്ടുണ്ട്. ഒരു വലിയ പുരസ്കാരത്തേക്കാളും വിലമതിക്കുന്ന വാക്കുകളായി ഞാനത് സൂക്ഷിക്കുന്നു. രണ്ടാമൂഴത്തിനുശേഷം 'വാരാണസി' എന്ന നോവലിനുവേണ്ടിയും വരച്ചു. അതും മറ്റൊരനുഭവം. പിന്നീട് വാനപ്രസ്ഥം. നാലുകെട്ടിന്റെ അമ്പതാംവാർഷികത്തിന്റെ ഭാഗമായി അതിലെ കഥാപാത്രങ്ങളുടെ പെയിന്റിംഗ് ചെയ്യാൻ കഴിഞ്ഞതും ഭാഗ്യമായി കരുതുന്നു. അദ്ദേഹത്തിന്റെ ചലച്ചിത്രസ്മരണകൾക്കും ആത്മകഥാപരമായ കുറിപ്പുകൾക്കും വേണ്ടി വരച്ചതും ഞാൻ തന്നെയാണ്.

വ്യക്തിപരമായി ഇന്നും എം.ടിയുമായി നല്ല അടുപ്പമാണ്. കോഴിക്കോട്ട് പോയാൽ അദ്ദേഹത്തെ കാണാതെ മടങ്ങാറില്ല. പൊതുവെ അദ്ദേഹം ആരോടും അധികം സംസാരിക്കാറില്ല. എന്നാൽ ഞങ്ങൾ തമ്മിലുള്ളത് പലപ്പോഴും ഹൃദയംതുറന്നുള്ള ആശയവിനിമയമായിരുന്നു. എം.ടിക്കൊപ്പം ഒരുമിച്ച് യാത്ര ചെയ്തിട്ടുണ്ട്. അപ്പോഴൊക്കെയും സ്നേഹനിധിയായ എം.ടിയെയാണ് കാണാൻ കഴിഞ്ഞത്. എം.ടിയിൽനിന്ന് പല പുരസ്കാരങ്ങളും സ്വീകരിക്കാനുള്ള ഭാഗ്യവുമുണ്ടായിട്ടുണ്ട്. പൊതുവേദികളിൽ എന്റെ ചിത്രകലയെക്കുറിച്ച് അദ്ദേഹം പുകഴ്ത്തിസംസാരിക്കാറുണ്ടെന്ന് സുഹൃത്തുക്കൾ പറഞ്ഞാണ് അറിയുന്നത്.

എന്റെ എൺപത്തിനാലാം പിറന്നാളിന് എം.ടി. മലയാളം വാരികയിൽ ഒരു ലേഖനമെഴുതി. അതിന്റെ തലവാചകം ഇങ്ങനെയാണ്- 'വരയുടെ തിരുമേനി'. പിറന്നാൾ ദിവസം അദ്ദേഹം സ്ഥലത്തില്ലായിരുന്നു. ഇതു മുൻകൂട്ടി കണ്ട് പിറന്നാളിന് മുമ്പുതന്നെ വീട്ടിലെത്തി ഒരു പിറന്നാൾ സമ്മാനവും ഒപ്പം ആശംസകളും നേർന്നാണ് മടങ്ങിയത്. തൊണ്ണൂറാം പിറന്നാളിനും എം.ടി. പതിവുതെറ്റിച്ചില്ല. എന്റെ ആതിഥ്യം സ്വീകരിച്ചശേഷം ആലിംഗനം ചെയ്തു. പിറന്നാൾ കേക്ക് മുറിച്ച് എനിക്ക് മധുരം നൽകി. ഒരുമിച്ചിരുന്ന് പിറന്നാൾ സദ്യയുണ്ടു. അതൊക്കെയും ജീവിതത്തിലെ ഉജ്ജ്വല മുഹൂർത്തങ്ങളായി ഞാൻ സൂക്ഷിച്ചുവയ്ക്കുന്നു.

എം.ടിയെക്കുറിച്ചുള്ള ഓർമ്മകൾ വേണമെങ്കിൽ ഒരു പുസ്തകത്തിനുതന്നെ വകയുള്ളതാണ്. പുറമേയ്ക്ക് ഗൗരവം തോന്നുമെങ്കിലും അകമേ നന്മയുള്ള മനുഷ്യനാണ് അദ്ദേഹം. ആ മൗനത്തിനുപോലും സൗന്ദര്യമുണ്ടെന്ന് പലപ്പോഴും തോന്നിയിട്ടുണ്ട്. വാചാലമായി സംസാരിക്കുന്ന എം.ടിയാണെങ്കിൽ എം.ടി., എം.ടിയല്ലാതാവും. കുടുംബത്തിനും ബന്ധുക്കൾക്കും സുഹൃത്തുക്കൾക്കുംവേണ്ടി

രണ്ടാമൂഴത്തിൽനിന്ന്

എന്തു സഹായവും ചെയ്യാൻ സന്നദ്ധനായ, ചെയ്തിട്ടുള്ള എം.ടിയെ എനിക്കറിയാം.

എം.ടിയുടെ ഭാഷയെയും അതിന്റെ സൗന്ദര്യത്തെയും പറ്റി ഏറെ പറഞ്ഞുകഴിഞ്ഞതാണ്. അദ്ദേഹത്തിന്റെ രചന വായിക്കുമ്പോൾ അത് വരയിലേക്ക് പകർത്താൻ എനിക്ക് ആവേശമാകും. അതിന്റെ ഒരാനന്ദം ഈയിടെയും ഞാൻ അനുഭവിച്ചു. എം.ടിക്കു വേണ്ടി വരയ്ക്കുമ്പോൾ ആദ്യത്തെയോ രണ്ടാമത്തെയോ വായനക്കാരനാകാൻ എനിക്കു സാധിക്കുന്നു എന്നത് മറ്റൊരു സന്തോഷം.

എം.ടിയെക്കുറിച്ച് ഏറെ പറയാനുണ്ട്. ആ ഹൃദയൈക്യം ഇനിയും വാചാലമാകാതെ മനസ്സിൽ സൂക്ഷിക്കട്ടെ.

■

ജ്യേഷ്ഠനാണെന്ന് തുറന്നു പറഞ്ഞ ഒരാൾ

രഘുനാഥ് പലേരി

അക്ഷരങ്ങളിലെ പ്രകാശമാവാം കവിതയായി പ്രസരിക്കുന്നത്. അതെന്നെ കൗതുകത്തോടെ കാണിച്ചു തന്നത് അമ്മയാണ്. ഏതൊരു ഗൃഹത്തിലേയും ഭൂമിയാണ് അമ്മ. ആ ഭൂമികയിലെ മണൽത്തരികളിലാണ് അക്ഷരോദയം നടക്കുന്നതും. ഓരോ അക്ഷരോദയവും വരച്ചു കാണിച്ചും ചൊല്ലിത്തന്നുമാണ് അമ്മയും എനിക്കൊപ്പം കൈപിടിച്ചു വളർന്നത്. പിറവിദിനം ഞാൻ കണ്ട ഏറ്റവും ചെറിയ കുഞ്ഞായ അക്ഷരമാണ് എന്റെ അമ്മ.

അമ്മ തന്ന അക്ഷരങ്ങൾ മനസ്സിൽ പ്രകാശിച്ചു തുടങ്ങിയത് സ്കൂൾ കാലഘട്ടത്തിലാണെങ്കിലും കോഴിക്കോട് ആർട്സും ശാസ്ത്രവും ചേർന്ന സർക്കാർ കോളേജിൽ പഠിക്കാതെ പഠിക്കുന്ന ദിനരാത്രങ്ങളിലെപ്പോഴോ ആണ് അവ പ്രകാശിക്കുന്നുണ്ടെന്ന് തിരിച്ചറിയുന്നത്. എഴുതിയെഴുതി വാരിയെടുക്കുന്ന അക്ഷരങ്ങളിലെ പ്രകാശം, വായിക്കുന്നവരുടെ മനസ്സിൽ വിതറി രസിക്കുന്ന കൗതുകം രുചിച്ചു തുടങ്ങിയ കാലവും അതായിരുന്നു. കഥയെന്നു പറയാൻ ഇപ്പോഴും ധൈര്യപ്പെടാത്ത രചനകളിലേക്ക് മനസ്സും കെട്ടിപ്പിടിച്ച് ഊളിയിട്ടത് അതുകൊണ്ടാണ്. അങ്ങനെ കിട്ടിയ അക്ഷരങ്ങളുടെ ഒരു ചെറുകുലയാണ് 'മാതൃഭൂമി ആഴ്ച്ചപ്പതിപ്പിലെ രഘുനാഥ് പലേരി എഴുതിയ കഥയായി' ആദ്യം പ്രസിദ്ധീകരിച്ചു വന്നത്.

എനിക്കത് രണ്ടാം വർഷ പ്രിഡിഗ്രി കാലമായിരുന്നു. അയച്ചു കിട്ടിയ കഥ പ്രസിദ്ധീകരിക്കുന്നു എന്നറിയിച്ചുള്ള മാതൃഭൂമി കത്ത് അച്ഛന്റെ കൈയിൽ പോസ്റ്റ്മാൻ നൽകുമ്പോൾ ഞാൻ വീട്ടിൽ ഇല്ല. ബാംഗ്ലൂർ നഗരത്തിനു പുറത്തൊരു ഗാന്ധിയൻ ആശയങ്ങളുടെ സംവേദനക്കൂട്ടായ്മയിൽ പങ്കെടുക്കാൻ പോയി എന്തുകൊണ്ടോ പങ്കെടുക്കാൻ ഒരു ഉഷാറ് കിട്ടാതെ, ആ ഗ്രാമത്തിലെ ഏതൊക്കെയോ

മാവിലും മരങ്ങളിലും കല്ലെറിഞ്ഞ് പച്ചമാങ്ങ കടിച്ചു നടക്കുന്നൊരു നേരത്താണ്, സ്വന്തം കൈപ്പടയിൽ അച്ഛനെഴുതിയ കത്തിനൊപ്പം ആ മാതൃഭൂമി കത്തും അഗ്രം മടക്കി ഒപ്പം വെച്ച് അച്ഛൻ അയച്ചു തന്നത് ഗാന്ധിക്കൂട്ടായ്മയിലെ രുദ്രനെന്ന ചങ്ങാതി കൊണ്ടുവന്നു തന്നത്.

മനോഹരമാണ് അച്ഛന്റെ കയ്യക്ഷരം. അലസമായി പടർന്നു വളരുന്ന പിച്ചകവള്ളികളിൽ അപൂർവ്വമായി കാണുന്ന വെളുത്ത ചുരുൾ നാരുകളായാണ് അവ കാണുക. അമ്പത്തൊന്നക്ഷരവും അച്ഛനെഴുതുന്നത് അമ്മയുടെ മുഖം തലോടുന്ന വാത്സല്യത്തോടെയാണ്. അച്ഛന്റെ ചില കയ്യക്ഷരങ്ങൾ ഇന്നും എന്നോടൊപ്പമുണ്ട്. അമ്മയുടെ കയ്യക്ഷരമാവട്ടെ, വളരെ കുഞ്ഞാണ്. എത്ര വലുതായി എഴുതിയാലും അവ കുഞ്ഞായിരിക്കും. അക്ഷരത്തിന്റെ ഓരോ വടിവുകളിലൂടെയും നമുക്ക് സഞ്ചരിക്കാനാവും. അത്രയും വടിവുകൾ ഉണ്ടാവും ഓരോന്നിനും. അച്ഛനും അമ്മയും പരസ്പരം കത്തുകളെഴുതാറുണ്ടായിരുന്നു. ചിലതെല്ലാം അവരെന്നെ കാണിച്ചിട്ടുണ്ട്. കാര്യം മാത്രമാണ് വരികളിൽ എങ്കിലും അവർക്കിടയിൽ പരസ്പരം ചേർന്നു നിൽക്കുന്ന സ്നേഹസ്പർശം ഓരോ അക്ഷരങ്ങളുടെ ഭിത്തികൾക്കിടയിലും തെളിഞ്ഞു കാണാം. വാത്സല്യത്തിന്റെയും കരുതലിന്റെയും സൂചകമാണ് സ്പർശം. മനസ്സിലെന്താണെന്ന സത്യം സ്പർശം പറയും. മഴയുടെ സ്പർശവും കാറ്റിന്റെ സ്പർശവും കഥയുടെ സ്പർശവും ചിന്തയുടെ സ്പർശവും വേദനയുടെ സ്പർശവും അങ്ങനെയങ്ങനെ പരശ്ശതം സ്പർശങ്ങളുടെ തിരയോട്ടമല്ലേ ജീവിതമെന്ന ആഴിച്ചുരുളി.

അക്കാലത്തെ മാതൃഭൂമി വാരിക തുറന്നാൽ ഉൾത്താളുകളിലൊന്നിൽ അടുത്ത ലക്കത്തിലെ വായനാലോകത്തിൽ എന്തൊക്കെ വിഭവങ്ങളാണ് വിളമ്പുന്നതെന്ന് എഴുതിയിട്ടുണ്ടാവും. ഒരു ലക്കം മറിച്ചപ്പോഴാണ് അടുത്തലക്ക സദ്യയിൽ 'സ്വയം നഷ്ടപ്പെടുന്ന യാത്രികർ' എന്ന കഥയുണ്ടെന്ന് കാണുന്നത്. അന്ന് ഞങ്ങൾ അച്ഛനും അമ്മയും മക്കളും താമസിച്ചിരുന്ന കോഴിക്കോട് നടക്കാവിലെ വാടകവീടിന്റെ പൂമുഖത്തെ പാതിയടയ്ക്കുന്ന വാതിലിന്റെ ശിഷ്ടഭാഗത്തെ പകൽനേരം സദാ തുറന്നു കിടക്കുന്ന ആകാശത്തിലൂടെ പത്രക്കാരൻ ചുരുട്ടി എറിയുന്ന വാരിക വരുന്നതിനും ഒരു ദിവസം മുൻപേ അത് കോഴിക്കോട് തീവണ്ടി സ്റ്റേഷനിലെ പുസ്തകക്കടയിൽ വിൽപ്പനയ്ക്ക് വെക്കാറുള്ളത് ഞാൻ കണ്ടിരുന്നു. വാതിലിലൂടെ പറന്നു വരുന്ന വാരിക കാത്തു നിൽക്കാനുള്ള ക്ഷമയില്ലാതെ കോളേജിലേക്ക് പോകുന്നതിനു പകരം നേരെ തീവണ്ടി സ്റ്റേഷനിലേക്ക് ചെന്നു. അകലെ നിന്നേ മുന്നിൽ നിരത്തി

വെച്ച പത്രമാസികകൾ കണ്ടു. പതിയെ ചെന്ന് മാതൃഭൂമി വാരിക യുടെ താളുകൾ കടക്കാരന്റെ സമ്മതമില്ലാതെ ഓരോന്നായി മറിച്ചു മറിച്ച് ഇടംവലം താളുകളിലുമായി പടർന്നു ജ്വലിക്കുന്ന ശ്രീ എ എസ്സിന്റെ അതിമനോഹര കാരിരുൾ വരകൾ കണ്ടു. വരകൾക്കു താഴെയായി 'സ്വയം നഷ്ടപ്പെടുന്ന യാത്രികരുടെ' തുടക്കവും. അതായിരുന്നു കഥയും വാരികയും പത്രാധിപരും പത്രമാഫീസും വായനയും വായനക്കാരും എല്ലാം ചേർന്നുള്ളൊരു കാവ്യലോക ത്തിന്റെ പരശ്ശതം താളുകൾക്കുള്ളിലേക്കുള്ള രഘുനാഥ് പലേരി യുടെ മാതൃഭൂമി പ്രവേശനം. ആ അനുഗ്രഹം എനിക്ക് തന്ന പത്രാ ധിപരായിരുന്നു പിന്നീട് ലോകത്തിനൊപ്പം ആദരവോടെ വാസു വേട്ടനായി ഞാനും മനസ്സിൽ സൂക്ഷിക്കുന്ന ശ്രീ എംടി.

മറ്റുള്ളവരോട് സംസാരിക്കുമ്പോഴല്ലാതെ അദ്ദേഹത്തെ ഞാനൊ രിക്കലും വാസുവേട്ടാ എന്ന് നേരിട്ട് സംബോധന ചെയ്തിട്ടില്ല. മാതൃഭൂമി ആഴ്ച്ചപ്പതിപ്പ് കോഴിക്കോട് ചെറൂട്ടി റോഡിലെ എം.എം. പ്രസ്സിലേക്ക് മാറിയ കാലത്ത് അദ്ദേഹത്തെ കാണണമെന്ന് തോന്നുന്ന ചില സമയങ്ങളിലൊക്കെ സമ്മതം ചോദിക്കാതെ ആ കെട്ടിട ത്തിലെ അദ്ദേഹത്തിന്റെ മുറിക്കു മുന്നിലെ വരാന്തയിലേക്ക് ഒരു കാരണവുമില്ലാതെ ചെല്ലാറുണ്ടായിരുന്നു. ചിലനേരം അദ്ദേഹം മേശയ്ക്കു മുന്നിൽ ഇരിപ്പുണ്ടാവും. അല്ലെങ്കിൽ ഉള്ളിലെ ചാരു കസേരയിലാവും. ഒരിക്കൽ ചാരുകസേരയിലെ ഉറക്കം കണ്ട് ശബ്ദി ക്കാതെ തിരികെ പോയിട്ടുണ്ട്.

മുന്നിലിരുന്ന് തെല്ലിട നേരം കുശലം പറയാനോ വലിയ സ്നേഹിതരെപോലെ സംസാരിക്കാനോ ഒന്നിനുമല്ല ആ പോക്ക്. അശേഷം ഔചിത്യമില്ലാത്തൊരു സൗഹൃദ സന്ദർശനമായിരുന്നു അതെന്ന് പിന്നീട് പലപ്പോഴും തോന്നിയിട്ടുണ്ട്. അക്കാലത്ത് അങ്ങനെ ആയിരുന്നു. മനസ്സിൽ ഉദിച്ചുവരുന്നൊരു ആശ്രയ ജാലകം മടിവിടാതങ്ങ് തുറക്കുകയാണ് ഞാനെന്ന് ഒരുപക്ഷേ അദ്ദേഹവും തിരിച്ചറിഞ്ഞിട്ടുണ്ടാവാം. ചെന്നു കാണുന്നതിൽ ഒരിക്കൽപോലും ഇഷ്ടക്കേട് കാണിച്ചിട്ടില്ല. മുഖത്തൊരു കൗതുകം പ്രകാശിപ്പിച്ച് ഇത്തിരി വാക്കുകളിലൂടെ വിശേഷം ചോദിക്കുമായിരുന്നു.

അങ്ങനെയുള്ള ഏതോ ഒരു ദിവസമാണ് തലകുനിച്ച് തൊഴുത് യാത്ര പറഞ്ഞ് പോകവേ പിറകിൽനിന്നും അദ്ദേഹം എന്നെ വിളി ക്കുന്നതും വരാന്തയിൽ അമ്പരന്നു നിന്ന എനിക്കരികിലേക്ക് വന്ന് ചുമലിൽ സ്പർശിച്ച് കഥകൾ നന്നാവുന്നുണ്ടെന്നും നല്ലതേ എഴു താവൂ എന്നെല്ലാം പറഞ്ഞതും. ചെറിയ ചിരട്ട തവിയിൽ കോരി യെടുക്കാൻ മാത്രമുള്ള ആ വാക്കുകൾ അവസാനിച്ചത് മൂത്തജ്യേഷ്ഠ നാണ് ഞാനെന്ന അംഗീകാരകിരീടം ഈ അനുജന്മമനസ്സിൽ

കൃത്യമായി പതിച്ചുകൊണ്ടായിരുന്നു. ആ വാക്കുകളിലെ പതിഞ്ഞ ശബ്ദം ഉതിർത്തു വന്ന ബീഡിപ്പുകച്ചുരുളുകളുടെ ആകാശത്തിലേക്കുള്ള സഞ്ചാരം ഇതെഴുതുമ്പോഴും ഞാൻ കാണുന്നു.

പക്ഷേ ഇതെല്ലാം സംഭവിക്കാനും അദ്ദേഹത്തെ വീണ്ടും കാണണമെന്ന് എന്നെ തോന്നിപ്പിക്കാനും എല്ലാം കാരണമായത്, കോളേജിൽ എനിക്കൊപ്പം പഠിച്ചിരുന്ന ബാലകൃഷ്ണന് അനുഭവപ്പെട്ടൊരു സാമ്പത്തിക വിഷമമാണ്. ഒരിക്കൽ 'താവളം തേടി' എന്നൊരു കഥ മാതൃഭൂമി വാരികയിൽ രണ്ടു ലക്കങ്ങളിലായി വന്നു. ആ കോളേജ് കാലത്ത്, കഥയ്ക്ക് കിട്ടുന്ന പ്രതിഫലം ജീവിതത്തിന് കിട്ടുന്ന വലിയ താങ്ങായിരുന്നു. സാധാരണ കഥ വന്നു കഴിഞ്ഞ് രണ്ടോ മൂന്നോ മാസങ്ങൾക്കുള്ളിൽ അതിന്റെ പ്രതിഫലം ചെക്ക് രൂപത്തിൽ വരും. ഏത്ര വേഗത്തിൽ ബാങ്കിൽ ഓടിച്ചെന്ന് ഇട്ടാലും വീണ്ടും പത്തോ ഇരുപതോ ദിവസം കഴിഞ്ഞാലേ അത് പൈസരൂപത്തിൽ ബാങ്കിൽ പ്രത്യക്ഷപ്പെടൂ. ദ്രവ്യം വന്നോ എന്നറിയാൻ ഇടയ്ക്കിടെ ബാങ്കിലെ ജാലകക്കള്ളിക്കു മുന്നിൽ ചെന്ന് ചോദിക്കും. വന്നിട്ടില്ലെന്ന് ജാലകം പറയും.

കഥ വന്ന് കുറെ ദിവസം കഴിഞ്ഞപ്പോൾ ചങ്ങാതി ബാലകൃഷ്ണന് ഇത്തിരി സാമ്പത്തികം ആവശ്യം വന്ന് ദിവസങ്ങളായി വിഷമിക്കുന്നത് കണ്ടപ്പോൾ താവളം തേടിയെന്ന കഥയുടെ പ്രതിഫലം വന്നിരുന്നെങ്കിൽ അവനെ സഹായിക്കാമായിരുന്നല്ലോ എന്നൊരു തോന്നൽ വന്നു. പ്രതിഫലം ചെക്ക് രൂപത്തിൽ വരുന്നത് കാത്തുനിൽക്കാതെ നേരിട്ട് ചെന്ന് ചോദിച്ചാൽ ചിലപ്പോൾ കിട്ടിയാലോ. അങ്ങനെ ഞാനും ബാലകൃഷ്ണനും കോഴിക്കോട് രണ്ടാം ഗെയ്റ്റിനരികിലെ മാതൃഭൂമിയുടെ ആദ്യകാല കെട്ടിടത്തിനു മുന്നിൽ ചെന്നു. അകത്ത് കയറണോ വേണ്ടയോ എന്ന ചിന്തയിൽ കുറെ നേരം നിന്നു. കെട്ടിടം കണ്ടപ്പോൾ ബാലകൃഷ്ണന് ഭയം. 'താവളം തേടി'യെന്ന കഥ എഴുതി കവറിലാക്കി തപാലിൽ അയയ്ക്കാതെ ഞാനാ കെട്ടിടത്തിനു മുന്നിൽ സ്ഥാപിച്ച എഴുത്തുപെട്ടിയിലാണ് നിക്ഷേപിച്ചത്. ആ കഥയുടെ പ്രതിഫലം 'കിട്ടിയാൽ കിട്ടിയെന്ന' ചിന്തയിലാണ് ഇപ്പോൾ വന്നത്. വാതിൽക്കലെ കാവൽക്കാരനോട് ഞാൻ കാര്യം പറഞ്ഞു.

''പ്രസിദ്ധീകരിച്ച കഥകളുടെ ഒക്കെ പ്രതിഫലം കൊടുക്കുന്ന കൗണ്ടർ എവിടെയാണ്?''

ആ പാവത്തിന് ഒരു ചുക്കും മുനസ്സിലായില്ല. അദ്ദേഹം മുൻവശത്തുതന്നെയുള്ള ടെലഫോൺ ഓപ്പറേറ്ററെ ചൂണ്ടിക്കാണിച്ചു. അവരൊരു സ്ത്രീയായിരുന്നു. ചൈതന്യമുള്ള സ്ത്രീ. അവരോടും കാര്യം പറഞ്ഞു. ''ഒരു കഥ അച്ചടിച്ചു വന്നിരുന്നു. അതിന്റെ പ്രതിഫലം കിട്ടാൻ ആരെ കാണണം?''

അവർ കൗതുകത്തോടെ പേര് ചോദിച്ചു. ഉള്ള പേര് അക്ഷരം തെറ്റാതെ ചൊല്ലിക്കൊടുത്തു. അവരാ കഥ വായിച്ചിട്ടുണ്ട്. അതവരുടെ പുഞ്ചിരിയിൽ തെളിയവേ എന്നോടവർ മുകളിലേക്കെങ്ങോ ചെല്ലാൻ പറഞ്ഞു.

ഞാൻ ചെന്നു.

പിന്നീട് സംഭവിച്ചതാണ് അത്ഭുതം.

അടഞ്ഞു കിടക്കുന്ന വാതിലുകൾക്കു മുന്നിലെ ഒഴിഞ്ഞ ഇടനാഴിയിൽ നിശ്ശബ്ദം ഇടംവലം നോക്കി നിന്ന എന്നോട് കടന്നു മാറുന്ന ഏതോ നല്ല മനുഷ്യൻ കാര്യം തിരക്കി. ഞാൻ കാര്യം പറഞ്ഞു. കാര്യം കേട്ട അദ്ദേഹം, എന്നെ നേരെ കൊണ്ടുചെന്നത് സാക്ഷാൽ പ്രതിഷ്ഠയ്ക്കു മുന്നിലായിരുന്നു. മുഖം ഉയർത്തി അദ്ദേഹം എന്നോട് കാര്യം ചോദിച്ചു. ഞാൻ കാര്യം പറഞ്ഞു.

''ഒരു കഥ വന്നിരുന്നു. പ്രതിഫലം വരുമ്പോഴേക്കും ഇനീം ഒരുപാട് കഴിയും ഇപ്പഴെങ്ങാനും കിട്ടിയിരുന്നെങ്കിൽ എനിക്ക് ബാലകൃഷ്ണനേം സഹായിക്കായിരുന്നു.''

''ഏത് ബാലകൃഷ്ണനെ?''

''എന്റെ ബാലകൃഷ്ണനെ.''

''ബാലകൃഷ്ണൻ എവിടുണ്ട്?''

''താഴെ നിരത്തില് കാത്തുനിൽപ്പുണ്ട്.''

അദ്ദേഹം പുഞ്ചിരിച്ചു.

ആ പുഞ്ചിരി കണ്ട സന്തോഷത്തിൽ ഞാൻ വീണ്ടും പറഞ്ഞു.

''ഞാൻ താമസിക്കുന്നതും കൊട്ടാരം റോഡിന്നടുത്താണ്.''

''അവിടെ എവിടെ?''

''സിതാരേന്ന് മുന്നോട്ട് പോയാ റേഷൻ കട വരും. കടയ്ക്കു മുന്നിലൂടെ തിരിഞ്ഞ് നേരെ പോയാൽ ചോമത്ത് വയലിലാണ് വീട്.''

അത്രയും കാലത്തെ പത്രാധിപജീവിതത്തിനിടയിൽ ആരെങ്കിലും അദ്ദേഹത്തോട് നേരിട്ട് ചെന്ന് പ്രസിദ്ധീകരിച്ച കഥയുടെ പൈസ ചോദിച്ചിട്ടുണ്ടോ എന്നെനിക്കറിയില്ല. കൗതുകത്തോടെ എഴുന്നേറ്റ അദ്ദേഹം ഒപ്പം വന്ന ആളോട് എന്തോ പറഞ്ഞു. പിന്നെ എന്റെ കൈപിടിച്ചു പുറത്തേക്ക് നടത്തിച്ചു. തല്ലാൻ കൊണ്ടുപോവുകയാണെന്നാ ഞാൻ വിചാരിച്ചത്. പിന്നെ നടന്നത് അതിലും അത്ഭുതമാണ്.

ചില മേശകൾക്കു മുന്നിലൂടെ നടത്തിച്ച് ഒരു കസേരയിൽ രണ്ടു കാലും കയറ്റിവെച്ച് കുന്തിച്ചിരുന്ന് വെള്ളക്കടലാസിൽ ശ്രദ്ധയോടെ

എന്തോ വരയ്ക്കുന്ന ഒരാളുടെ മുന്നിൽ കൊണ്ടുവന്ന് നിർത്തി അദ്ദേഹം പറഞ്ഞു.

''തിരുമേനീ, ഇതാണ് രഘുനാഥ് പലേരി.''

തിരുമേനി പ്രസാദസൂര്യനായി എന്നെ നോക്കി ഉച്ചത്തിൽ ചിരിച്ചു.

''ഇയാളെത്തന്നെയാണ് എനിക്ക് കാണേണ്ടത്.''

അത്രയും പറഞ്ഞ് എനിക്കദ്ദേഹം വരയ്ക്കുന്നതെന്താണെന്ന് കാണിച്ചു തന്നു. അതെന്റെ പുതിയ കഥയ്ക്കു വേണ്ടിയുള്ള വരയായിരുന്നു. ആ കഥയുടെ പേര് 'ഒരു തിര, പിന്നെയും തിര' എന്നായിരുന്നു. അദ്ദേഹം വരയ്ക്കുന്നത് അന്തംവിട്ട് ഞാൻ നോക്കി നിന്നു. ആ നിമിഷത്തിന്റെ ധന്യത എന്താണെന്നൊന്നും അപ്പോഴെനിക്ക് അറിയില്ലായിരുന്നു.

അങ്ങനെ നമ്പൂതിരിയെന്ന മഹാപ്രതിഭയ്ക്ക് എന്നെ ആദ്യം പരിചയപ്പെടുത്തുന്നത് സാക്ഷാൽ ശ്രീ എം.ടി. വാസുദേവൻ നായരായിരുന്നു. തിരുമേനിയുടെ കസേരയുടെ മുന്നിലായി മറ്റൊരു കസേരയിൽ ഇരുന്ന് പുഞ്ചിരിയോടെ നോക്കിയ ശ്രീ എ.എസ്സിനെ പരിചയപ്പെടുത്തിയത് ശ്രീ. നമ്പൂതിരിതന്നെ ആയിരുന്നു. അതിനിടയ്ക്കെപ്പോഴോ ഒരാൾ വന്ന് ഒരു കടലാസിൽ ഒപ്പിടുവിച്ചു വാങ്ങി. അദ്ദേഹം നൽകിയ പ്രതിഫലസംഖ്യ ശ്രീ. എം.ടി. തന്നെ എന്റെ ഷർട്ടിന്റെ കീശയിൽ തിരുകി.

എപ്പോഴോ ഞാൻ പുറത്തെത്തി. കിട്ടിയോ എന്ന് പുറത്ത് കണ്ട ടെലഫോൺ ദേവത ചോദിച്ചു. കിട്ടിയെന്ന ഉത്തരശബ്ദം കേട്ട് കാവൽക്കാരനും ചിരിച്ചു.

നിരത്തിൽ നല്ല വെയിലുണ്ടായിരുന്നു.

എഴുതിയ ഒരു കഥ രണ്ടു ലക്കങ്ങളിലായി വന്നതു കാരണം രണ്ടു കഥകളുടെ പ്രതിഫലം കീശയിൽ തിരുകി തന്ന ശ്രീ എം.ടിക്കറിയുമോ കാത്തുനിന്ന് വിയർത്ത ബാലകൃഷ്ണന് ആവശ്യമുള്ള ധനശക്തി നൽകിയ ശേഷം അവനെന്നെ വളരെ നേരം കെട്ടിപ്പിടിച്ചിരുന്നുവെന്ന്.

ബാലകൃഷ്ണൻ വയനാട്ടിലെങ്ങോ സ്കൂൾ ഹെഡ്മാസ്റ്ററായാണ് റിട്ടയർ ചെയ്തത്. എനിക്കിപ്പോഴും നിത്യശമ്പളം കിട്ടുന്നൊരു ജോലി കിട്ടിയിട്ടില്ല.

കിട്ടുമായിരിക്കും.

■

സ്വപ്നനഗരത്തിന്റെ ഓർമ്മകൾ

അശ്വതി വി. നായർ

മദിരാശി. ആ പേരാണ് എനിക്കിഷ്ടം. അച്ഛൻ ഇന്നും അങ്ങനെയാണ് പറയുക. മദ്രാസ് അഥവാ മദിരാശി ചെന്നൈ ആയിരിക്കുന്നു, പക്ഷേ പുതിയ പേര് ഞങ്ങൾക്ക് വഴങ്ങാൻ കുറച്ച് പ്രയാസമാണ്.

ഞാൻ ഏറ്റവും ഇഷ്ടപ്പെടുന്ന നഗരം. ഓർമ വെച്ച നാൾ മുതൽ ഈ നഗരം എന്റെ ജീവിതത്തിലുണ്ട്. സ്കൂൾ പഠനകാലത്ത് വേനലവധികൾ മിക്കവാറും അവിടെയായിരുന്നു. അച്ഛന്റെ സിനിമാ ജോലികൾ, പിന്നെ അമ്മയുടെ നൃത്തപഠനം, മദ്രാസ് മെയിലിലെ ഫസ്റ്റ് ക്ലാസ് യാത്ര എനിക്ക് ഹരമായിരുന്നു.

ആദ്യമൊക്കെ അച്ഛൻ താമസിച്ചിരുന്നത് ഹോട്ടൽ പാം ഗ്രോവിലായിരുന്നു. അവിടെ കോട്ടേജ് ആണ് എടുക്കുക. മുന്നിലെ സ്വീകരണമുറിയിൽ അച്ഛനെ കാണാൻ വരുന്നവർക്ക് ഇരുന്നു സംസാരിക്കാം. ഞങ്ങൾക്ക് അകത്ത് ഇരിക്കാം. ഹരിഹരൻ, സെവൻ ആർട്സ് വിജയകുമാർ, പ്രതാപ് പോത്തൻ ഇവരൊക്കെ വന്നു മണിക്കൂറുകൾ ചെലവഴിച്ചിരുന്നു.

രാവിലെ അച്ഛൻ നടക്കാൻ പോകും. ഏകദേശം ഒരു മണിക്കൂർ. വന്നാൽ കുളി, പിന്നെ പ്രാതൽ. അതിന് ഇഷ്ടവിഭവം പൊങ്കൽ അല്ലെങ്കിൽ ഇഡ്ഡലി. പിന്നെ എഴുതാനിരിക്കും. ഞാനും അമ്മയും അപ്പോൾ അമ്മയുടെ നൃത്തക്ലാസിലേക്ക് പോകും. അച്ഛന് ഉച്ചയൂണ് കഴിഞ്ഞാൽ ഒരു മയക്കം പതിവാണ്. അതിഥികൾ വൈകുന്നേരങ്ങളിലാണ് വരിക. ചില വൈകുന്നേരങ്ങളിൽ രണ്ടുപേർക്കും ഒഴിവാണെങ്കിൽ എന്നെയും കൂട്ടി ഒരു കറക്കം.

സിനിമയ്ക്ക് പുറത്തും അച്ഛനവിടെ ചില സൗഹൃദങ്ങൾ ഉണ്ടായിരുന്നു. ഡോ. പവിത്രൻ, എൻ.എഫ്.ഡി.സി. ചന്ദ്രൻ നായർ എന്നിവരുമായി നല്ല അടുപ്പം തന്നെയായിരുന്നു. ചന്ദ്രൻ നായർ താമസിച്ചിരുന്ന കോടമ്പാക്കത്ത് യുണൈറ്റഡ് ഇന്ത്യ കോളനിക്ക് സമീപം ബാലമുരുഗൻ അപ്പാർട്ട്മെന്റ്സിൽ അച്ഛൻ ഒരു ഫ്ളാറ്റ് വാങ്ങിച്ചു.

ഫോട്ടോ: റസൽ ഷാഹുൽ

പിന്നീടങ്ങോട്ട് അവിടെയായി താമസവും എഴുത്തുമെല്ലാം. പ്രേം നസീർ അടക്കം എല്ലാവരും അവിടെ വരുമായിരുന്നു.

ചന്ദ്രൻ നായരുടെ ഭാര്യ, ബേബി എന്ന് വിളിക്കുന്ന ശകുന്തള, മറാത്തി ആയിരുന്നു. ഞായറാഴ്ച ദിവസം മിക്കവാറും അത്താഴം അവിടെയാകും. അച്ഛന് അവർ ചന്ദ്രേട്ടനും ബേബിയുമായിരുന്നു. 'ഋതുഭേദം' അടക്കം അച്ഛന്റെ ചില സിനിമകളിൽ അദ്ദേഹം ചെറിയ വേഷങ്ങൾ ചെയ്തിട്ടുണ്ട് .

ഞാൻ മൂന്നാം ക്ലാസിൽ പഠിക്കുമ്പോഴായിരുന്നു അച്ഛന് ഗാൾ ബ്ലാഡറിൽ നിന്ന് ഒരു കല്ല് നീക്കം ചെയ്യാൻ സർജറി വേണ്ടിവന്നത്. മദിരാശിയിൽ അച്ഛനും അമ്മയും മാത്രമുള്ള സമയത്താണ് വേദന തുടങ്ങുന്നത്. ഉടനെ ആശുപത്രിയിൽ പ്രവേശിപ്പിച്ചു. ഓപ്പറേഷൻ അത്യാവശ്യമായിരുന്നു. സർജറി കഴിഞ്ഞു വന്നപ്പോൾ എന്നെ തിരക്കി. അന്ന് വൈകുന്നേരം മദ്രാസ് മെയിലിൽ അമ്മാവന്റെ കൂടെ ഞാനും മദിരാശിയിലേക്ക് തിരിച്ചു. ആശുപത്രിയിൽ ചെന്നപ്പോഴേക്കും അച്ഛനെ മുറിയിലേക്ക് മാറ്റിയിരുന്നു.

അന്ന് വിജയ ഹെൽത്ത് സെന്റർ എന്ന ആശുപത്രിയിൽ നസീർ സാർ നിത്യവും വന്ന് വിവരങ്ങൾ അന്വേഷിക്കുമായിരുന്നു. പ്രേം നസീർ എന്ന മനുഷ്യസ്നേഹിയെക്കുറിച്ച് അച്ഛൻ എഴുതിയിട്ടുണ്ട്.

ഡോ. പവിത്രനും ഭാര്യ ഷീല പവിത്രനും ചൂളൈമേട് എന്ന സ്ഥലത്തായിരുന്നു താമസം. നല്ലൊരു കലാകാരിയായിരുന്നു ഷീല പവിത്രൻ. ധാരാളം ചിത്രങ്ങൾ വരച്ചിരുന്നു. പിന്നെ ഡ്രസ്സ് ഡിസൈനിങ്, ചെറിയ വീടാണെങ്കിലും അവർ ഭംഗിയായി അലങ്കരിച്ചിരുന്നു. ഇടയ്ക്ക് അവിടെയും എല്ലാവരും കൂടി ഒത്തുകൂടും.

മദിരാശിയെക്കുറിച്ച് പറയുമ്പോൾ കണ്ണിമെറ ലൈബ്രറിയെ ഒഴിവാക്കാൻ പറ്റില്ല. അച്ഛന്റെ ഇഷ്ടസങ്കേതമാണ്. ഇന്ത്യയിലെ തന്നെ പഴക്കമാർന്ന പുസ്തകശേഖരങ്ങളിൽ ഒന്ന്. അവിടത്തെ ഓരോ ഷെൽഫും അച്ഛന് മനപ്പാഠമാണ്. പിന്നെ മൗണ്ട് റോഡിലെ ഹിഗ്ഗിൻ ബോതംസ്, അവിടെയും പോകുമായിരുന്നു. കുറെ കാലം കഴിഞ്ഞപ്പോൾ പുതിയ ബുക്ക് ഷോപ്പുകൾ വന്നുതുടങ്ങി. ലാൻഡ് മാർക്ക് ആയിരുന്നു ഏറ്റവും വലുത്. വായനയുടെ സംസ്കാരം മാറിത്തുടങ്ങുന്ന കാലം. അച്ഛൻ അവിടെയും പതിവുകാരനായി.

വർഷങ്ങൾക്ക് ശേഷം ടി. നഗറിലെ ജി.എൻ. ചെട്ടി റോഡിൽ ഒരു ഫ്ളാറ്റ് വാങ്ങി. അപ്പോൾ നടത്തം പോണ്ടി ബസാറിലൂടെയായി. കാരണം അവിടെ വഴി നീളെ രണ്ടുവശത്തും വലിയ മരങ്ങളുണ്ട്. നല്ല തണൽ. പിന്നെ ഒരറ്റത്ത് മരച്ചുവട്ടിൽ രണ്ടുപേർ സെക്കൻഡ് ഹാൻഡ് പുസ്തകങ്ങൾ വിൽക്കുന്നു. പുസ്തകം വാങ്ങിക്കാം, വായിച്ചു കഴിഞ്ഞു തിരിച്ചുകൊടുക്കാം. അതൊരു സൗകര്യമായിരുന്നു.

വിവാഹശേഷം ഞങ്ങൾ ചെന്നൈയിൽ ഒരു വീട് വാങ്ങാൻ രണ്ടു വർഷത്തോളം നടന്നു. അപ്പോൾ അച്ഛനും പലതവണ ഞങ്ങളുടെ കൂടെ വന്നു. അങ്ങനെ ഒരു വരവിലാണ് അച്ഛന് ഒരപകടം പറ്റുന്നത്. അതിനുശേഷം ചെന്നൈ യാത്രകൾ കുറഞ്ഞു. ഇപ്പോൾ വല്ലപ്പോഴും മാത്രമേ അച്ഛൻ ചെന്നൈയിലേക്ക് പോകാറുള്ളൂ.

ഈയിടെ ചില പഴയകാല ഓർമ്മകൾ അച്ഛൻ പങ്കുവെയ്ക്കുകയുണ്ടായി. വിജയ വാഹിനി എന്ന പ്രസിദ്ധമായ സ്റ്റുഡിയോ. അതിന്റെ ഉടമസ്ഥനായിരുന്ന നാഗി റെഡ്ഡിയെ അച്ഛന് പരിചയമുണ്ടായിരുന്നു. അച്ഛന്റെ ഒരു സിനിമ നിർമിക്കാൻ അദ്ദേഹത്തിന് താൽപര്യമുണ്ടായിരുന്നു. അങ്ങനെയൊരിക്കൽ അച്ഛനെ സ്റ്റുഡിയോയിലേക്ക് ക്ഷണിച്ചു. വളരെ സൗമ്യനായ മനുഷ്യൻ. ഏഷ്യയിലെ തന്നെ ഏറ്റവും വലിയ സ്റ്റുഡിയോ ആയിരുന്ന വിജയവാഹിനി പൂട്ടിയപ്പോൾ അത് വിജയ ഹോസ്പിറ്റൽ ആൻഡ് ഹെൽത്ത് സെന്റർ ആയി. അവിടെയായിരുന്നു അച്ഛന്റെ ആദ്യത്തെ സർജറി.

പ്രസാദ് ലാബിന്റെ എൽ.വി പ്രസാദുമായും അച്ഛന് നല്ല ബന്ധമായിരുന്നു. പിന്നെ ഭരതൻ അങ്കിളും ലളിതാന്റിയും, ശശി അങ്കിളും സീമാന്റിയും. ഈ രണ്ടു കുടുംബങ്ങളുമായി വളരെ അടുപ്പമുണ്ടായിരുന്നു.

അച്ഛന് ആ നഗരത്തോട് ഒരു പ്രത്യേക ഇഷ്ടം ഉണ്ടെന്നു തോന്നിയിട്ടുണ്ട്. ആൾക്കൂട്ടത്തിനിടയിൽ സ്വതന്ത്രനായി നടക്കുന്ന അച്ഛനെ ഞാൻ അവിടെ കണ്ടിട്ടുണ്ട്. ഞങ്ങൾ ഒരുമിച്ച് ഹോട്ടലിൽ പോയി ഭക്ഷണം കഴിച്ചിട്ടുള്ളത് ഏറെയും ആ നഗരത്തിലാണ്. പുതിയ രുചികൾ പരീക്ഷിക്കാൻ വലിയ താൽപര്യമായിരുന്നു. മിലിറ്ററി ഹോട്ടലിലെ ഇടിയപ്പവും ചായയും പിന്നെ ബാർബെക്യു എന്ന റെസ്റ്റോറന്റിലെ റൂമാലി റൊട്ടി, അടയാർ ഗേറ്റ് ഹോട്ടലിലെ ദക്ഷിൺ താലി... അച്ഛൻ പരിചയപ്പെടുത്തിയ രുചികൾ ഇന്നും എനിക്ക് പ്രിയപ്പെട്ടവയാണ്.

ചെന്നൈ പട്ടണം മെട്രോ സിറ്റി ആയി മാറി. പുതിയ നഗരം അച്ഛനെ ആവേശം കൊള്ളിക്കുന്നില്ല. തിരക്കാണ് പ്രധാന കാരണം. പിന്നെ പഴയകാല സുഹൃത്തുക്കളിൽ മിക്കവരും ഇന്നില്ല. ഒരു നഗരത്തിന്റെ വളർച്ച മുഴുവൻ കണ്ട ഒരാളെന്ന നിലയിൽ അച്ഛന് മദിരാശി, അല്ല ചെന്നൈയെക്കുറിച്ച് ഞാനറിയാത്ത കഥകൾ പലതുമുണ്ടാവും പറയാൻ. സ്വപ്ന സാക്ഷാത്കാരത്തിന്റെ ഭൂമികയാണ് നഗരം എന്ന് എവിടെയോ വായിച്ച ഓർമ. ബോംബെ, ഡൽഹി എന്നീ നഗരങ്ങൾ എഴുത്തിൽ ധാരാളം വന്നിട്ടുണ്ട്. എന്തുകൊണ്ടോ ചെന്നൈ അത്ര പരാമർശിച്ചിട്ടില്ല. ഒരു കാര്യം ഉറപ്പാണ്. നിളയും കൂടല്ലൂരും കോഴിക്കോടും മാറ്റിനിർത്തിയാൽ മദിരാശിയിലാവും ബാക്കി ഹൃദയം.

■

എഴുത്തിന്റെ അടയാളം

ചൊവ്വല്ലൂർ കൃഷ്ണൻകുട്ടി

എം.ടിയുമായുള്ള സൗഹൃദത്തിന് പ്രായമെത്രയെന്ന് ചോദിച്ചാൽ അറിയില്ല. കുറെക്കാലമായി ഞങ്ങളിങ്ങനെ കാണുന്നു. സംസാരിക്കുന്നു. എം.ടി. എന്റെ സ്വന്തമാണ്. ഞാനാകട്ടെ, എം.ടിയുടെ സ്വന്തം ചൊവ്വല്ലൂരും. സ്വന്തം തറവാട്ടിലെ ഒരംഗം പോലെയാണെനിക്ക് അദ്ദേഹം. എം.ടിയുമായുള്ള സൗഹൃദം അഭിമാനവും ആഹ്ലാദവുമായി ഞാൻ കൊണ്ടുനടന്നു. ചിലപ്പോഴത് നേരിയ അഹങ്കാരത്തിലേക്കുവരെ വഴിമാറിയിട്ടുണ്ട്. ആ ബന്ധത്തിന്റെ സുഗന്ധം എത്രയാണെന്ന് പറഞ്ഞറിയിക്കാൻ കഴിയില്ല.

ഒരനുജനോടെന്ന പോലെയാണ് എന്നോടുള്ള പെരുമാറ്റം. എഴുതിയ കഥകൾ വായിക്കാൻ തരാറുണ്ട്. ഞാനെഴുതിയത് തിരുത്തിത്തരികയും ചെയ്യും. എം.ടിയുടെ പ്രതീക്ഷയ്ക്കൊത്ത് ഞാൻ വളർന്നോ എന്നത് വേറെ കാര്യം. ഇപ്പോഴും എന്റെ നേർവെളിച്ചമാണ് അദ്ദേഹം.

തൃശ്ശൂർ കേരളവർമ്മ കോളജിൽ പഠിക്കുന്ന കാലം തൊട്ട് വായിക്കുന്നതാണ് എം.ടിയുടെ രചനകൾ. മദ്രാസിൽനിന്ന് പ്രസിദ്ധീകരിക്കുന്ന 'ജയകേരളം' ആഴ്ചപ്പതിപ്പിൽ എം.ടി. അടക്കമുള്ളവർ അക്കാലത്ത് എഴുതിയിരുന്നു. ആഴ്ചപ്പതിപ്പ് കൈയിൽ കിട്ടിയാൽ ഒറ്റയിരുപ്പിന് വായിച്ചുതീർക്കുന്നത് എം.ടിയുടെ കഥയാണ്. എഴുത്തിലേക്ക് ഞാൻ വന്നതുമുതൽ എനിക്കൊരുപാട് മോഹങ്ങളുണ്ടായിരുന്നു. ഉറൂബിനെപ്പോലെ നോവലെഴുതണം. അക്കിത്തത്തെപ്പോലെ കവിതകളെഴുതണം. എം.ടിയെപ്പോലെ കഥകളെഴുതണം. എം.ടിയെപ്പോലെ എഴുതാൻ കഴിഞ്ഞിട്ടില്ലെങ്കിലും ആ മോഹം ഇപ്പോഴും മനസ്സിൽ സൂക്ഷിക്കുന്നു. ഓരോ കഥകൾ വായിക്കുമ്പോഴും ഈശ്വരാ, ഒറ്റത്തവണയെങ്കിലും ഇതുപോലെ എഴുതാൻ കഴിഞ്ഞെങ്കിൽ എന്നാഗ്രഹിക്കാറുണ്ട്.

പ്രായം കൂടുന്തോറും എല്ലാവരുടെയും മനസ്സിൽ ആദ്യകാല പ്രണയത്തിന്റെ ഓർമ്മകളുണ്ടാവും. ഹൈസ്കൂൾ, കോളേജ് കാല ഘട്ടങ്ങളിലെ പ്രണയബന്ധങ്ങളുടെ ഊഷ്മളമായ മുഹൂർത്തങ്ങൾ. കാലം കടന്നുപോകുമ്പോൾ, നമ്മെപ്പോലെ ആ കഥാപാത്രങ്ങൾക്കും വയസ്സാകും. അവർ അമ്മയോ അമ്മൂമ്മയോ അപ്പനോ അപ്പൂപ്പനോ ആയിട്ടുണ്ടാവും. എങ്കിലും അന്നത്തെ ഓർമ്മകൾക്ക് പ്രായം കൂടുന്നതേയില്ല. ആ സുഗന്ധം എപ്പോഴും മനസ്സിലുണ്ടാവും. അതുപോലെയാണ് എം.ടിയുടെ രചനകളും. ഒരിക്കലും അതിന് പ്രായം കൂടുന്നേയില്ല. ഓരോ എഴുത്തിലും നമ്മെ ഓർമ്മിപ്പിക്കുന്നുണ്ട്, ആ ഗൃഹാതുരത്വം.

കോഴിക്കോട്ട് 'മലയാളമനോരമ'യിൽ പത്രാധിപസമിതിയംഗമായിരിക്കുന്ന സമയത്താണ് ഞാനാദ്യമായി ഒരു നോവലെഴുതിയത്. 'നിർമ്മാല്യം'. എഴുതിത്തീർന്നപ്പോൾ എനിക്കൊരാഗ്രഹം. ഇത് എം.ടിയെ കാണിക്കണം. അന്ന് മാതൃഭൂമി ആഴ്ചപ്പതിപ്പിന്റെ പത്രാധിപരാണ് എം.ടി. ഒരു ദിവസം രാവിലെ നേരെ 'മാതൃഭൂമി'യിലേക്ക് ചെന്നു.

''ആദ്യമായി എഴുതിയ നോവലാണ്. ഇതിലെ തെറ്റുകൾ തിരുത്തിത്തരണം.''

എം.ടിക്ക് വലിയ സന്തോഷം. അന്ന് തിരക്കിലായതിനാൽ രണ്ടു ദിവസം കഴിഞ്ഞ് വരാൻ പറഞ്ഞു. നാലുദിവസം കഴിഞ്ഞാണ് ചെന്നത്.

''നോവൽ മനോഹരമായിരിക്കുന്നു. ഇതിൽ തിരുത്താൻ ഒന്നുമില്ല. എങ്കിലും ചെറിയ ചില പ്രശ്നങ്ങൾ ശരിയാക്കിയിട്ടുണ്ട്. പക്ഷേ ചെറിയൊരു വിഷമമുണ്ട്.''

അതുകേട്ടപ്പോൾ ഞാനും അസ്വസ്ഥനായി. എന്തോ പന്തികേടുണ്ട്.

''ഈ നോവൽ മാതൃഭൂമിയിൽ പ്രസിദ്ധീകരിക്കണമെന്നുണ്ടായിരുന്നു. പക്ഷേ മൂന്നുനാലു നോവലുകൾ പ്രസിദ്ധീകരിക്കാനായി കാത്തുകിടക്കുന്നുണ്ട്.''

പിന്നീടത് 'മലയാളരാജ്യ'ത്തിലാണ് പ്രസിദ്ധീകരിച്ചത്. എനിക്ക് പരിചയമുള്ള എഴുത്തുകാർ ഒരുപാടുണ്ട്, കോഴിക്കോട്ട്. എന്നെ ഇഷ്ടപ്പെടുന്ന സുഹൃത്തുക്കളുണ്ട്. അവരെയൊന്നും കാണിക്കാതെ എം.ടിയെത്തന്നെ നോവൽ കാണിച്ചത് എന്തിനാണെന്ന് പലപ്പോഴും ചിന്തിച്ചിട്ടുണ്ട്. ഒരുപക്ഷേ അത്രയും ആത്മബന്ധമുള്ളതുകൊണ്ടാവാം. ഹരിഹരൻ സംവിധാനം ചെയ്ത 'സർഗ'ത്തിന്റെ സംഭാഷണം എഴുതിയത് ഞാനായിരുന്നു. എഴുതിക്കഴിഞ്ഞ് ഹരിഹരനാണ് ആദ്യം

വായിക്കാൻ കൊടുത്തത്. അതു കഴിഞ്ഞപ്പോൾ ഞാൻ പറഞ്ഞു- ഷൂട്ടിംഗ് തുടങ്ങുന്നതിന് മുമ്പ് എനിക്കിത് എം.ടിയെ കാണിക്കണം. ഹരിഹരനും സന്തോഷം. കാരണം അവർ തമ്മിൽ അടുത്ത സുഹൃത്തുക്കളാണല്ലോ. വായിച്ചുകഴിഞ്ഞപ്പോൾ നല്ല അഭിപ്രായം പറയുകയും ചെയ്തു.

എം.ടിയുടെ കഥാപാത്രങ്ങളുമായി എനിക്കേറെ അടുപ്പമുണ്ട്. പലരും എന്റെ തറവാട്ടിലെ അംഗങ്ങളെപ്പോലെയോ സുഹൃത്തുക്കളെപ്പോലെയോ തോന്നാറുണ്ടായിരുന്നു. മരിക്കുന്ന സമയത്ത് എന്റെ അമ്മ മാനസികരോഗിയായിരുന്നു. വളരെ പെട്ടെന്നാണ് അമ്മയുടെ ജീവിതത്തിൽ മാനസികമായ പ്രശ്നങ്ങളുണ്ടായത്. ഈ സംഭവം കുടുംബത്തെ വല്ലാതെ ഉലച്ചുകളഞ്ഞു. അതുകൊണ്ടാവാം, ഇരുട്ടിന്റെ ആത്മാവിലെ വേലായുധനെ എനിക്കുൾക്കൊള്ളാൻ കഴിഞ്ഞത്. ഇന്നും വേലായുധനെക്കുറിച്ച് സംസാരിക്കുമ്പോൾ ഓർമ്മകളിലേക്ക് വരുന്നത് അമ്മയാണ്. ചൊവ്വല്ലൂരിനടുത്താണ് വാഴാവിൽകാവ്. അവിടെയൊരു വെളിച്ചപ്പാടുണ്ട്. അച്യുതൻനായർ. 'പള്ളിവാളും കാൽച്ചിലമ്പും' എന്ന കഥയിലെ വെളിച്ചപ്പാടും അച്യുതൻനായരുമായി സാമ്യം ഏറെയുണ്ട്. സത്യം പറഞ്ഞാൽ കുട്ട്യേടത്തി എന്ന കഥാപാത്രം എന്റെ നാട്ടിൽത്തന്നെയുള്ള സ്ത്രീയാണ്. ഇതുപോലെ എം.ടിയുടെ ഒരുപാട് കഥാപാത്രങ്ങളെ ഞാൻ വഴിവക്കിലൊക്കെ കണ്ടുമുട്ടിയിട്ടുണ്ട്. അതൊക്കെയാവാം, എം.ടിയെപ്പോലെ എഴുതണമെന്ന് തോന്നിപ്പിച്ചിട്ടുണ്ടാവുക.

എൺപതാം പിറന്നാൾ ആലോഷത്തിന്റെ ഭാഗമായി ഒരിക്കൽ ഗുരുവായൂരിൽ എന്നെ ആദരിക്കുന്ന ചടങ്ങുണ്ടായിരുന്നു. നാട്ടുകാരാണ് അത് സംഘടിപ്പിച്ചത്. എം.ടിയെ പങ്കെടുപ്പിക്കണമെന്നാണ് അവർക്കാഗ്രഹം. എനിക്കുമത് സന്തോഷം നൽകി. സംഘാടകർ കോഴിക്കോട്ടുപോയി എം.ടിയെ കണ്ടു. അന്ന് കോഴിക്കോട്ട് നേരത്തെ പറഞ്ഞുറപ്പിച്ച പ്രോഗ്രാമുണ്ടായിരുന്നെങ്കിലും എം.ടി. വരാമെന്ന് സമ്മതിച്ചു. ഞാനും വിളിച്ചു. ആ ദിവസം അസുഖം വന്നെങ്കിലും അതൊന്നും വകവയ്ക്കാതെ ഗുരുവായൂരിലെത്തി. സ്റ്റേജിലേക്ക് കയറുമ്പോൾ എം.ടിയുടെ കൈയിലൊരു പൊതിയുണ്ടായിരുന്നു. എന്നെ ആദരിക്കുന്ന മുഹൂർത്തത്തിൽ അദ്ദേഹമത് പുറത്തെടുത്തു. മനോഹരമായ ഒരോണപ്പുടവ. ഷാളും മുണ്ടും ഷർട്ടും. ഷാൾ കൊണ്ട് എന്നെ പുതപ്പിച്ചശേഷം കെട്ടിപ്പിടിച്ചു. എല്ലാം കഴിഞ്ഞ് ഒരു പേനയും സമ്മാനിച്ചശേഷമാണ് മടങ്ങിയത്. ആ പേന ഇപ്പോഴും ഞാൻ സൂക്ഷിച്ചിട്ടുണ്ട്. എഴുത്തിന്റെ അടയാളമായി.

■

അപ്രതീക്ഷിതമായ ഉപഹാരം

അക്ബർ കക്കട്ടിൽ

1990ൽ ഡോ. പുനത്തിൽ കുഞ്ഞബ്ദുള്ളയോടൊപ്പം ഇന്ത്യയുടെ ചില വടക്കുകിഴക്കൻ മേഖലകളിലൂടെ യാത്ര ചെയ്യാൻ അവസരമുണ്ടായി. ആ യാത്രയ്ക്കിടയിൽ ഗുവാഹത്തിയിൽ വെച്ചാണ് നബ സാപ്കോടായെ പരിചയപ്പെടുന്നത്. അസമിലെ നേപ്പാളി സാഹിത്യ പരിഷത്തിന്റെ സെക്രട്ടറിയാണ്. മാത്രമല്ല, കവിയും ആസം ആരോഗ്യ വകുപ്പ് സെക്രട്ടറിയും.

നമ്മുടെ ഭരണഘടനയുടെ എട്ടാം ഷെഡ്യൂളിൽ നേപ്പാളി ഭാഷയ്ക്ക് പ്രവേശനം കിട്ടുന്നതിന് ആൾ ഇന്ത്യ നേപ്പാളി ഭാഷാ സമിതിയുടെ നേതൃത്വത്തിൽ ശ്രമം നടക്കുന്ന കാലമാണത്. ഈ ആവശ്യത്തിന് പുതിയ പ്രധാനമന്ത്രിയെ കാണാൻ പോകുന്നതിനുള്ള തയ്യാറെടുപ്പിലായിരുന്ന നബസാപ്കോടായും സഹപ്രവത്തകരും. പറഞ്ഞുവന്നപ്പോൾ അദ്ദേഹം ഞങ്ങളിൽ കൗതുകമുണർത്തിക്കൊണ്ട് ഒരു കാര്യം വെളിപ്പെടുത്തി. അദ്ദേഹത്തിന്റെ മകൻ സമീർ സാപ്കോടാ പഠിക്കുന്നത് കേരളത്തിലാണ്. അതും കോഴിക്കോട്. നന്തിയിലെ ശ്രീശൈലത്ത് സായിബാബയുടെ സ്കൂളിൽ. കുഞ്ഞിക്കയുടെയും എന്റെയും സ്ഥലങ്ങൾക്ക് വളരെയടുത്ത്. ഇത് ഞങ്ങളെയെല്ലാം തമ്മിൽ വളരെ വേഗം അടുപ്പിക്കുന്നതിന് കാരണമായി.

അദ്ദേഹം പിന്നീട് കേരളത്തിലേക്ക് മകനെ കാണാൻ വരുമ്പോൾ ആദ്യം എന്നെ വിളിക്കും. ഞങ്ങൾ കോഴിക്കോട് വെച്ച് സന്ധിക്കും. ചിലപ്പോൾ പുനത്തിലുമുണ്ടാകും. തികച്ചും സന്തോഷകരവും ആശയ സംവേദനപ്രധാനവുമായിരുന്നു ഞങ്ങളുടെ കൂടിക്കാഴ്ചകൾ. ഇതിനിടയിൽ ശ്രീശൈലത്ത് മകന്റെ ലോക്കൽ ഗാർഡിയനുമായി മാറി ഞാൻ.

പിന്നെ ഓരോ വരവിലും നബസാപ്കോടാ പുതിയ സുഹൃത്തുക്കളെയും സമ്പാദിക്കുന്നുണ്ടായിരുന്നു. എഴുത്തുകാർ, പത്രപ്രവർത്തകർ, മറ്റു സാഹിത്യാസ്വാദകർ എന്നിങ്ങനെ.

അങ്ങനെയിരിക്കെ, ഞങ്ങളുടെ സംഭാഷണത്തിൽ എം.ടി. വിഷയമായ ഒരുദിവസം അദ്ദേഹം എന്നോട് ചോദിച്ചു.

''ഞാൻ കണ്ടുമുട്ടിയ നമ്മുടെ മേഖലയിലുള്ളവർക്കെല്ലാം എം.ടി. വാസുദേവൻനായരെ വലിയ കാര്യമാണല്ലോ. നിങ്ങളൊക്കെ അദ്ദേഹത്തെ ഇങ്ങനെ സ്നേഹിക്കുകയും ബഹുമാനിക്കുകയും ആരാധിക്കുകയും ചെയ്യുന്നതിന്റെ രഹസ്യമെന്താണ്?''

തിരിച്ചൊരു ചോദ്യമെറിയുകയാണ് വേണ്ടിയിരുന്നത്. ഇംഗ്ലീഷിൽ വിവർത്തനം ചെയ്യപ്പെട്ട എം.ടിയുടെ ചില കഥകൾ വായിച്ചതിന്റെ മാത്രം അടിസ്ഥാനത്തിൽ, ഗുവാഹത്തിയിൽ വച്ച് നാം പരിചയപ്പെട്ട ദിവസം തന്നെ താങ്കൾ അദ്ദേഹത്തെക്കുറിച്ച് താൽപ്പര്യപൂർവം അന്വേഷിച്ചതിന്റെ രഹസ്യമെന്തായിരുന്നു? പക്ഷേ ചോദിച്ചില്ല.

''അതിൽ ഒരു രഹസ്യവുമില്ല.'' ഞാൻ പറഞ്ഞു.

''ഞങ്ങളുടെ ചെറുപ്പം അദ്ദേഹത്തിന്റെ രചനകളിലൂടെയും കടന്നുവന്നതാണ്. ചില കഥകൾ വായിച്ച് കരഞ്ഞിട്ടുവരെയുണ്ട്. വ്യക്തിപരമായൊക്കെ ബന്ധപ്പെടുന്നത് പിന്നീടാണ്. അന്നും ഇന്നും എം.ടി. നൽകിയ കൃതികളുടെ അനുഭവം തന്നെയാണ് ഞങ്ങളിൽ മുന്നിട്ടുനിൽക്കുന്നത്.''

''എം.ടി. ആളുകളെ അടുപ്പിക്കില്ല. അധികം സംസാരിക്കില്ല എന്നൊക്കെ കേൾക്കുന്നത് ശരിയാണോ?''

''അദ്ദേഹം ബോറന്മാരെ അകറ്റിനിർത്തും, അനാവശ്യമായി സംസാരിക്കാറുമില്ല.''

നബസാപ്കോടോ ചിരിച്ചു.

''എനിക്കൊന്ന് അദ്ദേഹത്തെ കണ്ടാൽ കൊള്ളാമെന്നുണ്ട്. കഴിയുമെങ്കിൽ ഇന്നുതന്നെ.''

''വളരെ തിരക്കുള്ള ആളാണെന്ന് അറിയാമല്ലോ. സ്ഥലത്തുണ്ടെങ്കിൽ അസൗകര്യങ്ങളൊന്നുമില്ലെങ്കിൽ നമുക്ക് ഇന്നുതന്നെ കാണാൻ ശ്രമിക്കാം.''

ഞാൻ വാസ്വേട്ടനെ വിളിച്ചു. വീട്ടിലുണ്ട്. അതിഥിയുടെ കാര്യം പറഞ്ഞു. അദ്ദേഹത്തിന് നാളെത്തന്നെപോകാനുള്ളതാണെന്നും അറിയിച്ചു. അൽപ്പം ആലോചിച്ചശേഷം അപ്പോൾ തന്നെ ചെല്ലണമെന്നായിരുന്നു മറുപടി.

അങ്ങനെ ഒരു സന്ധ്യയ്ക്ക് ഞാൻ നബസാപ്കോടായെയും കൊണ്ട് 'സിതാര'യിൽ എത്തുമ്പോൾ അതിഥിയെ പ്രതീക്ഷിച്ച് വാസ്വേട്ടൻ സ്വീകരണമുറിയിൽ തന്നെയുണ്ടായിരുന്നു.

പരിചയപ്പെടലിനും കുശലാന്വേഷണത്തിനും ശേഷം അവർ സംസാരിക്കാനാരംഭിച്ചു. നമ്മുടെ പല സാഹിത്യകാരന്മാരും അവരുടെ കൃതികളും പ്രാദേശികഭാഷയുടെ പരിമിതികളുമൊക്കെ വിഷയങ്ങളായി. നേപ്പാളി ഭാഷ എട്ടാം ഷെഡ്യൂളിൽ ഉൾപ്പെടുത്തികിട്ടാനുള്ള ഓൾ ഇന്ത്യ നേപ്പാളി ഭാഷാ സമിതിയുടെ ശ്രമങ്ങൾക്ക് മലയാളം എഴുത്തുകാരുടെ പിന്തുണ നേടിക്കൊടുക്കണമെന്ന് നബ സാപ്കോട അഭ്യർത്ഥിച്ചു.

നമ്മൾ എത്രമാത്രം സ്നേഹാദരസമന്വിതമായാണോ എം.ടിയുടെ മുന്നിൽ നിൽക്കാറ്, അതേനിലയിൽ തന്നെയായിരുന്നു അതിഥിയും. സംസാരം ഏറെസമയം നീണ്ടു. ഇതിനിടയിൽ സരസ്വതി ചേച്ചി ചായയും പലഹാരവുമായെത്തി.

ഞങ്ങൾ യാത്ര പറഞ്ഞിറങ്ങുമ്പോൾ വാസ്വേട്ടൻ എന്തോ ഓർത്തതുപോലെ. പിന്നെ പറഞ്ഞു: ‘‘ഒരു മിനുട്ട്.’’

അദ്ദേഹം മുകൾനിലയിലേക്ക് കയറിപ്പോയി. എന്തായിരിക്കും കാര്യമെന്നറിയാതെ നബസാപ്കോടാ എന്നെ നോക്കി. എനിക്കും ഒരു പിടിയുമില്ലായിരുന്നു. തിരിച്ചുവന്നത് ഒരു പുസ്തകവുമായാണ്.

അതു തുറന്നുനോക്കവേ അതിഥിയുടെ മുഖമൊന്ന് കാണേണ്ടതായിരുന്നു. ആസാമീസ് ഭാഷയിൽ വിവർത്തനം ചെയ്യപ്പെട്ട എം.ടിയുടെ കഥകളുടെ സമാഹാരമാണ് എം.ടി തന്നെ ഒപ്പിട്ട് നൽകിയിരിക്കുന്നത്. ഗുവാഹത്തിയിൽ ദിയോകോട്ട നഗറിലെ കവിതാനികേതനിൽ പുസ്തകങ്ങളുടെ ലോകത്ത് ജീവിക്കുന്ന നബസാപ്കോടായ്ക്ക് ആസാമീസ് ഭാഷയിൽ വർഷങ്ങൾക്കു മുമ്പുതന്നെ ഇറങ്ങിയ ഇങ്ങനെയൊരു പുസ്തകമുള്ള കാര്യം അറിയാമായിരുന്നില്ല. പിന്നെ എന്റെ കാര്യം എന്തുപറയാൻ!.

ഹോട്ടൽ മുറിയിലേക്ക് മടങ്ങുമ്പോൾ അദ്ദേഹം പറഞ്ഞു. ‘‘എം.ടി. ഒരു വലിയ മനുഷ്യൻ തന്നെ. നിങ്ങളൊക്കെ എം.ടിയെ ഇങ്ങനെ സ്നേഹിക്കുകയും ആരാധിക്കുകയും ചെയ്യുന്നതെന്തുകൊണ്ടാണെന്ന് മനസ്സിലായി. അദ്ദേഹം കഥകളിലൂടെ നിങ്ങൾക്ക് നിങ്ങളുടെ മനസ്സും ജീവിതവും കണ്ണാടിയിലെന്നപോലെ കാട്ടിത്തന്നു. അറിവിലും അനുഭവങ്ങളിലും അതിരുകൾക്കപ്പുറം ഉയർന്നുനിന്നു. ഇങ്ങനെ ഒരു മഹാപ്രതിഭയെ കിട്ടിയതിൽ നിങ്ങൾ ഭാഗ്യവാന്മാരാണ്. ആ രചനാനുഭവങ്ങൾ പകർന്നുകിട്ടിയ ഞങ്ങളെപ്പോലുള്ളവരും. എം.ടിയെപ്പോലെ എം.ടി. മാത്രമേ കാണൂ.’’

അതാണ് എം.ടിയുടെ മഹത്വം.

■

ആൾക്കൂട്ടത്തിൽ തനിയെ

എൻ.ഇ. സുധീർ

"എഴുത്തുകാരൻ എന്ന നിലയിൽ താങ്കൾ തൃപ്തനാണോ? ഒരു താരപദവിയൊക്കെ നേടിയ എഴുത്തുകാരനാണ്. അതും നീണ്ട കാലം?"

അഭിമുഖസംഭാഷണത്തിനിടയിൽ ഞാനിങ്ങനെയൊരു ചോദ്യം എം.ടിയുടെ മുന്നിൽ വെച്ചു. അന്ന് രാവിലെ മുതൽ ഞാനും എം.ടിയും അദ്ദേഹത്തിന്റെ ഫ്ളാറ്റിൽ സംസാരത്തിലായിരുന്നു. ആലോചിച്ചുറപ്പിച്ചതുപോലെയുള്ള കൃത്യമായ മറുപടികൾ പലതും വന്നു കഴിഞ്ഞിരിക്കുന്നു. അദ്ദേഹത്തിന്റെ വാക്കുകളിലെ പിശുക്കുകൾ ഞാനറിയുന്നുണ്ട്. എന്നാൽ ഈ ചോദ്യത്തിന് അദ്ദേഹം പറഞ്ഞ മറുപടി എന്നെ വല്ലാതെ വിസ്മയിപ്പിച്ചു. പല എഴുത്തുകാരോടും പലതും ചോദിച്ചിട്ടുണ്ട്. എന്നാൽ ഇങ്ങനെയൊരു ഉത്തരം ആദ്യമായിരുന്നു.

"ഞാൻ സംതൃപ്തനാണ്. എന്നാലും ഒരെഴുത്തുകാരൻ എന്ന് പറയുവാനുള്ള ധൈര്യം ഇനിയും കൈവന്നിട്ടില്ല. ഇപ്പോഴും യാത്രയിലൊക്കെ അപരിചിതരുമായി പരിചയപ്പെടുമ്പോൾ, എന്തു ചെയ്യുന്നു എന്ന് അവർ ചോദിച്ചാൽ ഞാനൊരു എഴുത്തുകാരനാണ് എന്ന് സ്വയം വിശേഷിപ്പിക്കാൻ വിഷമമാണ്. എന്തോ ഒരു വിഷമം. പത്രപ്രവർത്തകനെന്നേ പറയാറുള്ളൂ."

ഒരെഴുത്തുകാരനാണെന്ന് സ്വയം വിശേഷിപ്പിക്കാൻ സാക്ഷാൽ എം.ടി. വാസുദേവൻ നായർ അദ്ദേഹത്തിന്റെ 85 വയസ്സിലും മടിക്കുന്നു! (2018ലാണ് ഞങ്ങൾ സംസാരിച്ചത്.)

അതിശയം മറച്ചുവെക്കാതെ ഞാനൊരു ഉപചോദ്യത്തിലേക്ക് കടന്നു.

"ഇന്ത്യയിലെ ഏറ്റവും വലിയ എഴുത്തുകാരനാണിതു പറയുന്നത്. ജ്ഞാനപീഠമൊക്കെ നേടിയ ഒരാൾ. ഇതൊരു ഇന്ത്യൻ

പ്ലോബ്ലം ആണെന്നു തോന്നുന്നു. ഇവിടെ എഴുത്തുകാരൻ ഒരു ബ്രാൻഡല്ലല്ലോ?''

എംടി അൽപം മടിയോടെ വിശദീകരിച്ചു.

''ഞാനും അങ്ങനെയാണ് ആദ്യം കരുതിയത്. ഈയിടെ ടോണി മോറിസണിന്റെ ഒരഭിമുഖം വായിച്ചപ്പോൾ അവരും ഇതേ പ്രശ്നം എഴുതിക്കണ്ടു. അപരിചിതർ ചോദിച്ചാൽ അവർ പറയുന്നത് 'I am a teacher' എന്നാണത്രെ. നോബൽ സമ്മാനം നേടിയ എഴുത്തുകാരിക്കും അപരിചിതനോട് ഞാൻ എഴുത്തുകാരിയാണ് എന്ന് പറയാൻ ഒരു മടി. ഇതു വായിച്ചപ്പോൾ എനിക്ക് സമാധാനമായി. ഇത് എന്റെ മാത്രം പരാധീനത അല്ലല്ലോ.''

ഇത്രയും കേട്ടപ്പോൾ എന്റെ മനസ്സിലൂടെ എം.ടിയെന്ന എഴുത്തുകാരനെപ്പറ്റിയുള്ള വലിയൊരു ചിത്രം മിന്നി മറഞ്ഞുതുടങ്ങി. 1954ൽ ന്യൂയോർക്ക് ഹെറാൾഡ് ട്രിബ്യൂൺ സംഘടിപ്പിച്ച ലോക ചെറുകഥാമത്സരത്തിൽ 'വളർത്തുമൃഗങ്ങൾ' എന്ന കഥയിലൂടെ സമ്മാനിതനായ ഒരാൾ. ഇരുപത്തിയഞ്ചാം വയസ്സിൽ 'നാലുകെട്ട്' എന്ന ആദ്യ നോവലിലൂടെ കേരള സാഹിത്യ അക്കാദമി അവാർഡ് നേടിയ ആൾ. പിന്നീട് നാടകത്തിനും കഥയ്ക്കും അതേ അവാർഡ് നേടുന്നു. 1970ൽ കാലം എന്ന നോവലിന് കേന്ദ്ര സാഹിത്യ അക്കാദമി അവാർഡ് ലഭിക്കുന്നു. 1985ൽ രണ്ടാമൂഴത്തിന് വയലാർ അവാർഡ് കിട്ടുന്നു. മാതൃഭൂമി പുരസ്കാരവും ജ്ഞാനപീഠവും എഴുത്തച്ഛൻ പുരസ്കാരവും എം.ടിയെ തേടിയെത്തുന്നു. 2005ൽ രാജ്യം പത്മഭൂഷൺ നൽകി ആദരിക്കുന്നു. കൂടാതെ 1973ൽ നിർമ്മാല്യത്തിലൂടെ മികച്ച ചലച്ചിത്രത്തിനുള്ള ദേശീയ പുരസ്കാരവും. മികച്ച തിരക്കഥയ്ക്കുള്ള ദേശീയ പുരസ്കാരം നാലു തവണയും ലഭിക്കുന്നു. സിനിമയിലെ സമഗ്ര സംഭാവനയ്ക്കുള്ള ജെ.സി. ദാനിയേൽ പുരസ്കാരം വേറെയും. സർവ്വകലാശാലകൾ നൽകിയ ഡി.ലിറ്റ് ആദരവുകൾ തുടങ്ങി പലതും ചൂണ്ടിക്കാണിക്കാൻ ധാരാളമുണ്ട്.

ഇങ്ങനെ ഏഴു പതിറ്റാണ്ടിന്റെ സർഗജീവിതം കൊണ്ട് ഇന്ത്യൻ സാഹിത്യത്തിന്റെയും സിനിമയുടെയും യശസ്സ് ഉയർത്തിയ മഹാനായ കലാകാരന്റെ മറുപടിയാണ് ഞാൻ കേട്ടത്. മലയാള കഥാസാഹിത്യത്തിലും ചലച്ചിത്രത്തിലും ആധുനികതയെ സൃഷ്ടിച്ച, മലയാളത്തിലെ ആധുനിക തലമുറയിലെ എഴുത്തുകാരെ കണ്ടെത്തിയ ഒരാൾ.

എം.ടിയോടുള്ള ബഹുമാനം പതിന്മടങ്ങ് ഉയരുകയായിരുന്നു. ഒരെഴുത്തുകാരന്റെ അന്തസ്സ് ഇത്രയേറെ ഉയർത്തിപ്പിടിച്ച മറ്റൊരാൾ

മലയാള സാഹിത്യത്തിലില്ല. ഒന്നിനു മുന്നിലും മുട്ടുമടക്കാതെ, എഴുത്തിന്റെ ലോകത്തെ ആവുന്നത്ര ഉൾക്കൊണ്ടുകൊണ്ട് ജീവിക്കുന്ന ഒരാൾക്കു മാത്രമേ എഴുത്തിനോട്, എഴുത്തുകാരൻ എന്ന അധികാരത്തോട് ഇത്രയും നിസ്സംഗതയോടെ പ്രതികരിക്കാനാവൂ. അമേരിക്കക്കാർ ഹെമിങ്ങ് വേയെ എന്ന പോൽ, ലാറ്റിനമേരിക്കക്കാർ മാർകേസിനെയെന്നപോൽ, ജർമ്മൻകാർ ഗുന്തർഗ്രാസിനെയെന്നപോൽ, ആഫ്രിക്കക്കാർ അച്ചുബയെ എന്ന പോൽ മലയാളി നെഞ്ചോട് ചേർത്തുപിടിക്കുന്ന എഴുത്തുകാരനാണ് എം.ടി. എഴുത്തിന്റെയും വായനയുടെയും ലോകത്തെ ഒരതികായൻ. തൊണ്ണൂറു വയസ്സിന്റെ നിറവിലും ആരോടും പരിഭവമില്ലാതെ, തനിക്കു ചുറ്റും നടക്കുന്നതെല്ലാം സൂക്ഷ്മമായി അറിഞ്ഞുകൊണ്ട് കോഴിക്കോട്ടെ കൊട്ടാരം റോഡിലെ 'സിതാര'യിൽ മൗനം തൂകി കഴിയുന്നു.

വെറുംവാക്കു പറയാതെ, ആഘോഷങ്ങളിൽ അഭിരമിക്കാതെ ചിന്തയിലാണ്ടുകൊണ്ട് എം.ടി. ജീവിതത്തെ, ഇപ്പോൾ വാർദ്ധക്യത്തെ നേരിടുന്നു. മനുഷ്യാവസ്ഥയെപ്പറ്റിയുള്ള അന്തമില്ലാത്ത ആധിയാണ് ആ മനസ്സുനിറയെ.

അദ്ദേഹത്തിന്റെ രചനാലോകം മലയാളിക്ക് നൽകിയത് എന്താണ് എന്ന ചോദ്യത്തിന് വർഷങ്ങൾക്ക് മുമ്പ് കവി ഇടശ്ശേരി മറുപടി പറഞ്ഞിട്ടുണ്ട്. ''ചങ്ങമ്പുഴക്കവിത വായിക്കുമ്പോൾ നാം അതിലെ അനുഭൂതിയിൽ അലിയുന്നു. വാസുവിന്റെ കഥ വായിക്കുമ്പോഴും അതാണ് സംഭവിക്കുന്നത്. നമ്മുടെ അസ്തിത്വത്തെ നാം മറക്കുന്നു.''

ഇതിൽ കൂടുതലൊന്നും ഞാൻ കൂട്ടിച്ചേർക്കുന്നില്ല. മഹത്തായ സാഹിത്യത്തിന്റെ ലക്ഷ്യം അതുതന്നെയാണ്. ഞാനാരാണ് എന്ന ചോദ്യത്തിന് ഉത്തരം തേടലാണ് അദ്ദേഹത്തിന് സാഹിത്യം. അദ്ദേഹമത് പല കഥാപാത്രങ്ങളിലൂടെ അന്വേഷിച്ചു. എത്രതന്നെ തേടിയാലും ആ ചോദ്യം അവശേഷിക്കും എന്ന തിരിച്ചറിവും അദ്ദേഹത്തിനുണ്ട്. അവസാനിക്കാത്ത വായനയിലൂടെയും എം.ടി. ഈ ചോദ്യത്തെ തന്നെ നിരന്തരം നേരിടുകയാണ് എന്നാണ് ഞാൻ കരുതുന്നത്.

അന്നത്തെ അഭിമുഖത്തിൽ അല്പം മടിച്ചാണെങ്കിലും മരണത്തെപ്പറ്റിയും ഞാൻ അദ്ദേഹത്തോട് ചോദിച്ചിരുന്നു. ചോദ്യം ഇങ്ങനെയായിരുന്നു. ''മരണം ഒരു പ്രശ്നമായി മനസ്സിലുണ്ടോ? ജീവിതാസ്തമയ കാലമായെന്ന ഒരു തോന്നൽ?''

പതിവുനിസ്സംഗതയോടെ എം.ടി. അതിനും മറുപടി പറഞ്ഞു.

''മരണചിന്തയൊന്നുമില്ല. അതൊക്കെ നാചറൽ സംഭവമല്ലേ? എപ്പോൾ, എന്ന് എന്നൊന്നും ആലോചിക്കാറില്ല. അതു വരും അത്ര

തന്നെ. അതിന്റെ സഫറിങ്ങിനെപ്പറ്റി ആലോചിക്കുമ്പോൾ വിഷമമുണ്ട്. ഇന്നലെയും ഞാൻ ദ്യാന അത്തിലിന്റെ (Diana Athill) ആത്മകഥ വായിച്ചിരുന്നു. അവരത് തൊണ്ണൂറ്റിയാറാം വയസ്സിലെന്നോ എഴുതിയതാണ്. ഇപ്പോൾ നൂറു വയസ്സോ മറ്റോ ആയി. അവരിപ്പോഴും എഴുതുന്നു.''

എഴുത്തും വായനയും അവസാന നിമിഷംവരെ കൊണ്ടുനടക്കാൻ സാധിക്കണം എന്നു മാത്രമാണ് എം.ടി. ആഗ്രഹിക്കുന്നത് എന്ന് വ്യക്തം. എഴുതണമെന്ന ആഗ്രഹം അദ്ദേഹത്തിന്റെ മനസ്സിലിപ്പോഴും നിലനിൽക്കുന്നു. അനാരോഗ്യം മൂലം എഴുത്ത് ഒട്ടും തന്നെ സാധിക്കുന്നില്ല. കാഴ്ചയിലെ പ്രശ്നങ്ങൾ തടസ്സങ്ങളുണ്ടാക്കുന്നുണ്ടെങ്കിലും വായന കുറച്ചൊക്കെ നടക്കുന്നുണ്ട്. പുതിയ പുസ്തകങ്ങൾ കാണുമ്പോൾ ഇപ്പോഴും ആ മനസ്സിൽ സന്തോഷം നിറയുന്നു. പുസ്തകങ്ങൾ സമ്മാനിക്കുമ്പോൾ മാത്രം ആ മുഖത്ത് നിറയുന്ന ഒരു സവിശേഷ ചിരിയുണ്ട്. ആദ്യം പുസ്തകം മറിച്ചു നോക്കും. പിന്നെ മെല്ലെ എന്നെ നോക്കി ഒരു ചിരി! അത് പതിവാണ്. ഏതാനും ദിവസം മുമ്പ് വലിയൊരാൾക്കൂട്ടത്തിനിടയിൽ ചെന്ന് ഞാനൊരു പുസ്തകം കൊടുത്തു. സ്പാനിഷ് കഥകളുടെ ഒരു സമാഹാരം. ആ ചിരിയും വാങ്ങി ഞാൻ മുറിയിൽനിന്നും മാറി. കുറച്ചു നിമിഷങ്ങൾ കഴിഞ്ഞപ്പോൾ ആരെയോ വിട്ട് എന്നെ വിളിപ്പിച്ചു. ''സുധീറേ, കമ്യുവിന്റെ 'പ്ലേഗി'ലെ പ്രധാന കഥാപാത്രത്തിന്റെ പേരോർമ്മയുണ്ടോ?'' ഡോക്ടർ ബെർനാർഡ് റിയു എന്ന് ഞാൻ ഓർത്തെടുത്ത് പറയും മുമ്പ് എം.ടിയും ആ പേരോർത്തെടുത്തു. ആ മനസ്സിൽ എപ്പോഴും സാഹിത്യം മാത്രമാണ്.

മറവി എന്നൊരു സംഗതിയില്ലാത്തതുകൊണ്ട് അറിഞ്ഞതും അനുഭവിച്ചതും വായിച്ചതുമെല്ലാം ആ മനസ്സിലങ്ങനെ നിറഞ്ഞു കിടപ്പുണ്ട്. ആ മനസ്സിലെ വികാരങ്ങളുടെ തുള്ളിച്ചകൾ പുറംലോകം അറിയാറില്ല എന്നു മാത്രം. എന്നാൽ ആ സർഗപ്രപഞ്ചത്തിൽ നിറയെ വികാരങ്ങളാണ്. മനുഷ്യമനസ്സിന്റെ ആഴങ്ങളെ അടുത്തറിഞ്ഞ ആ മനസ്സിൽ വികാരങ്ങളുടെ വേലിയേറ്റങ്ങൾ ഉണ്ടാവാറുണ്ട്. അതാ മുഖത്ത് കാണാറില്ലെന്നു മാത്രം. എംടി ഒന്നും പ്രദർശിപ്പിക്കുകയില്ല. പ്രദർശനപരത അദ്ദേഹത്തിന് അറിഞ്ഞുകൂടാത്ത ഒന്നാണ്.

കഴിഞ്ഞ ദിവസത്തെ ഒരനുഭവംകൂടി ഞാൻ പങ്കുവെക്കാം. മെയ് 16 മുതൽ 20 വരെ തുഞ്ചൻ പറമ്പിൽ എംടിയുടെ നവതിയാഘോഷം നടന്നു. 'സാദരം' എന്ന പേരിൽ വിപുലമായ ആഘോഷം. രണ്ടാം ദിവസം എം.ടിയുടെ സ്ത്രീ കഥാപാത്രങ്ങളുടെ നൃത്താവിഷ്കാരവുമായി മകൾ അശ്വതി അരങ്ങിലെത്തി. അതിലൊന്ന് 'ഗാന്ധാരീവിലാപ'മായിരുന്നു. അച്ഛന് ഏറെ പ്രിയപ്പെട്ട 'ഗാന്ധാരീവിലാപം'

മകൾ ഭംഗിയായി ചിട്ടപ്പെടുത്തി അവതരിപ്പിച്ചു. മുൻനിരയിലെ കാഴ്ചക്കാരിലൊരാളായി എം.ടിയും ഉണ്ടായിരുന്നു. നൃത്തത്തിൽ മുഴുകിയിരുന്ന എം.ടി. ഇടയ്ക്കുവെച്ച് ഹാളിനു പുറത്തേക്ക് പോയി. ഹാളിനു പുറത്തു നിന്നുകൊണ്ട് കുറച്ചുനേരം കൂടി അദ്ദേഹം നൃത്തവേദിയിലെ മകളെ നോക്കി നിന്നു. വൈകാതെ മുറിയിലേക്ക് മടങ്ങി. ക്ഷീണം കൊണ്ടായിരിക്കാം എന്നാണ് ഞങ്ങളൊക്കെ കരുതിയത്.

നൃത്തമൊക്കെ കഴിഞ്ഞാണ് ഞാൻ മടങ്ങിയത്. മടങ്ങുംമുമ്പ് യാത്ര പറയാനായി ഞാൻ എം.ടിയുടെ മുറിയിലേക്ക് ചെന്നിരുന്നു. മുറിയിൽ അദ്ദേഹം ഒറ്റയ്ക്കായിരുന്നു. എം.ടി. വല്ലാതെ അസ്വസ്ഥനാണെന്ന് എനിക്ക് തോന്നി.

''വാസുവേട്ടൻ ക്ഷീണിച്ചുവല്ലേ?'' എന്ന് ഞാൻ ചോദിച്ചപ്പോൾ അദ്ദേഹം വികാരഭരിതനായി.

''ക്ഷീണമല്ല, അതെനിക്ക് കണ്ടിരിക്കാൻ പ്രയാസം. ഗാന്ധാരിയുടെ ദുഃഖം സഹിക്കാവുന്നതിനുമപ്പുറമാണ്. കണ്ടിരിക്കാനാവില്ല. എന്തൊരു ദുഃഖമാണത്.''

ഇത്രയും ദുഃഖത്തോടെ, വികാരപരവശനായി ഞാനദ്ദേഹത്തെ മുമ്പൊന്നും കണ്ടിട്ടില്ല. ജീവിതാനുഭവങ്ങളോട് എംടി പുലർത്തുന്ന സത്യസന്ധത എപ്പോഴും വിസ്മയിപ്പിച്ചിട്ടുണ്ട്. ഓരോ നിമിഷത്തേയും ആഴത്തിലറിഞ്ഞുകൊണ്ടാണ് അദ്ദേഹം ജീവിക്കുന്നത്. കേൾക്കുന്ന വാക്കിലും പറയുന്ന വാക്കിലും ആ ശ്രദ്ധ കാണാം. വൈകാരിക സത്യസന്ധതയോടെ മാത്രമേ എം.ടി. എപ്പോഴും പെരുമാറാറുള്ളൂ. ക്ഷണികമായ ഒന്നിലും അഭിരമിക്കാൻ ആ മനസ്സ് കൂട്ടാക്കാറില്ല. പറയേണ്ടതേ പറയൂ. എഴുതണം എന്ന് ബോധ്യമായാലേ എഴുതൂ. തെറ്റിദ്ധരിക്കാൻ ഇടയുള്ള ഒരു വാക്ക് ആ നാവിൽ നിന്നോ കൈയിൽനിന്നോ ഇതുവരെ ഉണ്ടായിട്ടില്ല. അതുതന്നെയാണ് അദ്ദേഹത്തെ വേറിട്ടു നിർത്തുന്നത്. അതിനാലാണ് തലമുറകളുടെ പ്രിയപ്പെട്ട എഴുത്തുകാരനായി അദ്ദേഹം ഇപ്പോഴും നിലകൊള്ളുന്നത്. എഴുത്തുകാരൻ എന്ന നിലയിൽ എം.ടി. കാണിക്കുന്ന അന്തസ്സ് ഒന്നു വേറെത്തന്നെയാണ്. അതിലും അദ്ദേഹം ലോകനിലവാരം പുലർത്തുന്നു. എത്ര വലിയ ആൾക്കൂട്ടത്തിലും തനിയെ നിൽക്കാനുള്ള അന്തസ്സ്. അതുതന്നെയാണ് എം.ടി. വാസുദേവൻ നായർ എന്ന വലിയ എഴുത്തുകരനെ വേറിട്ടു നിർത്തുന്നത്. ■

മാറ്റ് കുറയാത്ത സൗഹൃദം

ഹരിഹരൻ

സ്കൂൾകാലം മുതൽ തുടങ്ങിയതാണ് എം.ടിയോടുള്ള ആരാധന. കഥകളൊക്കെ വായിക്കാനെടുത്താൽ നിലത്തുവയ്ക്കാൻ തോന്നില്ല. കോഴിക്കോട്ട് മാനാഞ്ചിറയിൽ വെച്ച് ഇടയ്ക്ക് കാണുമായിരുന്നു. അപ്പോൾ ചെറിയൊരു പുഞ്ചിരി സമ്മാനിക്കും. പിന്നീട് കാണുന്നത് എം.ബി. ട്യൂട്ടോറിയൽ കോളജിലാണ്. അതുകഴിഞ്ഞ് ഞാൻ മദ്രാസിലെത്തിയപ്പോൾ എന്നോട് വിശേഷങ്ങളൊക്കെ തിരക്കും. അക്കാലത്തും കോഴിക്കോട്ടുകാരൻ എന്ന നിലയിലുള്ള സ്നേഹം എന്നോടുണ്ടായിരുന്നു. പിന്നീട് ഞാൻ സംവിധായകനായി. ഒരുപാട് ഹിറ്റ് സിനിമകളുണ്ടായി. പത്തിലധികം സിനിമകൾ ചെയ്തതിനുശേഷമാണ് ഒന്നിച്ചൊരു സിനിമയെക്കുറിച്ച് ആലോചനയുണ്ടായത്. അതിന് നിമിത്തമായത് തിരക്കഥാകൃത്തായ ടി. ദാമോദരൻ മാഷും. ഞാനും എം.ടിയും ദാമോദരൻ മാഷും ഒരു ലോഡ്ജിൽ വെച്ച് കണ്ടപ്പോൾ മാഷ് ചോദിച്ചു.

''എന്തുകൊണ്ട് നിങ്ങൾക്ക് രണ്ടുപേർക്കും ഒരു സിനിമ ചെയ്തുകൂടാ?''

ഞാൻ അന്നറിയപ്പെടുന്നത് കൊമേഴ്സ്യൽ സംവിധായകൻ എന്ന നിലയിലാണ്. എം.ടിയാകട്ടെ, ആർട്ട് സിനിമയുടെ ആളും.

''ഹരിഹരന്റെ സിനിമകളൊക്കെ ഞാൻ കണ്ടിട്ടുണ്ട്. അതിനെല്ലാം നല്ല ക്രാഫ്റ്റുണ്ട്.'' എം.ടി. പറഞ്ഞു.

''എങ്കിൽ ഹരിഹരന്റെ ക്രാഫ്റ്റും എം.ടിയുടെ കഥയും ചേർന്നാൽ നല്ലൊരു സിനിമയുണ്ടാക്കാൻ കഴിയും.''

ദാമോദരൻ മാഷ് വിട്ടില്ല. ആ സമയത്ത് ഞങ്ങളുടെ കൂടെ നിർമ്മാതാവായ പ്രിയദർശിനി ജോയിയും ഉണ്ടായിരുന്നു. ഞാൻ സംവിധാനം ചെയ്ത 'ഇവൻ എന്റെ പ്രിയപുത്രൻ' സംവിധാനം ചെയ്തത് ജോയിയാണ്. ദാമോദരൻ മാഷ് പറയേണ്ട താമസം ജോയ് ഏറ്റു

പിടിച്ചു. ''എങ്കിൽ ആ സിനിമ ഞാൻ നിർമ്മിച്ചോളാം.'' ഞങ്ങൾക്ക് രണ്ടുപേർക്കും സമ്മതം.

രണ്ടാമത്തെ കൂടിക്കാഴ്ചയിൽ ഞങ്ങൾ ചില കഥകൾ ആലോചിച്ചു. അക്കൂട്ടത്തിൽ എം.ടിയുടെ 'ഇടവഴിയിലെ പൂച്ച, മിണ്ടാപ്പൂച്ച' എന്ന കഥയെക്കുറിച്ചും ചർച്ചയായി. ഒടുവിൽ ആ കഥ തന്നെ സിനിമയാക്കാൻ തീരുമാനിക്കുകയായിരുന്നു. അധികം ആർഭാടമില്ലാത്ത ആ സിനിമ വൻ ഹിറ്റായി. മൂന്ന് പ്രധാന കഥാപാത്രങ്ങളേ സിനിമയിലുള്ളൂ, ആ സിനിമയിൽ. മധു, ശ്രീവിദ്യ, സോമൻ എന്നിവർ. ചെറുവേഷത്തിൽ ശങ്കരാടിയും. വികാരങ്ങൾ ഉൾക്കൊണ്ട് മനുഷ്യനെ പിടിച്ചിരുത്തുന്ന ട്രീറ്റ്മെന്റായിരുന്നു അതിൽ. എം.ടി. പ്രതീക്ഷിച്ചതിലും നന്നായി ദൃശ്യവൽക്കരിക്കാൻ എനിക്ക് കഴിഞ്ഞു. സത്യം പറഞ്ഞാൽ, അതുവരെ അനുവർത്തിച്ചുവന്ന രീതിയിൽനിന്ന് വ്യത്യസ്തമായിരുന്നു എം.ടിക്കൊപ്പമുള്ള സിനിമ. ശരിക്കും വെല്ലുവിളിയായിരുന്നു അത്. സൂം ലെൻസ് ഉപയോഗിക്കാതെ ഇമോഷനെ അണ്ടർലൈൻ ചെയ്യുന്ന ഷോട്ടുകളായിരുന്നു. ആ സിനിമ വന്നതോടെ എം.ടിക്കും തിരക്കായി. ഭരതൻ, ഐ.വി. ശശി എന്നിവർ എം.ടിക്ക് പിറകെവന്നു.

ഒരേപോലെ ചിന്തിക്കുന്നതുകൊണ്ടാവാം, ഞങ്ങൾ തമ്മിൽ വീണ്ടും സിനിമകൾ ചെയ്തു. വളർത്തുമൃഗങ്ങൾ, വെള്ളം, പഞ്ചാഗ്നി, നഖക്ഷതങ്ങൾ, അമൃതംഗമയ... അതോടെ എന്റെ സ്റ്റൈൽ എന്താണെന്ന് എം.ടിക്കും എം.ടിയുടെ സ്റ്റൈൽ എനിക്കും മനസ്സിലായി. പരസ്പരം ചർച്ച ചെയ്യുമ്പോൾ പുതിയ പുതിയ ആശയങ്ങൾ രൂപപ്പെട്ടു. പിന്നീട് ഹരിഹരൻ-എം.ടി ടീം എന്നു പറയുമ്പോൾ ആളുകൾ എന്തൊക്കെയോ പ്രതീക്ഷിച്ചു. അധികം ബഹളമുണ്ടാക്കാതെ അണ്ടർപ്ലേ ചെയ്ത് ആസ്വാദകരെ തിയറ്ററിലിരുത്തുന്ന മെത്തേഡാണ് എം.ടിയുടേത്. വ്യത്യസ്തമായ പ്രമേയങ്ങളായിരുന്നു ഞങ്ങളുടെ സിനിമകൾ. 'ഒരു വടക്കൻ വീരഗാഥ'യും 'പഴശ്ശിരാജ'യും പോലുള്ള സിനിമകൾ പുതിയൊരു തലത്തിലുള്ള ചിന്തയായിരുന്നു.

ഒരിക്കൽ ഒരു സ്ക്രിപ്റ്റ് ചർച്ച നടക്കുകയായിരുന്നു, മദ്രാസിൽ. പുഷ്പരാജാണ് നിർമ്മാതാവ്. പെട്ടെന്ന് എം.ടി വല്ലാതെ അസ്വസ്ഥപ്പെടുന്നത് കണ്ടു. എന്തുപറ്റിയെന്ന് ചോദിച്ചപ്പോൾ, രണ്ടു ദിവസമായി വയറുവേദനയുണ്ടെന്ന് മറുപടി. സമയം നീങ്ങുന്തോറും എം.ടിയുടെ അസ്വസ്ഥതകൾ കൂടിക്കൂടിവന്നു. ഉടൻ തന്നെ ഞാൻ കാറെടുത്ത് എം.ടിയെ മദ്രാസിലെ വിജയ ഹോസ്പിറ്റലിൽ എത്തിച്ചു. എം.ടിയുടെയും എന്റെയും സുഹൃത്തായ ഡോ.ചെറിയാനാണ് പരിശോധിച്ചത്. വിശദമായ ചെക്കപ്പിനുശേഷം ഡോക്ടർ എന്നെ വിളിപ്പിച്ചു.

''ഗാൾ ബ്ലാഡറിൽ സ്റ്റോൺ ആണ്. എത്രയും പെട്ടെന്ന് സർജറി നടത്തണം.''

ഇക്കാര്യം എങ്ങനെ എം.ടിയോട് പറയുമെന്ന ടെൻഷനിലായിരുന്നു ഞാൻ. പെട്ടെന്നുതന്നെ കാറെടുത്ത് പ്രേംനസീറിന്റെ വീട്ടിൽ ചെന്നു. അന്ന് അദ്ദേഹം അവിടെത്തന്നെയുണ്ടായിരുന്നു. സംഭവിച്ച കാര്യം പറഞ്ഞു. സർജറിയുടെ കാര്യം സൂചിപ്പിക്കാനായി നസീറിനെ ചുമതലപ്പെടുത്തി. അദ്ദേഹം ആ ദൗത്യം സന്തോഷത്തോടെ ഏറ്റെടുത്തു. ആ സമയത്ത് എം.ടിയുടെ തിരക്കഥയിൽ ഒരു സിനിമ നിർമ്മിക്കണമെന്ന് പ്രേംനസീറിന് ആഗ്രഹമുണ്ടായിരുന്നു. അക്കാര്യം അവർ തമ്മിൽ ചർച്ച നടത്തിയതുമാണ്. പ്രേംനസീർ മുറിയിൽ പോയി എം.ടിയെ കണ്ട് സർജറിയുടെ കാര്യങ്ങൾ സാവകാശം അവതരിപ്പിച്ചു. അതിനുശേഷം ഞാൻ എം.ടിയുടെ ഭാര്യയെ വിളിച്ച് കാര്യം പറഞ്ഞു. അവർ പിറ്റേദിവസംതന്നെ ആശുപത്രിയിലെത്തുകയും ചെയ്തു.

സർജറിയൊക്കെ കഴിഞ്ഞ് കോഴിക്കോട്ടേക്ക് പോകാൻ നേരം എം.ടി. എന്നോടു പറഞ്ഞ വാക്കുകൾ ഇപ്പോഴും ഓർമ്മയിലുണ്ട്.

''എന്റെ താഴെ ഒരനിയൻ ഇല്ലാത്തതിന്റെ വിടവ് നീ നികത്തി.''

ഏറെ വികാരഭരിതനായാണ് എം.ടി. അക്കാര്യം പറഞ്ഞത്. പൊതുവെ എല്ലാം മനസ്സിലൊതുക്കി ജീവിക്കുന്ന എം.ടിയെ അന്നാദ്യമായാണ് അങ്ങനെ കണ്ടത്. പരസ്പരം സ്നേഹവും ബഹുമാനവും സൂക്ഷിക്കുന്നതുകൊണ്ടാണ് ഇത്രയും പടങ്ങളിൽ ഒന്നിച്ച് പ്രവർത്തിക്കാൻ കഴിഞ്ഞത്.

ഒരു സിനിമ ചെയ്യണമെങ്കിൽ ഞങ്ങൾ മുൻകൂട്ടി തീരുമാനിക്കാറില്ല. മനസ്സിൽ എന്തെങ്കിലുമൊരു സ്പാർക്ക് കിട്ടിയാൽ എം.ടി. വിളിക്കും.

''ഹരൻ, ഒന്നിവിടം വരെ വരണം.''

ആ വിളി കേൾക്കേണ്ട താമസം ഞാൻ മദ്രാസിൽനിന്ന് കോഴിക്കോട്ടേക്കെത്തും. കഥ കേൾക്കും. ചർച്ച ചെയ്യും. അങ്ങനെയാണ് സിനിമയുണ്ടാവുന്നത്. 'ഏഴാമത്തെ വരവി'നുശേഷം, ഒരിക്കൽ ഞാൻ പറഞ്ഞു - ''നമുക്കിനിയും സിനിമ ചെയ്യണം.'' നോക്കാം എന്നായിരുന്നു മറുപടി. നല്ല കഥ കിട്ടുമ്പോൾ വിളിക്കുമെന്നതിന്റെ സൂചനയാണത്. അല്ലാതെ എം.ടിയുടെ സ്ക്രിപ്റ്റിന് വേണ്ടി സത്യാഗ്രഹം ഇരുന്നിട്ടൊന്നും കാര്യമില്ല. 'പഞ്ചാഗ്നി' കഴിഞ്ഞതിനുശേഷം എത്രയോ പേർ എം.ടിയുടെ സ്ക്രിപ്റ്റിനായി വന്നിരുന്നു. എല്ലാവരെയും തിരിച്ചയച്ചു. അക്കൂട്ടത്തിൽ ഒരാൾ തിരക്കഥയ്ക്കുള്ള അഡ്വാൻസ് എം.ടിയുടെ മേശപ്പുറത്തു വെച്ചു.

''ഇതിവിടെ ഇരിക്കട്ടെ.''

പിന്നീട് രണ്ടോ മൂന്നോ തവണ വിളിച്ച് സ്ക്രിപ്റ്റ് ആയോ എന്ന് ചോദിച്ചപ്പോൾ എം.ടി പറഞ്ഞു, ''അടുത്ത ദിവസംതന്നെ വന്ന് അഡ്വാൻസ് തിരിച്ചുമേടിച്ചോളൂ.''

'രണ്ടാമൂഴം' ഗോകുലത്തിന്റെ ബാനറിൽ സിനിമയാക്കാനായി ഞങ്ങൾ ഒരുപാട് ചർച്ച നടത്തിയിരുന്നു. ഒരു ദിവസം എം.ടി പറഞ്ഞു.

''ഇത് സിനിമയാക്കുമ്പോൾ പല സംഭവങ്ങളും നഷ്ടപ്പെടും. അതുകൊണ്ടുതന്നെ രണ്ട് സിനിമയാക്കി എടുത്തിട്ടേ കാര്യമുള്ളൂ. അല്ലെങ്കിൽ ചീത്തപ്പേര് വരും. അതിലും ഭേദം അതവിടെയിരിക്കട്ടെ.''

എം.ടി. പറഞ്ഞത് ശരിയാണെന്ന് എനിക്കും തോന്നി. നിർമ്മാതാവായ ഗോകുലം ഗോപാലേട്ടനും ഒന്നും പറഞ്ഞില്ല. രണ്ട് സിനിമയാകുമ്പോൾ വൻ ബഡ്ജറ്റ് വേണ്ടിവരും. രണ്ട് സിനിമകൾ എടുക്കുമ്പോഴേക്കും നാലഞ്ച് വർഷം പോവുകയും ചെയ്യും. അപ്പോഴേക്കും സിനിമാരംഗത്ത് എന്തൊക്കെ മാറ്റം വരുമെന്ന് ആർക്കറിയാം. മാത്രമല്ല, അത് മലയാളത്തിൽ മാത്രം ഒതുക്കാവുന്ന വിഷയമല്ല. മഹാഭാരതമായതിനാൽ വൈഡ് റേഞ്ചിൽ എടുക്കണം. ഇതൊക്കെയാണ് 'രണ്ടാമൂഴം' ഉപേക്ഷിക്കാൻ കാരണം.

എം.ടി. ലോകപ്രശസ്തനായ എഴുത്തുകാരനാണ്. അദ്ദേഹവുമായി ചേർന്നപ്പോൾ ഞാനും അതുവരെയുള്ള വഴിയിൽനിന്നും മാറി സഞ്ചരിച്ചു. പിന്നീട് സ്വന്തമായി സ്ക്രിപ്റ്റെഴുതി സിനിമ ചെയ്യുമ്പോഴും എം.ടിയുടെ സ്വാധീനം എന്നിലുണ്ടായിരുന്നു. സിനിമയ്ക്ക് പേരിടുന്നതുപോലും ആലോചിച്ച് ഉറപ്പിച്ചാണ്. 'ആരണ്യകം' എന്ന പേരിട്ടപ്പോൾ നിർമ്മാതാവ് ചോദിച്ചു, ''ഈ പേര് ആളുകൾക്ക് മനസ്സിലാവുമോ?'' അങ്ങനെയെങ്കിലും പുതിയൊരു വാക്ക് ആളുകൾ പഠിക്കട്ടെ എന്നായിരുന്നു എം.ടിയുടെ മറുപടി.

പരസ്പരം ലേഖനമെഴുതി സ്നേഹം ബോധ്യപ്പെടുത്തുന്ന സ്വഭാവം എനിക്കും എം.ടിക്കുമില്ല. ഒരാളോടുള്ള സ്നേഹം എഴുത്തിലൂടെയല്ല, പ്രവൃത്തിയിലൂടെയാണ് ബോധ്യപ്പെടുത്തേണ്ടതെന്ന് എന്റെ ഗുരു എം.എസ്.മണി സാർ പറയാറുണ്ട്. എം.ടിയോടുള്ള സ്നേഹം ഞാൻ പ്രവൃത്തിയിലൂടെയാണ് കാണിച്ചുകൊടുത്തത്. അദ്ദേഹത്തിന്റെ കഥകൾ സിനിമയാക്കിയപ്പോൾ ദേശീയ, അന്തർദേശീയ തലങ്ങളിൽ ശ്രദ്ധിക്കപ്പെട്ടു. മാറ്റു കുറയാത്ത ഈ സൗഹൃദത്തിൽനിന്ന് ഇനിയും സിനിമകളുണ്ടാവും. അതുവരെ കാത്തിരിക്കുക.

■

കഥയിതു വാസുദേവം!

ജോൺപോൾ

കൽപ്പാത്തി പുഴ കടന്ന് പാലക്കാടൻ കാറ്റ് കടന്നെത്തും പാർശ്വത്തായി ചിറ്റൂരെന്ന ഗ്രാമം. ഞാൻ നാലാം ക്ലാസിൽ പഠിച്ചതവിടെയാണ്. അധ്യാപകനായ അപ്പന്, ചിറ്റൂരിലുയർന്നുവരുന്ന ഗവൺമെന്റ് കോളജിലേക്ക് മാറ്റമായി വന്നതാണവിടെ. ജ്യേഷ്ഠന്മാർ എറണാകുളത്ത് പഠനം തുടരുന്നു. അപ്പനമ്മമാരോടും ഇളയവൾ അനുജത്തിക്കുഞ്ഞിനോടുമൊപ്പം ഞാൻ ഇവിടെ ചിറ്റൂരിലും. ടൗൺഹാൾ കവലയോടുചേർന്ന് 'ലളിതവിലാസം' എന്നൊരു വീട് വാടകയ്ക്കെടുത്താണ് താമസം. ഒരേക്കറോളം വരുന്ന പറമ്പിൽ ഒരു വീട്. എറണാകുളത്ത് ഇത്തിരി മൂന്നര സെന്റിലെ പാർപ്പിൽ നിന്ന് ഈ വിശാലതയിലേക്ക് വന്നുപെട്ടതിന്റെ ഉന്മാദത്തിൽ ഞാൻ പറമ്പുനിറഞ്ഞാടി.

സ്കൂളിൽ അന്നവിടെ ഷിഫ്റ്റ് ചിട്ടയിലാണ് ക്ലാസുകൾ. രാവിലെ ഏഴരയ്ക്കു തുടങ്ങിയാൽ പതിനൊന്നരയ്ക്ക് പള്ളിക്കൂടം വിടും. ഒറ്റവീർപ്പിനൊരോട്ടത്തിൽ വീടെത്തും. അപ്പൻ രാവിലെ പോയാൽ സന്ധ്യയാകും വരാൻ. സർവസ്വതന്ത്രനായി വിലസുന്ന എന്റെ പറമ്പുലീലകൾ അപ്പന്റെ മുമ്പിൽ നിരത്തുക അമ്മയുടെ പതിവായി.

ടൗൺഹാളിന്റെ വശത്തായി ഒരു കിണറുണ്ട്. പിറകിലായി ഒരു കൊച്ചുക്ഷേത്രം. ചുമപ്പുചേല അരയിൽ ചുറ്റി കൈയിൽ പള്ളിവാളും കാലിൽ ചിലമ്പും നെറ്റിയിൽ ഭസ്മധാരാളിത്തവുമായി വരുന്ന വെളിച്ചപ്പാട് നിത്യകാഴ്ച. ആ ടൗൺഹാളിന് മുകളിലാണ് പഞ്ചായത്ത് ലൈബ്രറി. കുറുമ്പു കുറയ്ക്കാൻ ഒരു പരിഹാരമായി അപ്പൻ എന്നെയും കൂട്ടി അവിടെച്ചെന്ന് ഒരംഗത്വമെടുത്തു.

"ഇവൻ വരുമ്പോൾ പുസ്തകം കൊടുക്കണം."

ലൈബ്രേറിയൻ തലയാട്ടി.

"ഏതാന്നുവെച്ചാൽ എടുത്തിട്ടുവരൂ."

ഏതു വേണമെന്ന് എനിക്കുണ്ടോ അറിയുന്നു? പാഠപുസ്തവും മലയാളമനോരമ ആഴ്ചപ്പതിപ്പിലെ 'ബോബനും മോളിയും' പിന്നെ പ്രാർത്ഥനാപുസ്തകവുമല്ലാതെ വേറൊരു അക്ഷരസാധകവും അന്നോളം ശീലമില്ല. രണ്ടും കൽപ്പിച്ച് വലത്തേ നിരയിലെ ആദ്യത്തെ അലമാരയിലെ മുകളിലത്തെ നിരയിൽ ആദ്യം കണ്ട കൂറ്റൻ പുസ്തകം കൈനീട്ടിയെടുത്തു.

പുസ്തകത്തിന്റെ നേർക്കും വള്ളിക്കളസവും ബനിയൻ ഷർട്ടുമിട്ട് മുന്നിൽ നിൽക്കുന്ന നാലാംക്ലാസുകാരനായ എന്റെ നേർക്കും മാറി മാറി വിസ്മയത്തോടെ ഒന്നു നോക്കിയശേഷമാണ് ലൈബ്രേറിയൻ രജിസ്റ്ററിൽ പുസ്തകം എഴുതിച്ചേർത്തത്. വീട്ടിൽ ചെന്ന് പുസ്തകം നിവർത്തി. ഒരാഴ്ചയെടുത്തു, അവസാനപുറമെത്തുവാൻ. ഒരു വസ്തു മനസ്സിലായില്ല. കഥാപാത്രങ്ങളുടെ പേരുകളൊന്നും നാവിന് വഴങ്ങുന്നില്ല. വായനയുടെ തുടക്കമായതുകൊണ്ടാകും എന്നു കരുതി. അടുത്ത പുസ്തകവും അതേ അലമാരയിൽ നിന്നുതന്നെ എടുത്തു. അനുഭവം ഇതുതന്നെ. ചങ്കൊന്നു പിടച്ചു. വായന എനിക്ക് പറഞ്ഞിട്ടില്ലെന്നുണ്ടോ? ഇനി വയ്യെന്നു പറഞ്ഞ് പിന്മാറിയാൽ കുറച്ചിലുമാകും.

മൂന്നാമത്തെ തവണ ഭാഗ്യപരീക്ഷണത്തിനൊരുങ്ങാതെ ആ അലമാര ഉപേക്ഷിച്ചു. നേരെ എതിർവശത്ത് ഇങ്ങേയറ്റത്തുള്ള അലമാര നിരയിൽനിന്നും മറ്റൊരു തടിയൻ പുസ്തകവുമായി ചെല്ലുമ്പോൾ, ലൈബ്രേറിയന്റെ മുഖത്തൊരു ചെറുചിരി ഊറിക്കണ്ടു.

ഇക്കുറി വായന അത്ര ക്ലേശമായില്ല. കഥാപാത്രങ്ങളുടെ പേരുകൾ നാവിനങ്ങനെ വഴങ്ങിയില്ലെങ്കിലും കഥയിലെ ഉദ്വേഗം സുഖകരമായി. ആശ്വാസം. വായന വഴങ്ങുന്നു. പിന്നെ മധ്യനിരയിലെ പുസ്തകങ്ങൾ ഒന്നൊന്നായി വായിച്ചുകൂട്ടി.

കുസൃതിക്കുറുമ്പന്റെ ശ്രദ്ധ വായനയിലേക്ക് തിരിഞ്ഞതോടെ അമ്മയുടെ പരാതി കുറഞ്ഞു. സംപ്രീതനായ അപ്പൻ ലൈബ്രറിയിൽ ചെന്ന് ഞാൻ വായിച്ചുതള്ളിയ പുസ്തകങ്ങളുടെ പേരുനിരകളിലേക്ക് കണ്ണോടിച്ചപ്പോൾ അമ്പരന്നു.

ആദ്യമെടുത്തത് ടോൾസ്റ്റോയിയുടെ 'യുദ്ധവും സമാധാനവും'. രണ്ടാമത് അദ്ദേഹത്തിന്റെ തന്നെ 'അന്നാകരിനിന'. ആ നിര ഉപേക്ഷിച്ച് ചെന്നണഞ്ഞതോ ദുർഗ്ഗാ പ്രസാദ് ഖത്രിയുടെ 'മൃത്യുകിരണങ്ങളും' 'ചുമന്ന കൈപ്പത്തി'യും തൊട്ട് ഇങ്ങിവിടെ നീലകണ്ഠൻ പരമാര, പരമേശ്വരൻ പുല്ലേപ്പടി പ്രഭൃതികളുടെ സമസ്ത ഗ്രന്ഥനിരകളിലും! വായന രസകരമാക്കിയതത്രയും ഡിറ്റക്ടീവ് നോവലുകൾ! ആ ദിശ അപകടം പിടിച്ചതാണെന്ന് അപ്പന് തോന്നി.

പിറ്റേ വാരാന്ത്യം പാലക്കാട്ടുപോയി മടങ്ങുമ്പോൾ ആയിടെ ഇറങ്ങിയ ഒരു നോവൽ അപ്പൻ വാങ്ങി. എനിക്കത് നീട്ടിക്കൊണ്ട് പറഞ്ഞു.

''ഇതൊന്ന് വായിക്ക്. കഥകളൊക്കെ എഴുതിത്തെളിഞ്ഞ ഒരു ചെറുപ്പക്കാരന്റെ ആദ്യത്തെ നോവലാണ്. നിനക്ക് മനസ്സിലാകും. ഇങ്ങിനത്തെ പുസ്തകങ്ങളാണ് വായിക്കേണ്ടത്.''

വായിച്ചു, ഒറ്റയിരുപ്പിൽ. രുചിച്ചു, പരിചിതമായ ജീവിതം. എവിടെയെല്ലാമോ കണ്ടുമുട്ടാനിടയുള്ള കഥാപാത്രങ്ങൾ. ആർജ്ജവവും ലാളിത്യവുമാർന്ന എഴുത്തുരീതി.

നോവലിന്റെ പേര് - നാലുകെട്ട്.

നോവലിസ്റ്റ് - എം.ടി. വാസുദേവൻ നായർ.

ഈ കഥാകാരന്റെ രചനകൾ തേടി വായിക്കലായി പിന്നെ. വായനയുടെ ദിശാമുഖം നേർവഴിക്കാക്കിത്തന്ന ഒരു കണ്ടെത്തലായിരുന്നു അത്. ഉറൂബും കാരൂരും തകഴിയും ബഷീറും ദേവും വർക്കിയും പാറപ്പുറത്തും കെ. സുരേന്ദ്രനും മാധവിക്കുട്ടിയും നന്തനാറുമൊക്കെ അടങ്ങുന്ന കഥകളുടെ വിസ്മയലോകത്തിലേക്ക് വഴിതുറന്നുതന്നു, എം.ടി. രചനകൾ. ആ വഴിയാത്ര പിന്നീട് വന്ന തലമുറകളിലൂടെ, ഇന്നിന്റെ എഴുത്തുകാരെ തഴുകി, നാളെയുടെ നാമ്പുകളെ പുൽകുവാനുള്ള വെമ്പലോടെ തുടരുമ്പോൾ ദിശാമുഖത്തിന്റെ നിമിത്ത ഹേതുഭൂതനെ നന്ദിയോടെ സ്മരിക്കാതെങ്ങിനെ!

ആകസ്മികവും യാദൃച്ഛികവുമായിരുന്നുവെങ്കിലും ഇന്ന് തിരിഞ്ഞുനോക്കുമ്പോൾ വിസ്മയിപ്പിക്കുന്ന മറ്റൊന്ന്, ഞാനാദ്യം വായിക്കുന്ന തിരക്കഥ എം.ടിയുടെ 'ഓളവും തീരവു'മാണെന്നതാണ്. രേഖാചിത്രങ്ങളുടെ അലങ്കാര അകമ്പടിയോടെ ഖണ്ഡശ്ശ വാരികത്താളിൽ മുദ്രിതമായി വന്ന തിരക്കഥ അക്ഷരങ്ങളിലൂടെ കാഴ്ചകളെ മനസ്സിൽ തെളിച്ചുതന്നു. പി.എൻ.മേനോന്റെ ദൃശ്യസാക്ഷാത്കാരം അക്ഷരങ്ങൾക്കുമപ്പുറത്തെ ചലച്ചിത്രഭാഷയിലേക്കുള്ള പ്രവേശികയായി. എനിക്കും എന്റെ തലമുറയിൽപ്പെട്ട പലർക്കും സിനിമയുടെ പാഠശാലയിൽ അതൊരു പാഠമായി. ആ വെളിച്ചത്തിൽ ഞങ്ങൾ പിറകോട്ടും മുമ്പോട്ടുമുള്ള ചലച്ചിത്രവർഷങ്ങളെ വിചാരണ ചെയ്ത് സിനിമയുടെ ഭാഷയെ തെളിച്ചെടുത്തു. എം.ടി. അതിന് വഴികാട്ടിയുമായി.

വഴിതെളിച്ചത് സിനിമയുടെ ഓരത്തുകൂടി മാത്രമായിരുന്നില്ല. കഥകളുടെ, നോവലുകളുടെ വഴിയിലും അദ്ദേഹം മുമ്പേ നടന്നു. നിറസ്വാധീനങ്ങളായി പെയ്തിറങ്ങിയ കലാകാരന്മാർ സിനിമയിലും

സാഹിത്യത്തിലും ഏറെ വേറെയുണ്ട്. അവരെല്ലാം അവരിലേക്കുള്ള വഴിതെളിക്കുകയും അവരുടെ സൃഷ്ടികൾ വിതാനിച്ചുതന്ന ജീവിത പ്പാടത്തു മാത്രം വിളകൊയ്യാൻ വിതയൊരുക്കിത്തരികയും ചെയ്ത വരാണ്.

എം.ടി. വ്യത്യസ്തനായിരുന്നു. തനിക്ക് മുമ്പുള്ള തലമുറകളി ലേക്കും പിന്നാലെ വന്നവരിലേക്കും വരാനിരിക്കുന്നവരിലേക്കും ഒരുപോലെ വെളിച്ചംവിതറി എമ്പാടുമുള്ള സാഹിത്യസാഗരത്തിന്റെ ഓരത്ത് വിസ്മയം കൂമ്പിനിൽക്കുവാൻ പ്രകോപിപ്പിച്ചുതന്നു, എം.ടി. എന്നെ, എന്റെ തലമുറയെ, പിന്നാലെ വന്നവരെ.

മാതൃഭൂമി ആഴ്ചപ്പതിപ്പിലേക്ക് തങ്ങളയയ്ക്കുന്ന കഥകൾ ശ്രദ്ധാപൂർവം, ക്ഷമാപൂർവം തിരുത്തി പുതിയ അടുക്കിൽ പുനർ ചേർത്ത് അച്ചടിച്ചുവരുമ്പോൾ തങ്ങളെത്തന്നെ വിസ്മയിപ്പിക്കു കയും അടുത്ത കഥ ഇതിനേക്കാൾ നന്നായെഴുതുവാൻ പ്രേരിപ്പി ക്കുകയും ചെയ്യുമായിരുന്ന എം.ടിയിലെ പത്രാധിപരുടെ നിശ്ശബ്ദവും ഘോഷിക്കപ്പെടാതെ പോയതുമായ വരും തലമുറയെക്കുറിച്ചുള്ള കരുതലുകൾ സാക്ഷ്യപ്പെടുത്തിയിട്ടുണ്ട്, കാക്കനാടനും മുകുന്ദനും പുനത്തിലുമൊക്കെ.

കഥാപുരുഷനെ ആദ്യം കാണുന്നത് മഹാരാജാസ് കോളജിൽ ഒരു പ്രസംഗത്തിന് വന്നപ്പോഴാണ്. അന്ന് മുഴുമിപ്പിക്കാത്ത പ്രസംഗ വുമായാണ് എം.ടി. മടങ്ങിയത്.

നേരിൽ പരിചയപ്പെടുന്നത് ബന്ധനത്തിന്റെ സെറ്റിൽ വെച്ചാണ്. അടുക്കുന്നത് 'മാക്ട'യുടെ അരങ്ങുകളിലും അണിയറകളിലും. മറ്റാർക്കും ലഭിക്കാത്ത ഒരു ഭാഗ്യസുകൃതമുണ്ടായത് ഞാൻ നിർ മ്മിച്ച 'ഒരു ചെറുപുഞ്ചിരി' അദ്ദേഹം തിരക്കഥയെഴുതി സംവിധാനം ചെയ്തതാണ്. ചോദിക്കുന്നതിന്റെ പല മടങ്ങ് പ്രതിഫലവുമായി പല ഭാഷകളിലെ ചലച്ചിത്ര പ്രഭുക്കന്മാർ മുമ്പിൽ നിരനിരന്നപ്പോൾ അവരെയൊക്കെ മറികടന്ന് എം.ടി പ്രസാദിച്ചത് എന്നിൽ!

അടുത്തിടപഴകിയപ്പോൾ പുകയിലച്ചൂരും വിയർപ്പിന്റെ ഗന്ധവും ചേർന്ന മിശ്രിതത്തിന്റെ സാമീപ്യം എന്നിൽ അലയുയർത്തിയത് എന്റെ പിതാവിന്റെ സമാനമായ സാമീപ്യാനുഭവമാണ്. തത്തുല്യ മെന്ന മേനി താരതമ്യത്തിന് മുതിരുകയല്ല, മനസ്സിന്നുമകത്തെ ആഴങ്ങളിലെ തംബുരുവിലെ തന്ത്രികൾ അങ്ങനെയും ഉണരാമെന്ന അനുഭവവിസ്മയം അയവിറക്കുക മാത്രമാണ്.

ഒരുപാടടുത്തു വറുതിയുടെ ഘട്ടങ്ങളിൽ അഭിമാനത്തിന് ക്ഷതമേൽക്കാതിരിക്കുവാൻ കരുതലോടെ തുണയ്ക്കെത്തി, എം.ടി. അടുത്ത അത്രതന്നെ അകലം സൂക്ഷിക്കുകയും ചെയ്തു. അതിർ ത്തികൾ ലംഘിക്കാതിരിക്കാൻ ഞാനും ശ്രദ്ധിച്ചു. കാണുമ്പോഴുള്ള

വാത്സല്യത്തിലെ കവിൾമിനുക്കവും കണ്ണുകളിലെ സ്നേഹപുഞ്ചിരിയും നിഷേധിച്ചില്ല, ഒരിക്കലും. സംസാരത്തിൽ ചിലപ്പോൾ മനസ്സ് മറ്റെവിടെയോ ആണെന്ന പ്രതീതി അകലം തീർത്തപ്പോൾ അലോസരമാകാതെ മാറിപ്പോന്നു. ഫോണിലൂടെ സംസാരിക്കുമ്പോൾ, ചിലപ്പോൾ സ്നേഹാതിരേകത്തിന്റെ മസൃണത ശബ്ദത്തിൽ ഇറ്റിനിൽക്കും. മറ്റുചിലപ്പോൾ കാര്യമാത്രപ്രസക്തമായി വാക്കുകൾ പിശുക്കും. സൂചനകളെ കൃത്യമായി അനുവർത്തിക്കുന്നു, ഞാനും.

ഞാൻ കൂടി സന്നിഹിതമാകേണ്ടുന്ന വേദികളിൽ വരുമ്പോൾ കൺവെട്ടത്ത് പ്രത്യക്ഷപ്പെട്ടില്ലെങ്കിൽ 'വന്നിട്ടില്ലേ' എന്നാരായുക പതിവ്. ഇടിച്ചുകയറി ചെന്നൊട്ടാത്തപ്പോഴാണ് കൂടുതലടുക്കുവാൻ കഴിയുക എന്ന് മുമ്പേ പഠിച്ചിരിക്കുന്നു, ഞാൻ. കഥാപാത്രങ്ങളുടെ മനസ്സിൽ മാറിമാറി വരുന്ന രസതന്ത്രങ്ങളുടെ അനുപാത വിസ്മയങ്ങളെ ഹരിച്ചും ഗുണിച്ചും സാക്ഷ്യപ്പെടുത്തിയ കഥാകാരനെ അത്രയെങ്കിലും മനസ്സറിഞ്ഞു മനസ്സിലാക്കാതെങ്ങിനെ...!

വിയോജിച്ചിട്ടുണ്ട്, വിമർശിച്ചിട്ടുമുണ്ട്, എം.ടിയിൽനിന്ന് പ്രതീക്ഷിക്കുന്ന നിലവാരമില്ലാതെ വഴുതിപ്പോയ ഒരു രചന കാണുമ്പോൾ.

'ഇതെഴുതുവാൻ എം.ടി. എന്തിന്?' എന്ന് ദാക്ഷിണ്യമില്ലാതെ പരിഭവിച്ചിട്ടുണ്ട്. മനസാ കലഹിച്ചിട്ടുണ്ട്. അതിന്റെ പേരിൽ നീരസപ്പെട്ടിട്ടില്ല, ഒരിക്കലും. അതിനർത്ഥം യോജിക്കുവാനെന്നപോലെ വിയോജിക്കുവാനും എനിക്ക് ആവോളം സ്വാതന്ത്ര്യമനുവദിച്ചിരിക്കുന്നു എന്നാണല്ലോ. നന്ദി.

ചങ്ങമ്പുഴയ്ക്കുശേഷം ഭാഷയുടെ അപരിമേയ ലാളിത്യം കൊണ്ടും അതിൽ നിവേശിതമായ ജീവിതശകലങ്ങളുടെ ഭാവസഹസ്രങ്ങളിലെ അല്ലച്ചൂടുള്ള നേർത്ത വീർപ്പുകൊണ്ടും മലയാളിയെ ഇത്രമേൽ മോഹിപ്പിച്ച മറ്റൊരു എഴുത്തുകാരനില്ല എന്ന് അനുഭവം കാലത്തിന്റെ താളിൽ കുറിച്ചിടുമ്പോൾ, ഓരത്തുനിന്ന് ഞാനും അഭിമാനിക്കുന്നു.

''എനിക്കറിയാം, എം.ടിയെ. ഒരിത്തിരിയെങ്കിൽ ഇത്തിരി, നന്നായറിയാം....!''

■

വാസ്വേട്ടന്റെ ആരാധകൻ

കൈതപ്രം ദാമോദരൻ നമ്പൂതിരി

കർക്കിടകത്തിലെ ഉത്രട്ടാതിയാണ് വാസ്വേട്ടന്റെ ജന്മനാൾ. തൊട്ടടുത്ത രേവതി നാളിലാണ് എന്റെ പിറന്നാൾ. എല്ലാ പിറന്നാളിലും മൂകാംബികയിൽ പോകണമെന്നത് എന്റെ നിർബന്ധങ്ങളിലൊന്നാണ്. തലേദിവസം തന്നെ കൊല്ലൂരിലെത്തും. മിക്കപ്പോഴും അവിടെ വാസ്വേട്ടനുമുണ്ടാവും. കൊല്ലൂരിന്റെ ശാന്തതയിൽ ഞങ്ങളൊരുപാടുനേരം സംസാരിച്ചിരിക്കും. സാഹിത്യവും സിനിമയും സംഗീതവുമൊക്കെയാണ് ആ ചർച്ചയിലേക്ക് കടന്നുവരിക. വർഷങ്ങൾക്ക് മുമ്പ് രേവതിനാളിൽ പതിവുപോലെ മൂകാംബികയിലെത്തി. ആദ്യം അന്വേഷിച്ചത് വാസ്വേട്ടനെയാണ്. എവിടെയും കണ്ടില്ല. ഞാൻ വിളിച്ചുചോദിച്ചു.

''ഇത്തവണ നേരത്തെ പോയിവന്നു'' എന്നായിരുന്നു മറുപടി. വാസ്വേട്ടനില്ലാത്തതിനാൽ ചെറിയൊരു വിഷമം തോന്നി. മറ്റൊരു പ്രത്യേകത കൂടി ഞങ്ങൾക്കുണ്ട്. രണ്ടുപേരും മീനക്കൂറിലാണ് ജനിച്ചത്.

വായിക്കാൻ തുടങ്ങിയ കാലം മുതൽ വാസ്വേട്ടന്റെ കഥാപാത്രങ്ങളായിരുന്നു കൂട്ട്. അദ്ദേഹത്തിന്റെ 99 ശതമാനം കഥകളും വായിച്ചിട്ടുണ്ട്. 'കേരളശബ്ദം' മാസികയിലായിരുന്നു 'കാലം' എന്ന നോവൽ പ്രസിദ്ധീകരിച്ചുവന്നത്. അത്രയുംനാൾ ഞാൻ വായിക്കാത്ത പ്രസിദ്ധീകരണമായിരുന്നു അത്. എം.ടിയുടെ നോവൽ ആരംഭിക്കുന്നു എന്നാരോ പറഞ്ഞതുമുതൽ ഞാനും 'കേരളശബ്ദ'ത്തിന്റെ വായനക്കാരനായി. അതുവരെ അറിയപ്പെടാതിരുന്ന കേരളശബ്ദം ശ്രദ്ധിക്കപ്പെട്ടതും 'കാല'മെന്ന നോവൽ വന്നതിനുശേഷമാണ്. ശാസ്ത്രീയസംഗീതത്തിൽ ബാലമുരളീകൃഷ്ണ, ലളിതസംഗീതത്തിൽ ദാസേട്ടൻ, കഥാരചനയിൽ എം.ടി. ഇവർ മൂന്നുപേരുമാണ് എന്നെ ആകർഷിച്ചിട്ടുള്ളവർ.

എം.ടിയുടെ കഥാപാത്രങ്ങൾ വിദ്യാർത്ഥിജീവിതത്തെ വല്ലാതെ സ്വാധീനിച്ചിട്ടുണ്ട്. ഒരുകാലത്ത് എം.ടി. കൃതികളിലെ നിഷേധ സ്വഭാവമുള്ള നായകന്മാരെപ്പോലെ ഞാനും പെരുമാറിയിരുന്നു. അക്കാലം മുതലുള്ള ആഗ്രഹമാണ്, എം.ടിയെ ഒന്നു നേരിൽ ക്കാണുക എന്നത്. 1968ൽ തലശ്ശേരിയിൽ സാഹിത്യസമിതിയുടെ സമ്മേളനത്തിൽ എം.ടി. വരുന്നു എന്നറിഞ്ഞപ്പോൾ വല്ലാത്തൊരു സന്തോഷം. അന്ന് ആരോടും പറയാതെ തലശ്ശേരിക്ക് ബസ് കയറി. ഹാളിന്റെ ഏറ്റവും പിന്നിലിരുന്ന് എം.ടിയുടെ പ്രസംഗം കേട്ടിരുന്നു. അദ്ദേഹത്തെ നോക്കിയിരുന്നു. പതുക്കെപ്പതുക്കെ ഞാനും കവിത കളെഴുതി. മാതൃഭൂമിയിൽ പ്രൂഫ് റീഡറായി ജോലിക്കു കയറിയ പ്പോൾ അവിടെയുണ്ട് എം.ടി. ജീവിതത്തിൽ ഇതിനേക്കാൾ വലിയ ഭാഗ്യം മറ്റെന്തുണ്ട്? അന്ന് അദ്ദേഹം മാതൃഭൂമി ആഴ്ചപ്പതിപ്പിന്റെ പത്രാധിപരാണ്. ആർട്ടിസ്റ്റ് നമ്പൂതിരിയേട്ടൻ, എ.എസ്. നായർ, എൻ.വി. കൃഷ്ണവാര്യർ ഒപ്പം എം.ടി. വാസുദേവൻ നായരും. ഈ പ്രഗത്ഭമതികൾക്കൊപ്പം ജോലി ചെയ്യാൻ കഴിഞ്ഞത് മറ്റൊരു പുണ്യം. അവരോട് ഒഫീഷ്യലായ കാര്യങ്ങൾ സംസാരിക്കുമെന്നല്ലാതെ മറ്റൊന്നും പറയാറില്ല. സത്യംപറഞ്ഞാൽ അവർ ഇരിക്കുന്ന ഭാഗത്ത് പോകാൻപോലും ഭയമായിരുന്നു.

പിന്നീട് ഞാൻ ചലച്ചിത്രഗാനങ്ങൾ രചിച്ചു. 'സ്വാതിതിരുനാൾ' എന്ന സിനിമയിൽ അഭിനയിക്കുകയും ചെയ്തു. അതോടെ താമസം കോഴിക്കോടിനടുത്ത തിരുവണ്ണൂരിലേക്ക് മാറ്റി.

വാസ്വേട്ടന്റെയും ഹരിഹരൻ സാറിന്റെയും സിനിമകളിൽ അസോസിയേറ്റായി പ്രവർത്തിച്ച ഉണ്ണിനാരായണൻ ഒരു ദിവസം തിരുവണ്ണൂരിലെ വീട്ടിൽ വന്നു.

''എം.ടി. സാർ ഒന്നുകാണണമെന്നു പറഞ്ഞു.''

എനിക്കാണെങ്കിൽ അത്ഭുതം. എന്തിനുവേണ്ടിയാവും എന്നെ വിളിപ്പിച്ചിട്ടുണ്ടാവുക? ഒരുപാട് ഉത്കണ്ഠകളുമായാണ് ഹോട്ട ലിലെ അദ്ദേഹത്തിന്റെ മുറിയിലേക്ക് ചെന്നത്.

''സ്വാതിതിരുനാളിലെ അഭിനയം നന്നായിട്ടുണ്ട്.''

അഭിനന്ദിക്കാൻവേണ്ടി വിളിപ്പിച്ചതാണ്. ലെനിൻ രാജേന്ദ്രൻ സംവിധാനം ചെയ്ത ആ സിനിമയെക്കുറിച്ചായി പിന്നീടുള്ള സംസാരം.

ഒരിക്കൽ എന്റെ 'തീച്ചാമുണ്ഡി' എന്ന കവിതയ്ക്ക് അവതാരിക യെഴുതാൻ വാസ്വേട്ടനെ സമീപിച്ചപ്പോൾ അദ്ദേഹം പറഞ്ഞു.

''തിരുമേനിയുടെ കവിത കേട്ടിട്ടാണ് പരിചയം. വായിച്ചിട്ടല്ല.''

അദ്ദേഹം തിരക്കഥയെഴുതിയ എന്ന് സ്വന്തം ജാനകിക്കുട്ടി, തീർത്ഥാടനം, ഒരു വടക്കൻ വീരഗാഥ, പഴശ്ശിരാജ എന്നീ സിനിമകളിൽ പാട്ടെഴുതാനുള്ള ഭാഗ്യമുണ്ടായിട്ടുണ്ട്. വാസ്വേട്ടന്റെ സിനിമയിലാണ് പാട്ടെഴുത്തെങ്കിൽ ആദ്യം കേൾപ്പിക്കുന്നത് അദ്ദേഹത്തെയായിരിക്കും. 'തീർത്ഥാടന'ത്തിന്റെ സംഗീതവും ഞാൻ തന്നെയായിരുന്നു. ഷൂട്ടിംഗ് ലൊക്കേഷൻ ഞങ്ങളുടെ ഇഷ്ടകേന്ദ്രമായ കൊല്ലൂരിലും. ആ സമയത്തും അവിടെ വന്നപ്പോൾ തമ്മിൽക്കണ്ടു. അദ്ദേഹം തിരക്കഥയെഴുതിയ 'വൈശാലി' എന്ന സിനിമയിൽ അഭിനയിക്കാനുള്ള ഭാഗ്യവും എനിക്കുണ്ടായി.

എന്റെ വീടിന്റെ പാലുകാച്ചൽ ചടങ്ങിൽ അധികംപേരെയൊന്നും വിളിച്ചിരുന്നില്ല. വാസ്വേട്ടനെ വിളിച്ചപ്പോൾ എത്താം എന്നേ പറഞ്ഞുള്ളൂ. തിരക്കുപിടിച്ച ജീവിതത്തിൽ അദ്ദേഹത്തിന് അതിനൊന്നും സമയം കാണില്ലെന്നാണ് കരുതിയത്. എന്നാൽ കൃത്യസമയത്തുതന്നെ വാസ്വേട്ടനെത്തി. ജീവിതത്തിലേറ്റവും സന്തോഷിച്ച നിമിഷങ്ങളിലൊന്നായിരുന്നു അത്.

ഒരിക്കൽ തൃത്താല പഞ്ചായത്തിന്റെ നേതൃത്വത്തിൽ ഒരു സാംസ്കാരികസദസ്സ് ഉദ്ഘാടനംചെയ്യാൻ എന്നെ ക്ഷണിച്ചിരുന്നു. വാസ്വേട്ടന്റെ വീടിനടുത്താണെന്ന് പറഞ്ഞപ്പോഴാണ് അദ്ദേഹത്തെക്കുറിച്ച് ഒരു കവിതയെഴുതണമെന്ന് തോന്നിയത്. പിറ്റേ ദിവസം വാസ്വേട്ടനെയും അദ്ദേഹത്തിന്റെ കഥാപാത്രങ്ങളെയും ചേർത്തുകൊണ്ട് ഒരു കവിതയെഴുതി. അത് സമ്മേളനത്തിനൊടുവിൽ വായിക്കുകയും ചെയ്തു. അവിടെക്കൂടിയവർ ആ കവിത ആവേശത്തോടെയാണ് കേട്ടത്. സംഘാടകരിലൊരാൾ പിന്നീടത് എന്റെ കൈയിൽനിന്ന് വാങ്ങിച്ചു കൊണ്ടുപോയി. പിന്നീടത് കിട്ടിയിട്ടേയില്ല.

എന്റെ കച്ചേരി വാസ്വേട്ടൻ കേട്ടിട്ടുണ്ട്. ഞങ്ങൾ രണ്ടുപേരുടെയും താമസം കോഴിക്കോട്ടായതിനാൽ ഇടയ്ക്ക് കാണും. സംസാരിക്കും. ഒന്നിച്ച് സാംസ്കാരിക പരിപാടികളിൽ പങ്കെടുക്കാറുമുണ്ട്. അടുത്തിരിക്കുമ്പോൾ ആദരവാണ്. ഇപ്പോഴും ദൂരത്തുനിന്നും ആരാധനയോടെ കാണാനാണ് എനിക്കിഷ്ടം.

■

അനിയനല്ല, ഗുരുസ്ഥാനീയൻ

കാർത്ത്യായനി അമ്മ (എം.ടിയുടെ ഓപ്പോൾ)

കുട്ടിക്കാലത്ത് വാസുവിന് അധികം കൂട്ടുകാരൊന്നുമുണ്ടായിരുന്നില്ല. വാശിയും ശാഠ്യവും കൂടുതലുള്ള കുട്ടിയായിരുന്നു. ഒഴിവു കിട്ടുന്ന സമയങ്ങളിൽ എന്തെങ്കിലും പുസ്തങ്ങളെടുത്തു വായിക്കും. ബ്രില്യന്റായ കുട്ടിയായിരുന്നു അന്ന് വാസു. അതുകൊണ്ടുതന്നെ ഒന്നാം ക്ലാസിൽനിന്ന് ഡബിൾ പ്രമോഷൻ കിട്ടി, നാലിലേക്ക്. പതിനാല് കിലോമീറ്റർ നടന്നാണ് സ്കൂളിൽ പോയിക്കൊണ്ടിരുന്നത്. സ്കൂൾ വാർഷികം വന്നാൽ സാഹിത്യമത്സരത്തിനും പ്രസംഗമത്സരത്തിനും വാസു മുന്നിലുണ്ടാകും. ചെറുകഥ, കവിത, പ്രസംഗം എന്നിവയ്ക്ക് ഒന്നാം സ്ഥാനം അവനായിരുന്നു.

മെലിഞ്ഞ് പെൻസിൽ പോലുള്ള പയ്യൻ സമ്മാനങ്ങൾ വാരിക്കൂട്ടുന്നത് കാണുമ്പോൾ മത്സരം വിലയിരുത്താൻ വന്നവർക്കു പോലും അത്ഭുതം. ഒരു തവണ അച്ഛൻതന്നെ നേരിട്ടുവന്നു, മകൻ സമ്മാനം വാങ്ങുന്നതു കാണാൻ. എന്നാൽ അമ്മ ഇങ്ങനെയുള്ള സ്ഥലങ്ങളിലൊന്നും വരാറില്ല. അധികം എക്സ്പോസ് ചെയ്യുന്ന ആളല്ല അവർ. ഇപ്പോഴത്തെപ്പോലെ മക്കളുടെ ശാഠ്യങ്ങളെ ഒരിക്കലും അടിച്ചമർത്തിയിട്ടില്ല. നല്ല ദാനശീലമുണ്ടായിരുന്നു അവർക്ക്. ആ ഒരു ഗുണം മകനിലേക്കും പകർന്നുകിട്ടിയിട്ടുണ്ട്. അമ്മയുടെ ദാനശീലം കാരണമാകാം മകൻ വലിയൊരു എഴുത്തുകാരനായതും. നല്ല സഹിഷ്ണുതയുണ്ടായിരുന്നു അമ്മയ്ക്ക്. മറ്റുള്ളവരെ ഉപദ്രവിക്കുന്ന വാശി അന്നും ഇന്നും വാസുവിനില്ല.

കുട്ടിക്കാലത്ത് അക്കിത്തത്തിന്റെ മനയിൽ പോയാണ് പുസ്തകങ്ങൾ കൊണ്ടുവരുന്നത്. നേരെ മൂത്ത ചേട്ടൻ എം.ടി.എൻ. നായർ (എം.ടി. നാരായണൻ നായർ) അക്കാലത്ത് നന്നായി എഴുതിയിരുന്നു. വാസു അന്ന് എഴുത്തൊന്നും തുടങ്ങിയിട്ടില്ല. അക്കിത്തം പിന്നീട് പറഞ്ഞിട്ടുണ്ട്-ഞാൻ വിചാരിച്ചു, നാരായണനാണ് വലിയ എഴുത്തുകാരനാവുകയെന്ന്. എട്ടാംക്ലാസിൽ പഠിക്കുന്ന കാലത്ത്

ഒരു ഏകാങ്കനാടകം എഴുതിയത് ഞാൻ കണ്ടിട്ടുണ്ട്. ശിവജിയെക്കുറിച്ചായിരുന്നു അത്. ഇക്കാര്യം പിന്നീടൊരിക്കൽ സൂചിപ്പിച്ചപ്പോൾ വാസുവിന് തന്നെ ഓർമ്മയില്ല. ആദ്യം എഴുതിയ ഏകാങ്കനാടകവും 'ശിവജി'യാണെന്ന് തോന്നുന്നു. പിന്നീടാണ് 'ഗോപുരനടയി'ലൊക്കെ എഴുതിയത്.

എനിക്കവൻ അനിയനല്ല, ഗുരുസ്ഥാനീയനാണ്. വല്ലപ്പോഴും പുന്നയൂർക്കുളത്തെ ഈ വീട്ടിലേക്ക് വരും. കുറെനേരം സംസാരിക്കും. എല്ലാം കുടുംബകാര്യങ്ങൾ. പുറത്തേക്കിറങ്ങിയാൽ അധികം സംസാരിക്കില്ല. വാസുവിന്റെ മൗനം സ്വർണ്ണത്തിന് സുഗന്ധം പോലെയാണ് എനിക്കു തോന്നിയിട്ടുള്ളത്. അമ്മയിൽനിന്ന് കിട്ടിയതാവാം അത്.

ഒരു സെപ്റ്റംബർ എട്ടിനായിരുന്നു എന്റെ വിവാഹം. മൂന്നു ദിവസം മുമ്പുതന്നെ വാസു എത്തിയിരുന്നു. അന്ന് 'മാതൃഭൂമി'യിലാണ് ജോലി.

''എനിക്കൊരു ഏട്ടത്തിയില്ല. അതുകൊണ്ടുതന്നെ സഹോദരന്റെ സ്ഥാനത്തുനിന്ന് ഞാനിത് നടത്തും'' എന്നാണ് അന്ന് പറഞ്ഞത്. മൂപ്പര് കൊണ്ടുവന്ന ഡ്രസ്സാണ് വിവാഹത്തിന് ഉടുത്തത്. ഭർത്താവിന്റെ വീട് കേച്ചേരിയിലാണ്. വിവാഹം കഴിഞ്ഞ ദിവസം എനിക്കൊപ്പം വാസുവും വന്നു. പിന്നീട് തൃശ്ശൂരിൽ വരുമ്പോഴൊക്കെ കേച്ചേരിയിലെ വീട്ടിൽ കയറിയിട്ടേ പോകാറുള്ളൂ. എന്റെ ഭർത്താവിനെ ഇഷ്ടമായിരുന്നു. അദ്ദേഹത്തിന് ലിവർ ക്യാൻസർ വന്നപ്പോഴും കോഴിക്കോട് മെഡിക്കൽ കോളജിൽ കൊണ്ടുപോയി കാണിക്കാൻ വാസുവാണ് മുൻകൈയെടുത്തത്. പിന്നീട് തിരുവനന്തപുരത്തു പോയി ഡോ. കൃഷ്ണൻനായരെ കണ്ട് സംസാരിച്ചതും വാസുവാണ്. കൊട്ടിഘോഷം ഒന്നുമില്ലെങ്കിലും ചെയ്യേണ്ട കാര്യങ്ങൾ കൃത്യമായി ചെയ്യും. മരിച്ച സമയത്ത് ഇവിടെ വന്നപ്പോൾ എന്നോടൊന്നും പറഞ്ഞില്ല. ചുമലിൽ കൈവച്ച് മുഖത്തേക്കൊന്നു നോക്കി. ആ നോട്ടത്തിൽ എല്ലാം അടങ്ങിയിരുന്നു.

ഭർത്താവ് മരിച്ച് എട്ടാംമാസത്തിലായിരുന്നു എന്റെ മകളുടെ വിവാഹം. ആ സമയത്തും 'ഓപ്പോൾ വിഷമിക്കേണ്ട, ഞാനുണ്ടാവും' എന്നുപറഞ്ഞ് കൂടെനിന്നത് വാസുവാണ്. ഒരമ്മാവന്റെ സ്ഥാനത്ത് മൂപ്പരുണ്ടായിരുന്നു. അവൾക്കുവേണ്ട ആഭരണങ്ങൾ കൊണ്ടുവന്നത് വാസുവിന്റെ ഭാര്യ സരസുവാണ് (കലാമണ്ഡലം സരസ്വതി ടീച്ചർ). പിന്നീട് അവളെ ഭർത്താവിന്റെ വീട്ടിൽ കൊണ്ടുചെന്നാക്കിയതും രണ്ടുപേരും ചേർന്നാണ്. രാത്രി വളരെ വൈകിയാണ് ഇരുവരും അവിടെനിന്ന് തിരിച്ചെത്തിയത്.

പന്ത്രണ്ട് പുസ്തകങ്ങൾ ഞാനെഴുതിയിട്ടുണ്ട്. ഇവയെല്ലാം ഞാൻ വാസുവിന് അയച്ചുകൊടുത്തിട്ടുണ്ട്. അത് വായിച്ചോ എന്നെനിക്കറിയില്ല. അതെക്കുറിച്ച് ഞാനൊന്നും ചോദിക്കാറില്ല. എന്നോട് പറയാറുമില്ല. ഭാഗവതത്തിലെ പന്ത്രണ്ട് അമ്മമാരെക്കുറിച്ച് എഴുതിയ പുസ്തകമാണ് ഏറ്റവുമൊടുവിൽ പ്രകാശനം ചെയ്തത്. അതും വാസുവിന് അയച്ചുകൊടുത്തിട്ടുണ്ട്. ആ സമയത്ത് ഞാൻ സരസുവിനെ വിളിച്ചുപറഞ്ഞു, ''വാസുവിനോട് പറഞ്ഞേക്കണം, ഓപ്പോളൊരു പുസ്തകം അയച്ചിട്ടുണ്ടെന്ന്.''

നൂറുകണക്കിന് പുസ്തകങ്ങൾ അവിടെ വരാറുണ്ട്. അക്കൂട്ടത്തിൽ എന്റെ പുസ്തകവും പെട്ടുപോകേണ്ട എന്നു കരുതിയാണ് വിളിച്ചുപറഞ്ഞത്. ചിലപ്പോൾ വായിച്ചുനോക്കുമായിരിക്കും.

കോളേജിൽ പഠിക്കാൻ പോയ സമയത്ത് വീട്ടിൽ വാസുവിന്റെ അമ്മ തനിച്ചായി. അക്കാലത്താണ് ഞാനവിടേക്ക് പോയത്. ആറു വർഷക്കാലം അമ്മയ്ക്കൊപ്പം ഒന്നിച്ചു താമസിച്ചു. നാലുകെട്ടും വടക്കിനിയും തെക്കിനിയുമൊക്കെയുള്ള വലിയ വീടായിരുന്നു അത്. എന്റെ അമ്മായി ആണ് വാസുവിന്റെ അമ്മ. മറ്റൊരു ബന്ധം കൂടിയുണ്ട്, ഞങ്ങൾക്കിടയിൽ. എന്റെ ചേച്ചിയെയാണ് വാസുവിന്റെ ചേട്ടൻ വിവാഹം കഴിച്ചത്. വാസുദേവൻ എന്നാണ് അമ്മ വാസുവിനെ വിളിക്കാറുള്ളത്. സീരിയസായ സ്വഭാവമുള്ളതിനാൽ വാസു അന്നേ അധികം സംസാരിക്കില്ല. അമ്മയും മകനോട് ആവശ്യമുള്ള കാര്യം മാത്രമേ പറയുകയുള്ളൂ. അവർ സംസാരിക്കുന്നത് സഹോദരന്മാരോടാണ്. അമ്മയുടെ ദാനം കാരണം ദിവസവും ഇരുപതോളം പേർ ഉച്ചഭക്ഷണത്തിനുണ്ടാവും. വാസുവിന്റെ ഭക്ഷണകാര്യത്തിൽ അവർ എന്നും ശ്രദ്ധിച്ചിരുന്നു. ചീര, മുരിങ്ങയില എന്നിവയുടെ കറിയായിരുന്നു വാസുവിന് ഏറെയിഷ്ടം. വാസു വീട്ടിലെത്തിയാൽ കറിയുണ്ടാക്കാൻ ഇലകൾ എവിടെ നിന്നെങ്കിലും അമ്മായി കൊണ്ടുവരും.

ഒരു ദിവസം അവർ ഒരു തട്ടാനെ വീട്ടിലേക്ക് വിളിച്ചുവരുത്തി.

''ഇവൾക്ക് രണ്ടുവള പണിയിച്ചുതരണം.''

ആദ്യമായി സ്വർണ്ണത്തിന്റെ രണ്ടുവള എനിക്ക് സമ്മാനിച്ചത് അമ്മായിയാണ്. അമ്മാവൻ സിലോണിൽനിന്ന് വന്നപ്പോൾ ഒരു വാച്ചും തന്നു. അന്നതൊക്കെ വലിയ സംഭവമാണ്. പിന്നീട് അമ്മായിക്ക് തീരെ സുഖമില്ലാതായി. ഒരു ദിവസം സ്കൂളിൽനിന്നു വരുമ്പോൾ വീട്ടിലെ തെക്കിനിയിൽ നിറയെ ആളുകൾ. ആരോ പറഞ്ഞറിഞ്ഞു – അമ്മായി മരിച്ചുപോയെന്ന്. എന്റമ്മ മരിച്ചിട്ടും എനിക്കത്ര ദുഃഖമുണ്ടായിരുന്നില്ല. അത്രയ്ക്ക് ആത്മബന്ധമുണ്ടായിരുന്നു,

അമ്മായിയോട്. അമ്മായി മരിക്കുന്ന സമയത്ത് വാസുവിന് പരീക്ഷയായിരുന്നു. അതുകൊണ്ടുതന്നെ അറിയിക്കേണ്ടെന്നാണ് വല്യേട്ടൻ പറഞ്ഞത്. പരീക്ഷ കഴിഞ്ഞാണ് വീട്ടിലേക്ക് വന്നത്.

എന്റെ അമ്മയുടെ അമ്മ വാസുവിന് അച്ഛമ്മയാണ്. അവർ വലിയ കാര്യപ്രാപ്തിയുള്ള സ്ത്രീ ആയിരുന്നു. തറവാട്ടിലെ ആണുങ്ങളൊക്കെ പുറത്താണ്. ഇടയ്ക്കിടെ വാസു പുന്നയൂർകുളത്തെ തറവാട്ടിലേക്കു വരും. അച്ഛമ്മയെ വാസുവിന് വലിയ ഇഷ്ടമാണ്. അച്ഛമ്മയ്ക്ക് തിരിച്ചും. ഓരോ തവണ വരുമ്പോഴും കുഞ്ഞുവാസുവിന് അച്ഛമ്മ അഞ്ചുരൂപ നൽകും. ആ പണം വാസു പുസ്തകം വാങ്ങാനാണ് ഉപയോഗിക്കുക. അന്നു മുതലേ വാസുവിന് ആഡംബരഭ്രമമില്ല. സാധാരണരീതിയിലുള്ള വസ്ത്രമാണ് ഉപയോഗിക്കുക. പുതിയ വസ്ത്രത്തേക്കാൾ പുതിയ പുസ്തകം വാങ്ങിക്കുന്നതിലായിരുന്നു താൽപ്പര്യം. കണ്ണുകളിലെ തീക്ഷ്ണത ഇന്നും അതേപോലെയുണ്ട്. ജോലി കിട്ടിയ ശേഷമാണ് ബീഡിവലി തുടങ്ങിയത്. എന്തുപറഞ്ഞാലും അച്ഛൻ അതുമാത്രം മാറ്റില്ലെന്ന് മകൾ അശ്വതി തന്നെ പറഞ്ഞിട്ടുണ്ട്. ആ ദുസ്സ്വഭാവം മാത്രമേ വാസുവിനുള്ളൂ.

വേണ്ടപ്പെട്ട ആളുകളെ കാണാൻ എപ്പോഴും താൽപര്യമാണ്. ഒരു തവണ കൂടല്ലൂരിലെ ഭഗവതിക്ഷേത്രത്തിൽ ഒരു ചടങ്ങുണ്ടായിരുന്നു. അവിടെ എത്തിയ ദിവസം എന്നെ വിളിച്ചു.

"അവരൊക്കെ വിളിച്ചാൽ എങ്ങനെയാ പോകാതിരിക്കാൻ പറ്റുക?" എന്നാണ് അന്ന് എന്നോടു പറഞ്ഞത്. എനിക്ക് തലചുറ്റലും മറ്റ് അസുഖമൊക്കെ ഉള്ളതിനാൽ വരേണ്ടെന്ന് നേരത്തെ പറഞ്ഞിരുന്നു.

ഇന്നും വാസു ഒരു ബലമാണ് ഞങ്ങളുടെ കുടുംബത്തിന്. ആ സ്നേഹം എന്നും നിലനിൽക്കണേയെന്നാണ് എന്റെ എപ്പോഴുമുള്ള പ്രാർത്ഥന.

■

മനസ്സിൽ ചെറുപ്പം സൂക്ഷിക്കുന്ന എഴുത്തുകാരൻ

പി.വി. ഗംഗാധരൻ

എം.ടിയെ ആദ്യം അറിയുന്നത് അദ്ദേഹമെഴുതിയ പുസ്തകങ്ങളിലൂടെയാണ്. 'രണ്ടാമൂഴ'വും 'നാലുകെട്ടു'മൊക്കെ വായിച്ചുതുടങ്ങിയപ്പോൾ മുതലുള്ള ആരാധന ഇപ്പോഴും മനസിലുണ്ട്. മാതൃഭൂമി വാരികയുടെ പത്രാധിപരായി വന്നപ്പോഴാണ് ആദ്യം കാണുന്നത്. അക്കാലത്ത് വലിയ ബന്ധങ്ങളൊന്നുമുണ്ടായിരുന്നില്ല. കാണും. ചിരിക്കും. അത്രമാത്രം. എന്നാൽ മാതൃഭൂമിയിലേക്കുള്ള രണ്ടാംവരവിൽ എം.ടി. ഏറ്റവുമടുത്ത സുഹൃത്തുക്കളിൽ ഒരാളായി. എം.ടി. വാസുദേവൻ നായർ എന്ന പ്രതിഭ വാരികയുടെ പത്രാധിപരായത് മാതൃഭൂമിയെ സംബന്ധിച്ചിടത്തോളം അഭിമാനമാണ്. വായനക്കാർ ആഗ്രഹിക്കുന്ന രീതിയിലേക്ക് മാതൃഭൂമിയെ എത്തിക്കാൻ അദ്ദേഹത്തിന് സാധിച്ചു. അക്കാലം മുതൽ ഒരുപാടു ശിഷ്യഗണങ്ങൾ എം.ടിക്കുണ്ടായിരുന്നു. അവരിൽ പലരും അദ്ദേഹത്തെ സന്ദർശിക്കാൻ മാതൃഭൂമി വാരികയുടെ ഓഫീസിൽ വരുന്നത് കണ്ടിട്ടുണ്ട്.

എം.ടി. സംവിധാനം ചെയ്ത 'നിർമ്മാല്യ'ത്തിന്റെ വിജയാഘോഷം നടന്നത് കോഴിക്കോട്ടാണ്. പി.ജെ. ആന്റണിക്ക് മികച്ച നടനുള്ള ഭരത് അവാർഡ് വാങ്ങിക്കൊടുത്ത സിനിമയാണത്. ആ സിനിമയുടെ ആഘോഷചടങ്ങിൽ പങ്കെടുക്കാൻ എനിക്കും അവസരം വന്നു. അതോടെയാണ് ഞങ്ങൾ തമ്മിലുള്ള ബന്ധം ദൃഢമായത്. ഏറെനാൾ കഴിയുന്നതിന് മുമ്പ് ഞാനും സിനിമയിലെത്തി. ഗൃഹലക്ഷ്മി പ്രൊഡക്ഷൻസിന്റെ പേരിൽ 'സുജാത' എന്ന സിനിമ നിർമ്മിച്ചുകൊണ്ടായിരുന്നു തുടക്കം. പിന്നീട് ഒരുപാട് സിനിമകൾ നിർമ്മിച്ചു. ഐ.വി. ശശി-ടി. ദാമോദരൻ ടീമിന്റെ 'വാർത്ത' സൂപ്പർഹിറ്റായ സമയത്താണ് സംവിധായകൻ ഹരിഹരനുമായി പുതിയൊരു പ്രൊജക്ടിനെക്കുറിച്ച് സംസാരിക്കുന്നത്. ആരെക്കൊണ്ട് സ്ക്രിപ്റ്റ്

എഴുതിക്കുമെന്ന് ഞാൻ ചോദിച്ചപ്പോൾ ഹരിഹരന് ഒരേയൊരു മറുപടിയേ ഉണ്ടായിരുന്നുള്ളൂ - എം.ടി. വാസുദേവൻ നായർ.

"എം.ടിയുടെ കൈയിൽ നല്ലൊരു സ്ക്രിപ്റ്റുണ്ട്. വടക്കൻപാട്ടിലെ ചന്തുവിനെ നായകനാക്കിയുള്ള കഥയാണ്. സിനിമയാക്കിയാൽ പ്രൊഡ്യൂസർ എന്ന നിലയിൽ പി.വി.ജിയുടെ കരിയറിലും ഏറെ ഗുണമുണ്ടാവും."

ഹരിഹരനും എം.ടിയും തമ്മിൽ ആത്മാർത്ഥ സുഹൃത്തുക്കളാണ്. ഒരുമിച്ച് ഒരുപാടു സിനിമകൾ ചെയ്തുകഴിഞ്ഞിട്ടുണ്ട്. അതുകൊണ്ടുതന്നെ ഹരിഹരൻ പറഞ്ഞാൽ എം.ടി. സമ്മതിക്കുമെന്ന് തീർച്ച. ഞാനും ഹരിഹരനുമാണ് എം.ടിയെ കാണാൻ പോയത്. അദ്ദേഹം സമ്മതിക്കുകയും ചെയ്തു. അങ്ങനെയാണ് 'ഒരു വടക്കൻ വീരഗാഥ' എന്ന സിനിമയുടെ പിറവി. വീരഗാഥയിലേക്ക് കഥാപാത്രങ്ങളെ തെരഞ്ഞെടുക്കുന്നതു മുതൽ ഷൂട്ടിംഗ് പായ്ക്കപ്പാകുന്നതുവരെ എം.ടി. ഞങ്ങൾക്കൊപ്പമുണ്ടായിരുന്നു. ചന്തുവിനെ അവതരിപ്പിക്കുന്നത് മമ്മൂട്ടിയാണെന്ന് ആദ്യം തന്നെ തീരുമാനിച്ചു. ഉണ്ണിയാർച്ചയെത്തേടി ഞാനും ഹരിഹരനും എം.ടിയുമെത്തിയത് ബോംബെയിലാണ്. മാധവി എന്ന നടിയെ കണ്ട് സംസാരിച്ച് അഡ്വാൻസ് നൽകി. ഞങ്ങൾക്കൊരു ഫ്ളാറ്റുണ്ട്, ബോംബെയിൽ. അവിടെയാണ് മൂവരും താമസിച്ചത്. ആരോമലുണ്ണിയായി വേഷമിട്ട സഞ്ജയ് മിത്രയെ കാണുന്നതും ബോംബെയിൽ വച്ചാണ്. എം.ടിക്ക് സഞ്ജയിനെ നേരത്തെ അറിയാമായിരുന്നു. എം.ടിയുടെ രചനയിൽ ഭരതൻ സംവിധാനം ചെയ്ത 'വൈശാലി'യിലെ നായകനായിരുന്നു സഞ്ജയ്.

ഹരിഹരനും എം.ടിയും ഒന്നിക്കുന്ന പ്രൊജക്ടായതിനാൽ അതിൽ അഭിനയിക്കാൻ സുരേഷ്ഗോപിക്കും താൽപ്പര്യമുണ്ടായിരുന്നു. അങ്ങനെയാണ് ആരോമൽചേകവരുടെ റോൾ സുരേഷിന് നൽകിയത്. മലയാളത്തിലാണ് തുടക്കംകുറിച്ചതെങ്കിലും ക്യാപ്റ്റൻ രാജു അക്കാലത്ത് തമിഴിലും തെലുങ്കിലുമൊക്കെയായിരുന്നു സജീവം. അരിങ്ങോടരായി ക്യാപ്റ്റനെ നിശ്ചയിച്ചതും എം.ടിയും ഹരിഹരനും ചേർന്നാണ്. വടക്കൻപാട്ടിലെ മനോഹരമായ അധ്യായം പറിച്ചെടുത്ത് മാറ്റിയെടുക്കുമ്പോൾ എം.ടി. ഒരുപാട് റിസർച്ച് ചെയ്തിരുന്നു. വർഷങ്ങളോളം നീണ്ട പരിശ്രമത്തിന്റെ ഫലമായിരുന്നു വീരഗാഥയുടെ തിരക്കഥ. അതുകൊണ്ടാണ് കഥാപാത്രനിർണയം പോലും ഇത്ര കറക്ടായത്. പാലക്കാട് കൊല്ലങ്കോട് ഭാഗത്തായിരുന്നു 'വടക്കൻ വീരഗാഥ'യുടെ ഷൂട്ടിംഗ്. രാവിലെ ഷൂട്ടിംഗ് തുടങ്ങുന്ന സമയം മുതൽ പായ്ക്കപ്പാകുന്നതുവരെ എം.ടിയുണ്ടായിരുന്നു. ഹരിഹരന്റെ ചില സംശയങ്ങൾ തീർത്തുകൊടുക്കാനും ചില നിർദ്ദേശങ്ങൾ പറയാനും. സിനിമയ്ക്ക് ഒറിജിനാലിറ്റി വേണമെന്ന്

എം.ടിക്കും ഹരിഹരനും നിർബന്ധമുണ്ടായിരുന്നു. അതുകൊണ്ടു തന്നെ സിനിമയിൽ ഉപയോഗിച്ച സാധനങ്ങൾ മിക്കതും ഒറിജിനലാണ്. വാളുകളും എന്തിന് ഉണ്ണിയാർച്ച അണിഞ്ഞ സ്വർണംപോലും യഥാർത്ഥമാണ്. സിനിമകളിൽ സാധാരണ സ്വർണം പൂശിയ ആഭരണങ്ങളാണ് അഭിനേതാക്കൾക്ക് നൽകുക. കൊട്ടാരങ്ങൾ പണിതത് പ്ലാസ്റ്റർ ഓഫ് പാരീസ് ഉപയോഗിച്ചാണ്. യഥാർത്ഥ വെളിച്ചത്തിലായിരുന്നു ക്യാമറാമാൻ രാമചന്ദ്രബാബു ഓരോ സീനും ചിത്രീകരിച്ചത്. മനോഹരമായ തിരക്കഥയുണ്ടായാലും അതിനെ ദൃശ്യവൽക്കരിക്കുമ്പോൾ പരാജയപ്പെട്ട സംഭവം നമ്മൾ ഏറെ കണ്ടിട്ടുണ്ട്. എന്നാൽ 'വടക്കൻ വീരഗാഥ' അങ്ങനെയല്ല. എം.ടി. എഴുതിവെച്ചതുപോലെതന്നെ തന്മയത്വത്തോടെ ചിത്രീകരിക്കാൻ ഹരിഹരന് കഴിഞ്ഞു. അതുകൊണ്ടുതന്നെ എം.ടിക്ക് സമ്പൂർണ സംതൃപ്തി നൽകിയ സിനിമയായിരുന്നു അത്. എക്കാലത്തും മനസ്സിൽ സൂക്ഷിക്കാൻ പറ്റിയ ഒരു സിനിമ സമ്മാനിച്ചതിന് എം.ടിയോടും ഹരിഹരനോടും കടപ്പാടുണ്ട്. എന്റെ സിനിമാജീവിതത്തിലെ വലിയൊരു നാഴികക്കല്ലാണത്. തിരക്കഥയ്ക്കും നടനും കലാസംവിധാനത്തിനും വസ്ത്രാലങ്കാരത്തിനും നാല് ദേശീയ അവാർഡുകൾ, നിരവധി സംസ്ഥാന അവാർഡുകൾ എന്നിവ ആ സിനിമ വാരിക്കൂട്ടി. ആ സിനിമ അമേരിക്കയിൽ പ്രദർശിപ്പിച്ചപ്പോൾ എനിക്ക് കിട്ടിയ പ്രശംസയും മറക്കാൻ കഴിയില്ല.

മനുഷ്യന്റെ മനസ് വായിച്ചറിഞ്ഞ എഴുത്തുകാരനാണ് എം.ടിയെന്ന് പലപ്പോഴും തോന്നിയിട്ടുണ്ട്. അതുകൊണ്ടാണ് മലയാളത്തിന്റെ മണമുള്ള ഒരുപാടു കഥകളും തിരക്കഥകളുമെഴുതാൻ അദ്ദേഹത്തിന് കഴിഞ്ഞത്. അക്കൂട്ടത്തിൽപെട്ട മറ്റൊരു സിനിമയായിരുന്നു 'എന്ന് സ്വന്തം ജാനകിക്കുട്ടി'. അതും സംവിധാനം ചെയ്തത് ഹരിഹരനായിരുന്നു. നിർമ്മാണം ഞാനും. തിരക്കഥ വളരെ പെട്ടെന്ന് എഴുതുന്ന എഴുത്തുകാരനാണ് എം.ടി. അതിനാൽ നേരത്തെതന്നെ സിനിമയെക്കുറിച്ച് ഒരു ഹോംവർക്ക് ചെയ്യാൻ സംവിധായകന് കഴിയും. അത് സിനിമയുടെ പെർഫെക്ഷനെ സഹായിക്കുകയും ചെയ്യും. ശാന്തമായ സ്വഭാവമാണെങ്കിലും ശക്തമായ പ്രമേയങ്ങളായിരുന്നു എം.ടിയുടേത്. സിനിമയിൽ കഥാപാത്രങ്ങൾക്കു നൽകുന്ന ഓരോ സംഭാഷണത്തിനും കൃത്യമായ അർത്ഥമുണ്ടാവും. വെറുതെ ഡയലോഗ് കയറ്റിവിടുന്ന ശീലം എം.ടിക്കില്ല. ഓരോ വാക്കും വേദവാക്യം പോലെയാണ്. 'വടക്കൻ വീരഗാഥ'യിലെ സംഭാഷണം മാത്രം മതി, ഇക്കാര്യം തിരിച്ചറിയാൻ.

അങ്കം കുറിക്കാൻ വന്ന ആരോമലുണ്ണിയോടും കണ്ണപ്പനുണ്ണിയോടുമുള്ള ചന്തുവിന്റെ ഡയലോഗ് ആർക്കാണ് മറക്കാൻ കഴിയുക?

'ജീവിതത്തിൽ പലരുമെന്നെ തോൽപ്പിച്ചിട്ടുണ്ട്. പലവട്ടം. വേടനോടു തൊടുത്ത മരിച്ച അച്ഛൻ എന്നെ ആദ്യം തോൽപ്പിച്ചു. തോൽവികൾ ഏറ്റുവാങ്ങാൻ ചന്തുവിന്റെ ജീവിതം പിന്നെയും ബാക്കി... ചന്തുവിനെ തോൽപ്പിക്കാൻ നിങ്ങൾക്കാവില്ല മക്കളേ...' ഉണ്ണിയാർച്ചയുടെ മകനോട് ചന്തു പറയുന്നത്, എനിക്ക് പിറക്കാതെ പോയ മകനാണ് നീ എന്നാണ്. ഈ ഡയലോഗുകൾ ഇപ്പോഴും മലയാളികളുടെ മനസ്സിൽ മായാതെ കിടക്കുന്നുണ്ട്.

സാധാരണക്കാരുമായി അടുത്ത ബന്ധം സൂക്ഷിക്കുന്നത് എം.ടിയുടെ പ്രത്യേകതയാണ്. ഒരു വലിയ എഴുത്തുകാരനെന്ന ഭാവമില്ലാതെ പെരുമാറാൻ എം.ടിക്ക് കഴിയാറുണ്ട്. ആളുകൾക്ക് എളുപ്പം മനസ്സിലാവുന്ന ഭാഷയിൽ എഴുതുന്നതുകൊണ്ടാണ് സാധാരണക്കാർ അദ്ദേഹത്തെ സ്നേഹിച്ചത്. മനസ്സിൽ ചെറുപ്പം സൂക്ഷിക്കുന്ന ആളാണ് എം.ടിയെന്ന് പലപ്പോഴും തോന്നിയിട്ടുണ്ട്. സംസാരിക്കുമ്പോൾ ഒരു പോസിറ്റീവ് എനർജി കിട്ടുന്നതും അതുകൊണ്ടാണ്.

■

ദയ ചൊരിയുന്ന വാത്സല്യം

വേണു

പത്താംക്ലാസ് കഴിഞ്ഞുനിൽക്കുന്ന സമയം. അക്കാലം മുതൽ മനസ്സിൽ സിനിമയുണ്ട്. പഠിച്ചിരുന്ന എൻ.എസ്.എസ്. സ്കൂളിന്റെ ഒരു പരിപാടിയിൽ എം.ടി. വാസുദേവൻ നായർ പങ്കെടുക്കുന്നു എന്നറിഞ്ഞപ്പോൾ വല്ലാത്തൊരു സന്തോഷം. എം.ടിയുടെ കഥകളും നോവലുകളും ഒരുപാടു വായിച്ചിട്ടുണ്ട്. എന്നാൽ അതിനേക്കാളുപരി എം.ടിയിലെ സംവിധായകനെയും തിരക്കഥാകൃത്തിനെയും പരിചയപ്പെടാനായിരുന്നു മോഹം. അദ്ദേഹം സംവിധാനം ചെയ്ത 'നിർമ്മാല്യ'ത്തിന്റെ ഷൂട്ടിംഗ് കഴിഞ്ഞ സമയമായിരുന്നു അത്. ആവേശത്തോടെയാണ് അന്നത്തെ ദിവസം രാവിലെ തന്നെ ഞാനും കൂട്ടുകാരും എൻ.എസ്.എസ്. സ്കൂളിലെത്തിയത്. അദ്ദേഹത്തെ കണ്ടു. സീനിയറായ വിദ്യാർത്ഥികൾ ആയതുകൊണ്ടാവാം, അദ്ദേഹം ഏറെനേരം ഞങ്ങളോട് സംസാരിച്ചു. 'നിർമ്മാല്യ'ത്തെക്കുറിച്ചായിരുന്നു ഞങ്ങൾക്കറിയേണ്ടത്. ചോദിച്ചതും അതാണ്.

''നിർമ്മാല്യത്തിൽ പുതുമുഖങ്ങളാണ് കൂടുതലും അഭിനയിക്കുന്നത്. സുമിത്രയെന്ന പുതിയ നായികയ്ക്ക് കഥയെക്കുറിച്ചുപോലും അറിയില്ല. എന്നിട്ടും ആ കുട്ടി നന്നായിത്തന്നെ അഭിനയിച്ചു. സിനിമ കാണുമ്പോൾ നിങ്ങൾക്കത് മനസ്സിലാവും.''

എം.ടി. സാറിന്റെ ഓരോ വാക്കും ഞങ്ങൾ ശ്രദ്ധയോടെ കേട്ടു. കഥയറിയാതെ എങ്ങനെയാണ് അഭിനയിക്കാൻ കഴിയുക എന്നതായിരുന്നു എന്റെ അദ്ഭുതവും സംശയവും. അത് മനസ്സിലാക്കാൻ കഴിഞ്ഞത് പിന്നീട് സിനിമയിലെത്തിയപ്പോഴാണ്.

പി.ജെ. ആന്റണിയെന്ന പ്രതിഭയെക്കുറിച്ചും അദ്ദേഹം പറഞ്ഞു. ഇന്ത്യയിലെ മികച്ച നടനുള്ള ഭരത് അവാർഡ് പി.ജെ. ആന്റണിക്ക് വാങ്ങിച്ചുകൊടുക്കാനും എം.ടി.സാറിന് കഴിഞ്ഞു.

സിനിമയോടുള്ള ഇഷ്ടം കാരണം ഞാൻ പൂനയിൽ പോയി ഫിലിമോട്ടാഗ്രഫി പഠിച്ചു. ക്യാമറാമാനായ ഷാജി. എൻ. കരുൺ

സാറിന്റെ അസിസ്റ്റന്റായി. ആ സമയത്താണ് വീണ്ടും എം.ടി. സാറിനെ അടുത്തുകാണാനും പരിചയപ്പെടാനും അവസരമുണ്ടാവുന്നത്. എം.ടി.സാർ സംവിധാനം ചെയ്യുന്ന 'മഞ്ഞി'ന്റെ ക്യാമറ ഷാജി സാറായിരുന്നു. നൈനിറ്റാളിലായിരുന്നു ഷൂട്ടിംഗ്. സിഗരറ്റും ബീഡിയും ഒരേസമയം കൊണ്ടുനടക്കുന്ന എം.ടി.സാർ അന്ന് എനിക്കൊരു അദ്ഭുതമായിരുന്നു. ആ സൗഹൃദം പിന്നീട് വളർന്നു. അദ്ദേഹം തിരക്കഥയെഴുതിയ സുകൃതം, താഴ്‌വാരം പോലുള്ള ചിത്രങ്ങളുടെ ക്യാമറ കൈകാര്യം ചെയ്യാൻ എനിക്കു ഭാഗ്യമുണ്ടായി. അതിനുശേഷം എം.ടി.സാറിന് എന്നോട് വല്ലാത്തൊരു വാത്സല്യമായിരുന്നു. സാറിനോട് പ്രത്യേക അടുപ്പം എനിക്കും തോന്നിയിട്ടുണ്ട്. ഫ്രീയായി ഇടപെടാനുള്ള അവകാശം അദ്ദേഹം എപ്പോഴും എനിക്ക് തന്നിരുന്നു. 'കടവ്' എന്ന ചിത്രം സംവിധാനം ചെയ്യുന്ന അവസരത്തിൽ എം.ടി.സാറിന് ചില ആരോഗ്യപ്രശ്നങ്ങളുണ്ടായി. ആ സമയത്ത് ഷൂട്ടു ചെയ്തത് ഞാനായിരുന്നു.

ഏറെക്കാലം കഴിഞ്ഞപ്പോൾ ഒരു ദിവസം എം.ടി.സാർ എന്നെ ഫോണിൽ വിളിച്ചു.

''എന്റെ കൈയിൽ ഒരു സ്ക്രിപ്റ്റുണ്ട്. അത് വേണു സംവിധാനം ചെയ്താൽ നന്നായിരുന്നു.''

എനിക്ക് വളരെ സന്തോഷം തോന്നി. കാരണം എം.ടി.സാറിനെപ്പോലുള്ള ഒരാൾ വിളിച്ച് സ്ക്രിപ്റ്റ് നൽകാമെന്ന് പറഞ്ഞാൽ ആരാണ് സന്തോഷിക്കാത്തത്? പക്ഷേ ആദ്യമായി സംവിധാനം ചെയ്യുന്ന സിനിമയായതുകൊണ്ടാവാം, അതെക്കുറിച്ചുള്ള കാര്യങ്ങൾ നീണ്ടുപോയി. മാസങ്ങൾ കഴിഞ്ഞ് എം.ടി.സാർ വീണ്ടും വിളിച്ചു.

''ഞാൻ പറഞ്ഞ പ്രോജക്ടിന്റെ കാര്യത്തിൽ വേണു അനങ്ങുന്നില്ലല്ലോ. എന്തുപറ്റി? നമുക്കത് തുടങ്ങേണ്ടേ?''

തുടങ്ങാമെന്ന് ഉറപ്പുകൊടുത്തു. രണ്ടു ദിവസം കഴിഞ്ഞപ്പോൾ എം.ടി.സാറിനെ കാണാൻ കോഴിക്കോട്ടേക്കു പോയി. ആയിരത്തിയൊന്ന് രാത്രികളിൽ നിന്നെടുത്ത ഒരു കഥയെക്കുറിച്ച് അദ്ദേഹം പറഞ്ഞു. എനിക്കും അതിഷ്ടപ്പെട്ടു. അവിടെവെച്ച് സി.കെ. ഗോപിനാഥൻ നായർ എന്നയാളെ എം.ടി.സാർ എനിക്കു പരിചയപ്പെടുത്തി. എം.ടി.സാറിനോട് അതിരറ്റ ആരാധനയുള്ള ആളാണ് ഗോപിനാഥൻ നായർ. എം.ടി.സാർ സംവിധാനം ചെയ്യുന്ന ഒരു സിനിമ നിർമ്മിക്കണമെന്ന് അദ്ദേഹത്തിന് ഒരാഗ്രഹം. അത് സാധിച്ചുകിട്ടാൻ എം.ടി.സാറിന്റെ അടുത്തെത്തി. സംവിധാനം മറ്റൊരാളെ ഏൽപ്പിക്കാമെന്നും തിരക്കഥ നൽകാമെന്നും സാർ ഉറപ്പുനൽകി. 'ദയ' എന്ന പേരിലുള്ള ആ തിരക്കഥ സംവിധാനം ചെയ്യാനാണ് എന്നെ ചുമതലപ്പെടുത്തിയത്.

''സിനിമയാണിത്. മുടക്കുന്ന കാശൊന്നും ചിലപ്പോൾ തിരിച്ചു കിട്ടില്ലെന്നു വരാം. എല്ലാം ഒരു ഭാഗ്യമാണ്. ചിലപ്പോൾ രക്ഷപ്പെട്ടെന്നും വരും.''

എം.ടി.സാർ ഗോപിനാഥൻ നായർക്ക് മുന്നറിയിപ്പ് നൽകി. പണമല്ല, എം.ടിയുടെ സ്ക്രിപ്റ്റാണ് പ്രധാനം എന്നായിരുന്നു അദ്ദേഹത്തിന്റെ മറുപടി.

''ഈ സിനിമയ്ക്കു പറ്റിയ ലൊക്കേഷൻ കേരളത്തിലില്ല. വേണു രാജസ്ഥാൻ വരെ പോയി നോക്കണം.''

എം.ടി.സാർ പറഞ്ഞതനുസരിച്ച് പിറ്റേ ആഴ്ച ഞാനൊറ്റയ്ക്ക് രാജസ്ഥാനിൽ പോയി ലൊക്കേഷൻ കണ്ടെത്തി. പിന്നീട് എം.ടി. സാറിനെയും കൊണ്ടുപോയി. അദ്ദേഹത്തിനും ആ സ്ഥലം ഇഷ്ടപ്പെട്ടു. അതിനുശേഷമാണ് എം.ടി.സാർ 'ദയ'യുടെ തിരക്കഥ പൂർത്തിയാക്കിയത്. സിനിമയുടെ സംഗീതസംവിധാനം ചെയ്യാൻ വിശാൽ ഭരദ്വാജിനെ നിർദ്ദേശിച്ചതും എം.ടി.സാറാണ്. അക്കാലത്ത് വിശാലിനെ മലയാളത്തിൽ ആർക്കും അറിയില്ല. പിന്നീട് അദ്ദേഹം ഇന്ത്യ അറിയപ്പെടുന്ന വലിയ സംഗീത സംവിധായകരിൽ ഒരാളായി മാറി. സിനിമയുടെ ഓരോ ഘട്ടത്തിലും എം.ടി.സാറുമായി ചർച്ച ചെയ്തിട്ടേ ഞാൻ ചെറിയ കാര്യങ്ങൾ പോലും ചെയ്തിട്ടുള്ളൂ. ആദ്യം മറ്റൊരു നടിയെ ആയിരുന്നു ആലോചിച്ചത്. പിന്നീട് മഞ്ജുവാര്യരെ തീരുമാനിച്ചു. ഇടയ്ക്ക് ലൊക്കേഷനിലും അദ്ദേഹം വന്നെത്തി. സിനിമ ശ്രദ്ധിക്കപ്പെട്ടെങ്കിലും സാമ്പത്തികമായി വിജയിക്കാത്തതിൽ ഞങ്ങൾക്കെല്ലാവർക്കും സങ്കടമുണ്ടായിരുന്നു. ദേശീയ, സംസ്ഥാന തലങ്ങളിൽ ഒരുപാട് പുരസ്കാരങ്ങൾ 'ദയ' വാരിക്കൂട്ടി. ആ വർഷത്തെ മികച്ച തിരക്കഥയ്ക്കുള്ള സംസ്ഥാന അവാർഡ് എം.ടി. സാറിനായിരുന്നു. മികച്ച സംവിധായകനുള്ള ഇന്ദിരാഗാന്ധി ദേശീയ പുരസ്കാരം എനിക്കും ലഭിച്ചു. എം.ടി.സാറിനെപ്പോലുള്ള ഒരു വലിയ പ്രതിഭയുടെ കൂടെ വർക്ക് ചെയ്തതുകൊണ്ട് കിട്ടിയ ആദരവാണത്. 'മഞ്ഞി'ന്റെ ലൊക്കേഷനിൽ രൂപപ്പെട്ട ആ സൗഹൃദവും സ്നേഹവും ഇപ്പോഴും അദ്ദേഹത്തിനുണ്ട്.

വർഷങ്ങൾക്കുശേഷം എന്റെ മകളുടെ വിവാഹം ക്ഷണിക്കാൻ വേണ്ടിയാണ് ഞാൻ എം.ടി.സാറിന്റെ കോഴിക്കോട്ടെ വീട്ടിലെത്തിയത്. അന്ന് അദ്ദേഹവുമായി ഒരുപാടു കാര്യങ്ങൾ സംസാരിച്ചു. വിവാഹത്തിന് എന്തായാലും എത്തുമെന്ന ഉറപ്പും നൽകി. അദ്ദേഹം വാക്കുപാലിച്ചു. വളരെ കഷ്ടപ്പെട്ടാണ് എം.ടി.സാർ തിരുവനന്തപുരത്തെ വീട്ടിലെത്തിയത്. മകളെ അനുഗ്രഹിക്കുകയും ചെയ്തു. ഇടയ്ക്കിടെ ഫോൺ വിളിച്ച് സുഖവിവരം തിരക്കുന്ന സൗഹൃദമല്ല, ഞങ്ങൾക്കിടയിലുള്ളത്. അതൊന്നുമില്ലെങ്കിലും അദ്ദേഹത്തിന്റെ മനസ്സിൽ എനിക്കൊരു സ്ഥാനമുണ്ട്, എപ്പോഴും. ■

എം.ടിയുടെ തണലിൽ ഏറെനാൾ

ശത്രുഘ്നൻ

പ്രീ യൂണിവേഴ്സിറ്റിക്ക് പഠിക്കുന്ന കാലംതൊട്ട് എം.ടി. കൃതികൾ ഒരു ഹരമായിരുന്നു. അക്കാലത്ത് അച്ഛൻ ഗുരുവായൂർ ദേവസ്വത്തിന്റെ മാനേജരാണ്. അതുകൊണ്ടുതന്നെ ഞങ്ങൾ കുടുംബസമേതം ഗുരുവായൂരിലായിരുന്നു താമസം. എം.ടിയെന്ന പ്രിയപ്പെട്ട എഴുത്തുകാരനെ കാണാൻ ഒരുപാടു കൊതിച്ചിട്ടുണ്ട്. യാദൃച്ഛികമായാണ് ഗുരുവായൂരിൽ ഒരു സാഹിത്യസമ്മേളനത്തിന്റെ നോട്ടീസ് ശ്രദ്ധയിൽപെട്ടത്. എം.ടി. പങ്കെടുക്കുന്നു എന്നറിഞ്ഞപ്പോൾ ദിവസം ഓർത്തുവച്ചു. അന്നത്തെ ദിവസം വൈകുന്നേരം സമ്മേളനം നടക്കുന്ന ഹാളിലെത്തുമ്പോൾ സീറ്റുകൾ നിറഞ്ഞിരിക്കുന്നു. ഏറ്റവും പിന്നിൽ നിന്നുകൊണ്ട് ഞാനാ കാഴ്ച കണ്ടു. ഒരുപാട് പ്രശസ്തർക്കിടയിൽ എം.ടി. വാസുദേവൻ നായർ ഇരിക്കുന്നു. അദ്ദേഹത്തിന്റെ വാക്കുകൾക്കായി കാത്തുനിന്നു. അമ്പതുവർഷം മുമ്പുള്ള എം.ടിയുടെ ആ പ്രസംഗം ഇപ്പോഴും മനസ്സിൽ സൂക്ഷിക്കുന്നുണ്ട്.

''രാവിലെ വീട്ടിൽനിന്നിറങ്ങുമ്പോൾ പ്രാർത്ഥിക്കുന്നത് അപമാനിതനായി തിരിച്ചെത്തരുതേയെന്നാണ്...''

അതിലൊരു വാചകം ഇങ്ങനെയായിരുന്നു. ഒരുപക്ഷേ എം.ടി. പോലും ഈ പ്രസംഗം ഓർത്തുകാണില്ല. ആദ്യത്തെ കാഴ്ചയിൽ എനിക്ക് മനസ്സിൽ സൂക്ഷിക്കാൻ കിട്ടിയ വാക്കുകളാണത്. അന്നും ഇന്നും പ്രസക്തമാണത്. പിന്നീട് എനിക്ക് പാലക്കാട്ട് എഫ്.എ.സി.ടിയിൽ ജോലി കിട്ടി. ആ സമയത്ത് എം.ടിയുടെ ജ്യേഷ്ഠനായ ബാലേട്ടനും (എം.ടി.ബി. നായർ) പാലക്കാട്ടുണ്ട്. അദ്ദേഹത്തിന് ബ്രൂക്ക്ബോണ്ട് കമ്പനിയിലാണ് ജോലി. പത്രപ്രവർത്തകനായ കെ.പി. മോഹനനും ബാലേട്ടനുമൊക്കെ ഒന്നിച്ചുചേരുന്ന വൈകുന്നേരങ്ങളിൽ മിക്കപ്പോഴും ഞാനുമുണ്ടാവും. ആ സമയത്താണ് ബാലേട്ടനുമായി അടുക്കുന്നത്.

സാഹിത്യത്തോടുള്ള അഭിരുചി എന്നിലും എഴുത്തിനോടുള്ള ആഭിമുഖ്യം വളർത്തി. ഗോവിന്ദൻകുട്ടി എന്ന സ്വന്തം പേരിൽ ഞാൻ

കഥകളെഴുതാൻ തുടങ്ങി. ബാലേട്ടനെ കാണുമ്പോഴൊക്കെ ഞാൻ സംസാരിക്കുന്നത് എം.ടിയെക്കുറിച്ചും അദ്ദേഹത്തിന്റെ കൃതികളെക്കുറിച്ചുമാണ്. ഒരു ദിവസം ബാലേട്ടൻ എന്നോടു ചോദിച്ചു - ഗോവിന്ദൻകുട്ടിക്ക് എം.ടിയെ പരിചയപ്പെടണോ?

''പരിചയപ്പെടണമെന്നുണ്ട്. പക്ഷേ എന്റെ ഒരു കഥയെങ്കിലും 'മാതൃഭൂമി'യിൽ പ്രസിദ്ധീകരിച്ചു വന്നതിനുശേഷം മാത്രം.'' ഞാൻ പറഞ്ഞു.

അക്കാലത്ത് മാതൃഭൂമി ആഴ്ചപ്പതിപ്പിന്റെ പത്രാധിപരാണ് എം.ടി. ഏറെനാൾ കഴിഞ്ഞില്ല, മാതൃഭൂമിയിൽ എന്റെ കഥ പ്രസിദ്ധീകരിച്ചു വന്നു. വഴികൾ, നിറങ്ങൾ. അതിനുശേഷം എം.ടിയെ കാണാൻ എനിക്കു ധൈര്യം വന്നു. ഒരു ദിവസം രാവിലെ ഞാൻ കോഴിക്കോട് മാതൃഭൂമി ഓഫീസിലെത്തി. വി.ആർ. ഗോവിന്ദനുണ്ണി എന്ന സബ് എഡിറ്ററായിരുന്നു അന്ന് എം.ടിയുടെ അസിസ്റ്റന്റ്. കാര്യം പറഞ്ഞപ്പോൾ അദ്ദേഹം എന്നെ എം.ടിയുടെ മുറിയിലേക്ക് നയിച്ചു. ഒരുപാട് പുസ്തകങ്ങൾക്കിടയിൽ ബീഡിയും വലിച്ചിരിക്കുകയാണ് മലയാളത്തിന്റെ പ്രിയപ്പെട്ട കഥാകാരൻ. അകത്തേക്ക് കയറിയപ്പോൾ അദ്ദേഹം ഇരിക്കാൻ നിർദ്ദേശിച്ചു. സത്യം പറഞ്ഞാൽ ഭയംകൊണ്ട് വിറയ്ക്കുകയായിരുന്നു, ഞാൻ.

''വഴികൾ, നിറങ്ങൾ എന്ന കഥയെഴുതിയ ഗോവിന്ദൻകുട്ടിയാണ് ഞാൻ.''

അധികമൊന്നും അദ്ദേഹം സംസാരിച്ചില്ല. ചിരിച്ചതുമില്ല. ഞാൻ സംസാരിച്ചതു മുഴുവൻ കേട്ടിരുന്നു. കൈയിലിരിക്കുന്ന ബീഡി വലിച്ചുതീർത്തതിനുശേഷം ചവറ്റുകൊട്ടയിലിട്ടു. മേശയ്ക്കു മുകളിലുണ്ടായിരുന്ന സിഗരറ്റ് പായ്ക്കറ്റ് എന്റെ നേരെ നീട്ടി. ഞാൻ പുകവലിക്കാറില്ലെന്ന് പറഞ്ഞ് സ്നേഹപൂർവം നിരസിച്ചു. ആദരവ് കലർന്ന ഭയം കൊണ്ടാവണം, അധികനേരം ആ മുറിയിൽ, എം.ടിക്കു മുമ്പിൽ ഇരിക്കാൻ ധൈര്യം കിട്ടിയില്ല.

എന്റെ ഏറ്റവുമടുത്ത സുഹൃത്തായിരുന്നു നോവലിസ്റ്റ് നന്തനാർ. എന്നെ എഴുത്തുകാരനാക്കിയ പ്രതിഭ. ഒരുകാലത്ത് ചില കാരണങ്ങൾകൊണ്ട് ഞാൻ എഴുത്തു നിർത്തിയിരുന്നു. അത് നന്തനാരെ ദുഃഖിതനാക്കി. ഞാൻ എഴുത്തിലേക്ക് തിരിച്ചുവരണമെന്ന് നന്തനാർ ഒരുപാടാഗ്രഹിച്ചു.

''സ്വന്തം പേരിലല്ല, ഗോവിന്ദൻകുട്ടിക്ക് മറ്റൊരു പേരിൽ എന്തുകൊണ്ട് എഴുതിക്കൂടാ?''

ഒരിക്കൽ നന്തനാർ ചോദിച്ചു. നന്തനാരുടെ നിർബന്ധം കൊണ്ടാണ് ഞാൻ ശത്രുഘ്നൻ എന്ന തൂലികാനാമം സ്വീകരിച്ചത്. അധികകാലം കഴിയുന്നതിന് മുമ്പ് നന്തനാർ മരിച്ചു. ആ സമയത്ത്

'അനുഭവങ്ങൾ' എന്ന നോവൽ അദ്ദേഹം എഴുതി പൂർത്തിയാക്കിയിരുന്നു. ഈ വിവരം എം.ടിക്കറിയാം. ഒരു ദിവസം മാതൃഭൂമി പാലക്കാട് ബ്യൂറോ ചീഫായിരുന്ന കെ.പി. മോഹനന് എം.ടി ഒരു ടെലിപ്രിന്റർ സന്ദേശമയച്ചു - ''എത്രയും പെട്ടെന്ന് ഗോവിന്ദൻകുട്ടിയെ നന്തനാരുടെ വീട്ടിലേക്ക് പറഞ്ഞയയ്ക്കുക. 'അനുഭവങ്ങൾ' എന്ന നോവൽ അദ്ദേഹം പൂർത്തിയാക്കിവെച്ചിട്ടുണ്ട്. അതും വാങ്ങിച്ച് മാതൃഭൂമിയിൽ എത്തിക്കാൻ പറയുക.''

മോഹനൻ എന്നെ വിളിച്ച് ഇക്കാര്യം പറഞ്ഞു. എനിക്കുണ്ടായ സന്തോഷം പറഞ്ഞറിയിക്കാനാവില്ല. കാരണം അതിന്റെ പേരിൽ എം.ടിയെ വീണ്ടും കാണുകയും സംസാരിക്കുകയും ചെയ്യാമല്ലോ. ഞാൻ നന്തനാരുടെ വീട്ടിൽ പോയി നോവലും വാങ്ങിച്ച് വീണ്ടും മാതൃഭൂമി ഓഫീസിലേക്ക്. അന്ന് എം.ടി കുറച്ചുനേരം എന്നോടു സംസാരിച്ചു. നന്തനാരെക്കുറിച്ചായിരുന്നു കൂടുതലും. എങ്കിലും ചിരിയിൽ അദ്ദേഹം പതിവുപിശുക്ക് തന്നെ കാണിച്ചു. എം.ടിയുമായുള്ള രണ്ടാമത്തെ കൂടിക്കാഴ്ചയായിരുന്നു അത്. അതോടെ ഞങ്ങൾ തമ്മിലുള്ള ബന്ധത്തിന്റെ ശക്തി കൂടി.

നന്തനാരുടെ 'അനുഭവങ്ങൾ' എന്ന നോവൽ മാതൃഭൂമി ഖണ്ഡശ്ശ പ്രസിദ്ധീകരിച്ചു. പിന്നീടത് ഐ.വി. ശശി സിനിമയുമാക്കി. പിന്നീട് കാണുന്നത് മഹാറാണി ഹോട്ടലിന്റെ ലോണിൽ വെച്ചാണ്. മാസങ്ങൾക്കുശേഷം. അന്ന് ഞങ്ങൾ ഒരുപാടുനേരം സംസാരിച്ചു. ഏണസ്റ്റ് ഹെമിംഗ്വേയുടെ നോവലുകളെക്കുറിച്ചായിരുന്നു ചർച്ച. രണ്ടുപേർക്കും താൽപ്പര്യമുള്ള വിഷയമായതിനാൽ ചർച്ച ഏറെ സമയം നീണ്ടു. 'ഒരു വടക്കൻ വീരഗാഥ' എന്ന സിനിമയുടെ ഷൂട്ടിംഗ് സമയത്ത് എം.ടി. പാലക്കാട്ടെ ഇന്ദ്രപ്രസ്ഥ ഹോട്ടലിലുണ്ടെന്നറിഞ്ഞ ദിവസം തന്നെ ഞാൻ കാണാൻ ചെന്നു. ഡോർ തുറന്ന് അകത്തേക്ക് ചെന്നപ്പോൾ മുറിയിൽ മമ്മൂട്ടിയുമുണ്ട്. അന്ന് ചിരിച്ചുകൊണ്ടാണ് അദ്ദേഹം സ്വീകരിച്ചത്.

''ഇത് എന്റെ വത്സലശിഷ്യൻ ഗോവിന്ദൻകുട്ടി. ശത്രുഘ്നൻ പേരിലാണ് എഴുത്ത്''

എം.ടി. എന്നെ മമ്മൂട്ടിക്ക് പരിചയപ്പെടുത്തിക്കൊടുത്തിയത് അങ്ങനെയാണ്. കാലമേറെക്കഴിഞ്ഞു. ഞാനും തിരക്കഥാരചനയിലേക്ക് കടന്നു. ആദ്യസിനിമയായ 'ഈ പുഴയും കടന്ന്' സൂപ്പർ ഹിറ്റായി. ഇതൊക്കെയും എം.ടി. അറിയുന്നുണ്ടായിരുന്നു. പി.ജി. വിശ്വംഭരൻ സംവിധാനം ചെയ്ത 'പുത്തൂരംപുത്രി ഉണ്ണിയാർച്ച' എന്ന സിനിമയുടെ തിരക്കഥ എന്റേതായിരുന്നു. തൃശ്ശൂരിൽ ആ സിനിമയുടെ ഷൂട്ടിംഗ് നടക്കുമ്പോൾ എം.ടി. ഗുരുവായൂരിലുണ്ട്. അദ്ദേഹം എന്നെ വിളിച്ചു.

''എനിക്ക് ലൊക്കേഷനിലേക്ക് വരണം. ചന്തുവിനെയും ആർച്ചയെയും കുഞ്ഞിരാമനെയുമൊക്കെ നിങ്ങൾ എങ്ങനെയാണ് കൺസീവ് ചെയ്തതെന്ന് അറിയാനൊരു കൗതുകം.''

ഞാൻ തന്നെയാണ് അദ്ദേഹത്തെ കൊണ്ടുവരാൻ കാറുമായി ഗുരുവായൂരിലേക്ക് പോയത്. പി.ജി. വിശ്വംഭരനും ക്യാപ്റ്റൻരാജുവുമൊക്കെ എം.ടിയുടെ പണ്ടേയുള്ള സുഹൃത്തുക്കളാണ്. ക്യാപ്റ്റനോട് സംസാരിച്ചതു മുഴുവൻ വടക്കൻ വീരഗാഥയിലെ അരിങ്ങോടർ എന്ന കഥാപാത്രത്തെക്കുറിച്ചായിരുന്നു. ഉച്ചവരെ ലൊക്കേഷനിലിരുന്നശേഷമാണ് അദ്ദേഹം മടങ്ങിയത്.

കുറേക്കാലം മാതൃഭൂമിയിൽ വർക്ക് ചെയ്തശേഷം എം.ടി. ജോലി ഉപേക്ഷിച്ചു. ഏറെക്കാലം കഴിഞ്ഞപ്പോഴാണ് 'മാതൃഭൂമി'യിലെ വി. രാജഗോപാലിനെ യാദൃച്ഛികമായി കാണുന്നത്.

''അറിഞ്ഞോ, എം.ടി. വീണ്ടും വരികയാണ്, മാതൃഭൂമി ആഴ്ചപ്പതിപ്പിലേക്ക്.''

രാജഗോപാൽ പറഞ്ഞ വാർത്ത എന്നെ സന്തോഷഭരിതനാക്കി. അദ്ദേഹത്തോടൊപ്പം വർക്ക് ചെയ്യണമെന്ന ആഗ്രഹം ഞാൻ പ്രകടിപ്പിക്കുകയും ചെയ്തു. ദിവസങ്ങൾ കഴിഞ്ഞ് ഒരു ദിവസം കണ്ടപ്പോൾ എം.ടി. എന്നോടു ചോദിച്ചു, ''ഗോവിന്ദൻകുട്ടിക്ക് എന്നോടൊപ്പം വർക്ക് ചെയ്യാൻ ആഗ്രഹമുണ്ടോ?''

അതെ എന്ന അർത്ഥത്തിൽ തലകുലുക്കി.

''എങ്കിൽ അടുത്തയാഴ്ചതന്നെ മാതൃഭൂമിയിലേക്ക് വന്നോളൂ.''

ജീവിതത്തിലേറ്റവും സന്തോഷം തോന്നിയ നിമിഷങ്ങളിലൊന്നായിരുന്നു അത്. പിന്നീട് ഏറെനാൾ എം.ടിയുടെ തണലിലായിരുന്നു ഞാൻ.

ഇതിനിടയിൽ ഞാൻ ജോലിയാവശ്യാർത്ഥം രണ്ടുതവണ ഗൾഫിലേക്ക് പോയി. രണ്ടാം തവണ എല്ലാം ഉപേക്ഷിച്ച് തിരിച്ചെത്തിയപ്പോൾ ഒരു അഡ്വർടൈസിംഗ് കമ്പനി തുടങ്ങണമെന്ന് ആഗ്രഹം തോന്നി. അതിന്റെ ചെയർമാനാകാൻ ഞാൻ എം.ടിയെ ക്ഷണിച്ചു. അദ്ദേഹമത് സ്വീകരിക്കുകയും ചെയ്തു. ടെലിക്രാഫ്റ്റ് മൂവീസ് പ്രൈവറ്റ് ലിമിറ്റഡ് എന്ന പേരിലാരംഭിച്ച ആ കമ്പനിയാണ് പിന്നീട് 'നാലുകെട്ട്' എന്ന സീരിയൽ നിർമ്മിച്ചത്. എം.ടിയായിരുന്നു തിരക്കഥയും സംവിധാനവും. താരങ്ങളെ നിശ്ചയിക്കുന്ന ഘട്ടത്തിൽ, ഒരു മെലിഞ്ഞ ചെറുപ്പക്കാരൻ എം.ടിയെ അന്വേഷിച്ച് മാതൃഭൂമി ഓഫീസിലേക്ക് കയറിവന്നു. അയാളെ എം.ടിയുടെ മുറിയിലേക്ക് വിട്ടു. അഞ്ചോ പത്തോ മിനുട്ട് സംസാരിച്ചുകാണും. അതിനുശേഷം അയാൾ പുറത്തേക്കുപോയി. തൊട്ടുപിന്നാലെ എം.ടിയും ഇറങ്ങിവന്നു. അയാൾ പോയപ്പോൾ എം.ടി. എന്നോടു പറഞ്ഞു.

''നാലുകെട്ടിലെ അപ്പുണ്ണിയായി അഭിനയിക്കാൻ വന്നതാ. പേര് ഗോപാലകൃഷ്ണൻ. പക്ഷേ അപ്പുണ്ണിക്ക് അയാൾ പറ്റുമെന്ന് തോന്നുന്നില്ല.''

ആ ഗോപാലകൃഷ്ണനാണ് പിന്നീട് ജനപ്രിയനടനായ ദിലീപായി മാറിയത്. ആ സീരിയലിൽ അഭിനയിക്കാൻ അവസരം കിട്ടാതിരുന്നത് ഒരുപക്ഷേ ദിലീപിന്റെ നിയോഗമായിരിക്കാം. വർഷങ്ങൾ പിന്നെയും കഴിഞ്ഞു. എം.ടിക്കു പിന്നാലെ ഞാനും മാതൃഭൂമി വിട്ടു. ഒരുനാൾ എം.ടി. എന്നെ വിളിച്ചുചോദിച്ചു, ''നമുക്കൊരു സീരിയൽ ചെയ്താലോ?''

ചെയ്യാമെന്ന് പറഞ്ഞു.

''ഞാൻ തിരക്കഥയെഴുതിയ 'അനുബന്ധം' എന്നൊരു സിനിമയുണ്ട്. അതിൽ ചില മാറ്റങ്ങൾ വരുത്തി സീരിയലാക്കിയാൽ നന്നാവും. അനുബന്ധം നിർമ്മിച്ച പ്രൊഡ്യൂസർ സീരിയലും നിർമ്മിക്കാമെന്ന് ഏറ്റിട്ടുണ്ട്. ശത്രുഘ്നൻ തിരക്കഥയെഴുതിയാൽ മതി.''

സൂപ്പർതാരമാവുന്നതിന് മുമ്പ് മമ്മൂട്ടിയും മോഹൻലാലും അഭിനയിച്ച സിനിമയായിരുന്നു 'അനുബന്ധം'. അതിലെ ഇരുവരുടെയും റോളുകൾ കുറച്ചുകൂടി വലുതാക്കണം എന്നു മാത്രമായിരുന്നു എം.ടിയുടെ നിർബന്ധം. എന്നാൽ ദിവസങ്ങൾ കഴിഞ്ഞതോടെ ചാനലുകാരുമായുള്ള ചില പ്രശ്നങ്ങൾ കാരണം ആ പ്രൊജക്ട് ഉപേക്ഷിക്കേണ്ടിവന്നു. അക്കാര്യത്തിൽ എം.ടിക്ക് വല്ലാത്ത നഷ്ടബോധമുണ്ട്. കാണുമ്പോഴൊക്കെ എം.ടി. പറയാറുണ്ട്, അത് നമുക്ക് നന്നാക്കിത്തന്നെ ചെയ്യാമായിരുന്നു എന്ന്.

ഏറെ വർഷങ്ങൾക്ക് ശേഷമാണ് ഞാൻ 'ഭരതജാതകം' എന്ന നോവലിനെക്കുറിച്ച് ചിന്തിച്ചുതുടങ്ങിയത്. ശ്രീരാമൻ കാട്ടിൽ പോയ പതിന്നാലുവർഷക്കാലം ഭരതൻ അനുഭവിച്ചതും അയോധ്യയിൽ സംഭവിച്ചതുമായ കാര്യങ്ങളാണ് പ്രമേയം. ഭരതന്റെ പോയിന്റ് ഓഫ് വ്യൂവിലാണ് നോവൽ എഴുതിയിരിക്കുന്നത്. ഇക്കാര്യത്തെക്കുറിച്ച് ആദ്യം സംസാരിച്ചതും എം.ടിയോടാണ്.

''നല്ല ആശയമാണത്. ഇതെന്തുകൊണ്ട് ആരും നേരത്തെ എഴുതിയില്ല എന്നാണ് എന്റെ സംശയം?''

എം.ടി. പറഞ്ഞു. നോവൽ പുസ്തകമാക്കിയപ്പോൾ ആദ്യത്തെ കോപ്പിയുമായി പോയതും എം.ടിയുടെ അടുത്തേക്കാണ്. ഇപ്പോഴും എം.ടിയുമായി ഇടയ്ക്കിടെ കാണുകയും സംസാരിക്കുകയും ചെയ്യും. ഇന്ത്യയിൽ ഇന്ന് ജീവിച്ചിരിക്കുന്നവരിൽ ഏറ്റവും വലിയ പ്രതിഭാശാലികളിലൊരാളാണ് എം.ടി. വാസുദേവൻ നായർ. ഏറ്റവും വിലപിടിപ്പുള്ള സാഹിത്യകാരനും.

■

എം.ടി. എഴുതണം, പുതിയൊരു ഭാരതചരിത്രം

കെ.എസ്. സേതുമാധവൻ

ഏറെ വർഷങ്ങൾക്ക് മുമ്പാണ്. അന്ന് മദ്രാസാണ് മലയാള സിനിമാക്കാരുടെ ഈറ്റില്ലം. രാമു കാര്യാട്ടായിരുന്നു അടുത്ത സുഹൃത്തുക്കളിലൊരാൾ. മിക്ക ദിവസവും വൈകിട്ട് ചന്ദ്രതാര ഹോട്ടലിൽ ഞങ്ങളൊന്നിച്ചുചേരും. സിനിമയായിരിക്കും ചർച്ച. രാത്രിവരെ അത് നീണ്ടുപോകും. അടൂർഭാസി, ശോഭനാപരമേശ്വരൻ നായർ, പി. ഭാസ്കരൻമാഷ് എന്നിവരൊക്കെ താമസിക്കുന്നത് ചന്ദ്രതാര ഹോട്ടലിലാണ്.

ഒരുദിവസം രാമുവിന്റെ മുറിയിൽ ചെല്ലുമ്പോൾ കേരളത്തിൽ നിന്നുവന്ന രണ്ട് അതിഥികളുണ്ടായിരുന്നു. ഒരു ചെറുപ്പക്കാരനും ഭാര്യയും. ചെറുപ്പക്കാരനെ എനിക്ക് നല്ല പരിചയമുള്ളതുപോലെ. ഞാൻ ചിരിച്ചു. അയാളും.

''ഞാനെവിടെയോ...''

വാചകം പൂർത്തിയാക്കുംമുമ്പ് രാമുകാര്യാട്ട് ഇടപെട്ടു.

''ഇതാണ് എം.ടി. വാസുദേവൻ നായർ. എഴുത്തുകാരൻ.''

അപ്പോഴാണ് ആ മുഖം ഓർമ്മവന്നത്. വാസുദേവൻ നായരെ എഴുത്തുകളിലൂടെ എനിക്കറിയാം. പക്ഷേ നേരിട്ട് കാണുന്നത് ആദ്യം. അന്ന് എം.ടി. വിവാഹം കഴിച്ച സമയമാണ്. ഭാര്യയെയും കൂട്ടി മദ്രാസിലേക്ക് ഹണിമൂണിന് വന്നതാണ്. അതിനിടയ്ക്ക് രാമു കാര്യാട്ടിനെ കാണാൻ വന്നു. കുറച്ചുനേരം സംസാരിച്ചാണ് തിരിച്ചുപോയത്. അന്നത്തെ പരിചയമാണ് 'കന്യാകുമാരി' എന്ന സിനിമയിലെത്തിച്ചത്. 1974ലാണ് 'കന്യാകുമാരി' ചെയ്തത്. കുറച്ചു സിനിമകളിൽ മാത്രം മുഖം കാണിച്ച ഒരു ചെറുപ്പക്കാരനായിരുന്നു നായകൻ. പിന്നീടയാൾ ലോകം അറിയപ്പെടുന്ന കമൽഹാസനായി മാറി. കമൽഹാസന്റെ രണ്ടാമത്തെ മലയാള സിനിമയായിരുന്നു

അത്. അക്കാലംമുതലേ അധികം സംസാരിക്കുന്ന കൂട്ടത്തിലല്ല എം.ടി. അതുകൊണ്ടുതന്നെ സ്ക്രിപ്റ്റിനെക്കുറിച്ച് വിശാലമായ ചർച്ചയൊന്നും നടന്നില്ല. ആറുവർഷം കഴിഞ്ഞ് 'ഓപ്പോൾ' ചെയ്യുന്ന ഘട്ടത്തിലാണ് കൂടുതൽ അടുക്കുന്നത്. അന്ന് ലൊക്കേഷനിലൊക്കെ വരുമായിരുന്നു. സ്ക്രിപ്റ്റിനെക്കുറിച്ച് ചർച്ച ചെയ്യും. 'ഓപ്പോൾ' ദേശീയശ്രദ്ധ നേടുകയും അവാർഡുകൾ വാരിക്കൂട്ടുകയും ചെയ്തപ്പോൾ എം.ടിയുമായുള്ള അടുപ്പത്തിന് ദൃഢത കൂടി.

1991ലാണ് ഞാൻ ഏറ്റവുമൊടുവിൽ മലയാളം സിനിമ ചെയ്തത്. 'വേനൽക്കിനാവുകൾ'. അതിന്റെ സ്ക്രിപ്റ്റും എം.ടിയുടേതായിരുന്നു. ടീനേജ് പ്രായത്തിലെ യുവാക്കളുടെ കഥയായിരുന്നു അത്. ആ സിനിമയുടെ ലൊക്കേഷൻ ഷൊർണൂരായിരുന്നു. മിക്കപ്പോഴും എം.ടിയുണ്ടാവും. ഞങ്ങളൊരുപാടു കാര്യങ്ങൾ സംസാരിക്കും. അപ്പോഴേക്കും എം.ടി. സാഹിത്യലോകത്തെ പ്രതിഭാധനനായി വളർന്നുകഴിഞ്ഞിരുന്നു.

അക്കാലം മുതൽ എം.ടിയിൽ ഞാൻ കണ്ടൊരു പ്രധാനഗുണമുണ്ട്. എന്തിനെക്കുറിച്ചും പഠിക്കാനും അപഗ്രഥിക്കാനുമുള്ള കഴിവ്. അറിയുന്ന കാര്യത്തെക്കുറിച്ചു മാത്രമേ അഭിപ്രായം പറയാറുള്ളൂ. ഒരു രാഷ്ട്രീയക്കാരന്റെയും പിന്നാലെ പോകുന്ന ആളല്ല എം.ടി. എന്നാൽ വിവാദങ്ങളിൽ തലയിടാറുമില്ല. അധികം സംസാരിക്കുകയുമില്ല.

ഇനി ഞാൻ പറയുന്നത് മറ്റൊരു വിഷയമാണ്. ബ്രിട്ടീഷുകാർ ഭരിച്ച സമയത്ത് ഇന്ത്യയ്ക്ക് ഒരുപാട് ഗുണങ്ങളുണ്ടായിട്ടുണ്ട്. ഇവിടെ റെയിൽവേ കൊണ്ടുവന്നത് അവരാണ്. ഇന്നും ഇന്ത്യയിൽ ഏറ്റവും കൂടുതൽ ആളുകൾ ജോലി ചെയ്യുന്ന മഹാപ്രസ്ഥാനമാണത്. റെയിൽവേ ഇല്ലായിരുന്നെങ്കിൽ ഈ നാടിന്റെ അവസ്ഥ എന്താകുമായിരുന്നു? ചിന്തിക്കാൻപോലും കഴിയില്ല. 1947 ആഗസ്റ്റ് പതിന്നാല് അർദ്ധരാത്രി നമുക്ക് സ്വാതന്ത്ര്യംകിട്ടി. അത് എന്തിനുള്ള സ്വാതന്ത്ര്യമായിരുന്നു എന്ന് വർഷങ്ങൾ കഴിഞ്ഞാണ് മനസ്സിലായത്. ബ്രിട്ടീഷുകാർ പോയതിനുശേഷം വിവിധ രാഷ്ട്രീയപ്രസ്ഥാനങ്ങൾ ഇന്ത്യ ഭരിച്ചു. എന്തുനേട്ടമാണ് അവരുണ്ടാക്കിയത്? കട്ടുമുടിച്ചു എന്നല്ലാതെ. ഇപ്പോഴും അക്ഷരം അറിയാത്ത എത്രയോ ആളുകളുണ്ട്. വൈദ്യുതിയെത്താത്ത ഗ്രാമങ്ങളുണ്ട്. എന്തു വികസനമാണ് ഇവരുണ്ടാക്കിയത്?

ഓരോ പാർട്ടി അധികാരത്തിലെത്തുമ്പോഴും അവരുടെ മന്ത്രിമാർക്കും ഉദ്യോഗസ്ഥർക്കും അഴിമതി നടത്താനുള്ള സാഹചര്യം ഒരുക്കിക്കൊടുക്കും. ഇതിൽ പകുതി മാത്രമേ പുറത്തറിയുന്നുള്ളൂ.

അറിയാത്ത കള്ളത്തരങ്ങൾ എത്രയെത്ര...? അറിഞ്ഞവയിൽ ശിക്ഷ കിട്ടുന്നതുപോലും വിരലിലെണ്ണാവുന്നവർക്ക് മാത്രം. വെള്ളക്കാർ പോയി കൊള്ളക്കാർ വന്നു എന്ന ചൊല്ല് എന്ന അർത്ഥവത്താണ്. സാധാരണക്കാർക്ക് നന്മ ചെയ്യുന്ന ഭരണം വരുമെന്ന് വിചാരിച്ച് കാത്തിരിക്കുന്ന എന്നെപ്പോലുള്ളവർക്ക് തികഞ്ഞ നിരാശയാണിപ്പോൾ. ഇതിനെതിരെ പ്രതികരിക്കണമെന്ന് പലപ്പോഴും തോന്നിയിട്ടുണ്ട്. അതിന് ഭാരതത്തിന് പുതിയൊരു ചരിത്രമെഴുതണം. സ്വാതന്ത്ര്യത്തിനുശേഷമുള്ള ഇന്ത്യയുടെ അവസ്ഥ ഒരു പുസ്തകമായി പ്രസിദ്ധീകരിക്കപ്പെടണം. അതെഴുതാനുള്ള യോഗ്യതയും പരിജ്ഞാനവും ഒരാൾക്കേയുള്ളൂ. അത് എം.ടിക്കാണ്. കാരണം ഒരു രാഷ്ട്രീയക്കാരന്റെയും വാലുപിടിച്ചല്ല വാസുദേവൻ നായർ പ്രശസ്തനായത്. അഴിമതിക്കാരോട് കമ്മിറ്റ്മെന്റില്ലാത്തതിനാൽ നിർഭയം എഴുതാൻ കഴിയും.

സ്വാതന്ത്ര്യത്തിന് ശേഷമുള്ള എല്ലാ കാര്യങ്ങളും എം.ടി. കൃത്യമായി നിരീക്ഷിച്ചിട്ടുണ്ടെന്ന് എനിക്കുറപ്പാണ്. ഒരുപക്ഷേ കുറിച്ചു വെച്ചിട്ടുമുണ്ടാകും. എം.ടിയുടെ ഭാഷയിൽ ഇത്തരമൊരു ചരിത്രം വരുമ്പോൾ വായനക്കാർക്ക് മടുപ്പുണ്ടാവില്ല. ഹൃദയഹാരിയായ ഒരനുഭവം പോലെ അതുൾക്കൊള്ളാനാകും. ഒപ്പം നമ്മെ ഭരിച്ചു മുടിക്കുന്ന രാഷ്ട്രീയക്കാർക്ക് ഒരു പാഠം കൂടിയാവണം. അവരുടെ മനസ്സാക്ഷിയിൽ ചെന്നുതറയ്ക്കണം, ആ ഭാഷ. വരുംതലമുറ അത് അറിയട്ടെ, പഠിക്കട്ടെ. എനിക്ക് എം.ടി. വാസുദേവൻ നായരോടുള്ള ഒരു അഭ്യർത്ഥനയാണിത്. അദ്ദേഹം സ്വീകരിക്കുമെന്ന് കരുതട്ടെ.

■

കുടുംബത്തിന്റെ കാരണവർ

ഷാഹിന ബഷീർ

എന്റെ കുട്ടിക്കാലത്ത് നീണ്ടു മെലിഞ്ഞിട്ടായിരുന്നു എം.ടി. സാർ. അതുകൊണ്ടാവണം ടാറ്റാ (വൈക്കം മുഹമ്മദ് ബഷീറിനെ അടുത്ത ബന്ധുക്കൾ വിളിക്കുന്ന പേര്) അദ്ദേഹത്തിന് ഒരു പേരിട്ടത്. നൂലൻ. നൂലുപോലെ മെലിഞ്ഞയാൾ എന്നർത്ഥം. എം.ടി. സാർ വൈലാലിലെ വീട്ടുമുറ്റത്തെ മാങ്കോസ്റ്റിൻ മരച്ചുവട്ടിലെത്തിയാൽ ടാറ്റാ ഉച്ചത്തിൽ ഉമ്മയെ വിളിക്കും.

''നമ്മുടെ നൂലൻ വന്നിട്ടുണ്ട്.''

ഉടൻതന്നെ ചായ ഉണ്ടാക്കിക്കോളൂ എന്നാണ് അതിനർത്ഥം. പിന്നീട് മണിക്കൂറോളം നീളുന്ന സംസാരം. ഉച്ചത്തിലുള്ള പൊട്ടിച്ചിരികൾ. സമയം പോകുന്നതുപോലും ഇരുവരും അറിയാറില്ല. ചില സമയങ്ങളിൽ കൂടെ എൻ.പി. മുഹമ്മദിക്കയുമുണ്ടാവും.

ടാറ്റായ്ക്ക് എം.ടി.സാറിനെ ഭയങ്കര ഇഷ്ടമായിരുന്നു. ഗുരു എന്നാണ് ടാറ്റായെ എം.ടി. സാർ വിളിക്കുന്നത്. ഒരു തീപ്പെട്ടിക്കൊള്ളിയുരച്ച് അത് കെടുത്താതെ രണ്ടുപേരും ഒരുമിച്ച് ബീഡി കത്തിക്കുന്ന അപൂർവദൃശ്യം പലപ്പോഴും കണ്ടിട്ടുണ്ട്. ഒരു ക്യാമറ കൈയിലുണ്ടായിരുന്നെങ്കിൽ ഒരുപക്ഷേ അതിമനോഹരമായ ഒരു ഫ്രെയിം ആകുമായിരുന്നു അത്. ചില സമയങ്ങളിൽ പഞ്ചപിടിക്കും. ആര് തോറ്റു, ആര് ജയിച്ചു എന്നൊന്നും അറിയാൻ കഴിയില്ല. ഒരു പൊട്ടിച്ചിരിയിലാണത് അവസാനിക്കുക.

കോട്ടയം ജില്ലയിലെ തലയോലപ്പറമ്പിലായിരുന്നു ടാറ്റായുടെ ജനനം. 'ന്റുപ്പാപ്പാക്കൊരാനേണ്ടാർന്ന്' എന്ന കൃതി നാടകമാക്കണമെന്നും അത് ടാറ്റാ തന്നെ എഴുതണമെന്നും നിർദേശിച്ചത് കോഴിക്കോട്ടുള്ള സുഹൃത്തുക്കളാണെന്ന് തോന്നുന്നു. പി. ഭാസ്കരൻ മാഷെപ്പോലുള്ളവർ പ്രോത്സാഹനം നൽകുകയും ചെയ്തു. അതിന്റെ

അടിസ്ഥാനത്തിലാണ് ടാറ്റാ കോഴിക്കോട്ട് വന്ന് മാസങ്ങളോളം താമസിക്കുന്നത്. എസ്.കെ. പൊറ്റക്കാട് സാറിന്റെ 'ചന്ദ്രകാന്തം' എന്ന വീടായിരുന്നു എഴുത്തുപുര. ടാറ്റാ അവിടെ എത്തിയതു മുതൽ എപ്പോഴും കൂടെയുണ്ടായിരുന്നത് എം.ടി.സാറായിരുന്നു. അന്നു മുതലാണ് അവർ തമ്മിലുള്ള ബന്ധം ദൃഢപ്പെട്ടത്. ആ വീട്ടിൽ എപ്പോഴും തിരക്കായിരുന്നു. എം.ടി.സാറും എൻ.പിയും തിക്കോടിയൻസാറും വി.കെ.എന്നുമൊക്കെയുാവും. ആളുകൾ കൂടുമ്പോൾ ടാറ്റാ എഴുത്തുനിർത്തി അടുക്കളയിലേക്കിറങ്ങും. പച്ചക്കറിയൊക്കെ മുറിച്ചിട്ട് നല്ല ഭക്ഷണമുണ്ടാക്കിക്കൊടുക്കും. പണ്ടുമുതലേ അതിഥിസൽക്കാരത്തിന്റെ കാര്യത്തിൽ മുമ്പിലായിരുന്നു ടാറ്റാ. വീട്ടിൽ ആരു വന്നാലും ആദ്യം ചോദിക്കുന്നത്, ഭക്ഷണം കഴിച്ചോ എന്നാണ്. കഴിച്ചില്ലെങ്കിൽ കഴിപ്പിച്ചിട്ടേ വിടുകയുള്ളൂ.

പിന്നീട് ടാറ്റായ്ക്ക് കോഴിക്കോടുമായുള്ള അടുപ്പം കൂടിക്കൂടി വന്നു. പതുക്കെപ്പതുക്കെ താമസം ബേപ്പൂരിലാക്കി. അതോടെ സൗഹൃദം കൂടുതൽ ദൃഢമായി. എപ്പോഴും വീട്ടിൽ ആളുകളുണ്ടാവും. സാഹിത്യകാരൻമാർ മാത്രമല്ല, വിദ്യാർത്ഥികളും അധ്യാപകരും ടാറ്റായെ ഇഷ്ടപ്പെടുന്ന സാധാരണക്കാരുമായി ഒരുപാടു പേർ എത്തും.

ടാറ്റായ്ക്ക് മാനസികമായ പ്രശ്നം വന്ന സമയത്ത് ആദ്യം ഓടിയെത്തിയത് എം.ടി. സാറായിരുന്നു. ആ രാത്രിതന്നെ ടാറ്റായെയും കൊണ്ട് ആശുപത്രിയിലെത്തിക്കാനും പരിചരിക്കാനും സാറായിരുന്നു മുമ്പിൽ.

ടാറ്റാ മരിച്ചതിനുശേഷവും ആ പഴയ അടുപ്പം എം.ടി. സാർ സൂക്ഷിക്കുന്നുണ്ട്. എന്തു പ്രശ്നം വന്നാലും ഞങ്ങൾ സമീപിക്കുന്നത് സാറിനെയാണ്. ടാറ്റായുടെ ചില കഥകൾ ദൂരദർശനുവേണ്ടി സീരിയലാക്കാൻ വേണ്ടി അന്നത്തെ പ്രശസ്തനായ സംവിധായകൻ വന്നിരുന്നു. തുച്ഛമായ അഡ്വാൻസ് നൽകിയാണ് അന്ന് ടാറ്റായിൽ നിന്ന് റൈറ്റ്സ് വാങ്ങിച്ചത്. ഇക്കാര്യം ഞങ്ങളറിയുന്നത് ടാറ്റാ മരിച്ചതിനുശേഷമാണ്. എന്തുചെയ്യുമെന്ന് ആലോചിച്ചപ്പോൾ സഹോദരൻ അനീസ് പറഞ്ഞു.

''നമുക്ക് എം.ടി. സാറിനെ പോയിക്കണ്ടാലോ?''

അങ്ങനെയാണ് സാർ ഈ പ്രശ്നത്തിൽ ഇടപെടുന്നത്. അക്കാലത്ത് എം.ടി. സാർ സിനിമയിൽ സജീവമായി നിൽക്കുന്ന കാലമാണ്. അദ്ദേഹം ആത്മാർത്ഥമായി ഇടപെട്ടതിന്റെ ഫലമായി ഞങ്ങൾക്ക് അർഹതപ്പെട്ട പ്രതിഫലം കിട്ടുകയും ചെയ്തു. ഞങ്ങളുടെ കുടുംബത്തിൽ എന്ത് ചടങ്ങുണ്ടെങ്കിലും എത്ര തിരക്കുണ്ടായാലും അതൊക്കെ മാറ്റിവെച്ച് എം.ടി.സാർ ഓടിയെത്താറുണ്ട്.

ടാറ്റായുടെ രണ്ടാം ചരമവാർഷികത്തിന് എം.ടി.സാറാണ് വൈലാലിലെ വീട്ടിലെത്തിയത്. അന്ന് ടാറ്റായുമൊത്തുള്ള അപൂർവ നിമിഷങ്ങളെക്കുറിച്ച് സാർ അനുസ്മരിച്ചപ്പോൾ അവിടെ കൂടിയ എല്ലാവരുടെയും കണ്ണുനിറഞ്ഞു. അത്രയ്ക്ക് മനോഹരമായി, ഒരു കഥ പറയുന്നതുപോലെയാണ് സാറത് പറഞ്ഞുതീർത്തത്. ഒരു പുസ്തകം വായിച്ചതിന്റെ സുഖം തോന്നി, ആ പ്രഭാഷണം കേട്ടപ്പോൾ. ഇപ്പോഴും എം.ടി.സാർ ഞങ്ങളുടെ കുടുംബത്തിന്റെ കാരണവരാണ്. എന്തും സംസാരിക്കാൻ സ്വാതന്ത്ര്യമുള്ള ഗുരുനാഥൻ.

■

ഞാനറിയുന്ന എം.ടി.

കെ. രാമചന്ദ്രബാബു

എം.ടി. വാസുദേവൻ നായരെപ്പറ്റി ഒരുപാട് കഥകളും അനുഭവങ്ങളും പലർക്കും പറയാനുണ്ടാകും. പലരുടെയും പറച്ചിലുകളിൽ അദ്ദേഹം സ്റ്റീരിയോടൈപ്പ് ചെയ്യപ്പെട്ടിട്ടുണ്ട്. ബീഡിയും വലിച്ച് വെള്ളമുണ്ടുമുടുത്ത് കസേരയിൽ ആരെയും കൂസാതെയിരിക്കുന്നയാൾ. അതുപോലെതന്നെ സൃഷ്ടിപരമായ കാര്യങ്ങളിൽ തികഞ്ഞ പിടിവാശിക്കാരൻ. എന്നാക്കെ പലരും പറഞ്ഞുകേട്ടിട്ടുണ്ട്. എന്നാൽ എന്റെ അനുഭവങ്ങളിലെ എം.ടി. ഇതിൽനിന്നെല്ലാം തീർത്തും വ്യത്യസ്തനാണ്. എന്റെ സ്നേഹനിധിയായ ജേഷ്ഠസഹോദരൻ.

പൂനെ ഫിലിം ഇൻസ്റ്റിറ്റ്യൂട്ടിൽ പഠിക്കുമ്പോഴാണ് ഞാൻ എം.ടി.യെ ആദ്യം കാണുന്നത്. അന്ന് അദ്ദേഹം അവിടെ ഗസ്റ്റ് ലക്ചറർ ആയിരുന്നു. അദ്ദേഹത്തിന്റെ കൃതികളൊന്നും ആ സമയത്ത് വായിച്ചിട്ടുണ്ടായിരുന്നില്ല. എന്നാൽ സിനിമകൾ കണ്ടിരുന്നു. ഈ സമയത്തൊന്നുംതന്നെ അദ്ദേഹവുമായി പറയത്തക്ക ബന്ധമൊന്നുമുണ്ടായിരുന്നില്ല. ബന്ധം ശക്തിപ്പെടുന്നത് പഠനം കഴിഞ്ഞ് ഞാൻ മദ്രാസിൽ എത്തിയതോടെയാണ്. ആ സമയത്താണ് ഞാൻ 'വിദ്യാർത്ഥികളേ ഇതിലേ ഇതിലേ' എന്ന സിനിമ ചെയ്യുന്നത്. അതുകഴിഞ്ഞ് നിൽക്കുന്ന സമയത്താണ് എം.ടി. നിർമ്മാല്യത്തിന്റെ ജോലിയുമായി വന്നത്. അദ്ദേഹത്തിന്റെ അസോസിയേറ്റായിരുന്ന ആസാദ് എന്റെ സുഹൃത്തായിരുന്നു. ആസാദാണ് എന്റെ ആദ്യ സിനിമയുടെ തിരക്കഥയെഴുതിയത്. നിർമാല്യത്തിലേക്ക് ഞാനെത്തിച്ചേരുന്നത് ഈ ബന്ധത്തിലൂടെയാണ്.

ചെറിയ ബജറ്റിൽ ചെയ്യാൻ നിശ്ചയിച്ചിരുന്ന സിനിമയാണ് നിർമാല്യം. തന്റെ സ്ഥിരം ക്യാമറാമാന്മാർക്കു പകരം പുതിയൊരാളെ പരീക്ഷിക്കാമെന്ന് എം.ടി. തീരുമാനിക്കുകയായിരുന്നു. അങ്ങനെയാണ് എനിക്ക് അവസരം വന്നുചേർന്നത്. എടപ്പാളിനടുത്തുള്ള ഒരു ഗ്രാമത്തിലായിരുന്നു ഷൂട്ടിംഗ്. ക്യാമറയും അത്യാവശ്യം ലൈറ്റുകളും മാത്രമാണ് വാടകയ്ക്കെടുത്തത്. റിഫ്ളക്ടറുകളടക്കം ബാക്കിയെല്ലാ സൗകര്യങ്ങളും പ്രാദേശികമായി സജ്ജമാക്കുകയായിരുന്നു. ഞങ്ങളെല്ലാം അന്ന് അവിടത്തെ ഒരു റൈസ്മില്ലിന്റെ ഗസ്റ്റ്

ഹൗസിലായിരുന്നു താമസം. എം.ടി.യുടെ നേതൃത്വത്തിൽ ഒരു മഹത്തായ സിനിമയായി നിർമാല്യം മാറി.

തുടർന്ന് പല സിനിമകളിലും അദ്ദേഹവുമൊത്ത് വർക്ക് ചെയ്യാനുള്ള അസുലഭമായ അവസരങ്ങളുണ്ടായി. 'ഒരു വടക്കൻ വീരഗാഥ' അത്തരത്തിലൊരു സിനിമയാണ്. തന്റെ മാധ്യമത്തോട് എം.ടി. കാണിക്കുന്ന ആത്മാർത്ഥതയ്ക്കും അർപ്പണബോധത്തിനും മികച്ച ഒരു ഉദാഹരണമായിരുന്നു ആ സിനിമ.

ഒരുപാട് അന്വേഷിച്ചതിനു ശേഷമാണ് പുത്തൂരംവീടായി ഗുരുവായൂരിലെ ആനക്കൊട്ടിൽ തെരഞ്ഞെടുത്തത്. തുടർന്ന് മാറ്റങ്ങൾ വരുത്തി ആ കെട്ടിടം കഥ നടക്കുന്ന കാലഘട്ടത്തെ കൃത്യമായി പ്രതിനിധീകരിക്കുംവിധം മാറ്റിത്തീർക്കുകയായിരുന്നു. അരിങ്ങോടരുടെ വീടായി ചിത്രത്തിൽ ഷൂട്ട് ചെയ്തത് കൊല്ലങ്കോട് കൊട്ടാരമാണ്. സിനിമയിലേക്കാവശ്യമായ വിവിധ വീട്ടുപകരണങ്ങളും മറ്റും പഴയ അമ്പലങ്ങളിൽനിന്നും കോവിലകങ്ങളിൽനിന്നും കടം വാങ്ങിയതായിരുന്നു. കൃത്യമായ രജിസ്റ്റർ സംവിധാനം ഏർപ്പെടുത്തിയതുകൊണ്ട് ഷൂട്ടിംഗ് കഴിഞ്ഞപ്പോൾ അവയെല്ലാം ഭദ്രമായി തിരിച്ചേൽപ്പിക്കാനും കഴിഞ്ഞു. ഞങ്ങളുടെ എല്ലാവരുടെയും കരിയറിലെ ഒരു പ്രധാന സംരംഭമായിരുന്നു 'ഒരു വടക്കൻവീരഗാഥ'. ഇന്നത്തെ കുട്ടികൾക്ക് ചന്തുവിനെ ചതിയനല്ലാതാക്കി മാറ്റിയ സിനിമയാണത്.

പിന്നീട് ഞാനും എം.ടി.യും ചേർന്ന് ഒരു സിനിമ പ്ലാൻ ചെയ്തു. പക്ഷേ അത് ഇടയ്ക്കുവെച്ചു നിന്നുപോയി. ഒരുപക്ഷേ മമ്മൂട്ടിയുടെ ആദ്യ സിനിമ എന്നു പറയാമായിരുന്ന 'ദേവലോകം'. ജനശക്തി പ്രൊഡക്ഷൻസായിരുന്നു നിർമ്മാതാക്കൾ. സാമ്പത്തിക പ്രശ്നം കൊണ്ടാണ് ചിത്രം പൂർത്തിയാകാതെ പോയത്. ഇന്ന് അതിന്റെ നെഗറ്റീവ് പോലും ബാക്കിയില്ല.

എം.ടി.യുടെ സ്ക്രിപ്റ്റുകൾ അത്ഭുതങ്ങളാണ്. ഒരു വാക്കുപോലും അതിൽനിന്ന് മാറ്റാനുണ്ടാകില്ല. അഥവാ മാറ്റുകയാണെങ്കിൽതന്നെ അദ്ദേഹവുമായിട്ട് ആലോചിക്കണം. കാരണം അത്ര സൂക്ഷ്മതയോടുകൂടിയാണ് ഓരോ കഥാപാത്രവും ഓരോ രംഗവും കെട്ടിപ്പടുത്തിരിക്കുന്നത്. എവിടെയെങ്കിലും ഒരു മാറ്റം വരുത്തിയാൽ മൊത്തം സിനിമയെ അത് ബാധിക്കും. ഇപ്പോഴും വളരെ അടുത്ത ബന്ധമാണ് എം.ടിയോടുള്ളത്. ഇടയ്ക്ക് വിളിക്കാറുണ്ട്. അടുത്തിടെ കോഴിക്കോട് പോയപ്പോൾ തങ്ങിയത് അദ്ദേഹത്തിന്റെ വീട്ടിലായിരുന്നു. ജെ.സി. ഡാനിയൽ പുരസ്കാരം സ്വീകരിക്കാൻ തിരുവനന്തപുരത്തു വന്നപ്പോൾ കണ്ടിരുന്നു. പുറമെ കടുപ്പക്കാരനെന്ന് തോന്നിക്കുമെങ്കിലും തികഞ്ഞ ശുദ്ധാത്മാവായ എന്റെ ജ്യേഷ്ഠസഹോദരനെക്കുറിച്ച് എത്ര പറഞ്ഞാലും മതിയാവില്ല. ■

പരമഗുരു

വിനീത്

ഏഴാംക്ലാസ് മുതൽ ഞാൻ കലാമണ്ഡലം സരസ്വതി ടീച്ചറുടെ ശിഷ്യനാണ്. വെള്ളിയാഴ്ച സ്കൂൾ വിട്ടുവന്നാൽ തലശ്ശേരിയിൽ നിന്ന് കോഴിക്കോട്ടേക്കു വണ്ടി കയറും. കോഴിക്കോട്ടാണ് അച്ഛന്റെ സഹോദരൻ കെ.പി. രഘുനാഥിന്റെ വീട്. അവിടെ താമസിച്ചാണ് ശനിയും ഞായറും ഡാൻസ് ക്ലാസിന് പോയത്. സരസ്വതി ടീച്ചർ എം.ടി.സാറിന്റെ ഭാര്യയാണെന്നും അദ്ദേഹം മഹാനായ സാഹിത്യ കാരനാണെന്നും അന്നേ അറിയാമായിരുന്നു. എന്നാൽ എം.ടി. സാറിന്റെ സാഹിത്യം പോലുള്ള ഹൈ സ്റ്റാൻഡേർഡ് പുസ്തക ങ്ങൾ ആ സമയത്ത് വായിച്ചിരുന്നില്ല. ഞാനാവട്ടെ, ഊട്ടിയിൽ നിന്നെത്തി മലയാളം പഠിച്ചുവരുന്നതേയുള്ളൂ.

ഡാൻസ്ക്ലാസ് നടക്കുന്ന സമയത്തൊക്കെ എം.ടി.സാർ വീട്ടി ലുണ്ടാകാറുണ്ട്.

ഒരു ദിവസം ടീച്ചറുടെ വീട്ടിലിരിക്കുമ്പോൾ അദ്ദേഹം സ്റ്റെയർ കെയ്സിറങ്ങി വരുന്നു. ഞാൻ ബഹുമാനത്തോടെ എഴുന്നേറ്റു. മനോഹരമായ ഒരു ചിരി സമ്മാനിച്ച് സാർ പുറത്തേക്കിറങ്ങിപ്പോയി. ഓഫീസിലേക്കുള്ള യാത്രയാണത്. അന്നായിരുന്നു ആദ്യത്തെ കണ്ടുമുട്ടൽ.

ഒൻപതാം ക്ലാസിൽ പഠിക്കുമ്പോഴാണ് 'ഋഷ്യശൃംഗൻ' എന്ന സിനിമയിൽ അഭിനയിക്കാൻ സരസ്വതി ടീച്ചർ എന്നെ നിർദ്ദേശിച്ചത്. ഭരതേട്ടനായിരുന്നു സംവിധായകൻ. പ്രീ ക്യാമറാടെസ്റ്റൊക്കെ നടത്തിയെങ്കിലും ആ പ്രൊജക്ട് നടന്നില്ല. പിന്നീട് എം.ടി.സാർ എഴുതി ശശിയേട്ടൻ സംവിധാനം ചെയ്ത 'ഇടനിലങ്ങൾ' എന്ന സിനിമയിൽ ചെറിയൊരു വേഷം ചെയ്തു. അതിനും നിമിത്ത മായത് ടീച്ചറാണ്.

ഒൻപതാംക്ലാസിൽ പഠിക്കുന്ന സമയത്ത് ഒരു ദിവസം ടീച്ചർ അമ്മയെ വിളിച്ചു.

''ഹരിഹരൻസാർ പുതിയൊരു സിനിമ പ്ലാൻ ചെയ്യുന്നുണ്ട്. അതിനുവേണ്ടി വിനീതിന്റെ കുറച്ചു ഫോട്ടോകൾ കൊടുത്തയയ്ക്കണം.''

വെള്ളിയാഴ്ച കോഴിക്കോട്ടേക്കു വരുമ്പോൾ ഫോട്ടോകളടങ്ങിയ കവർ അമ്മ എന്നെ ഏൽപ്പിച്ചു. തൊട്ടടുത്ത വീക്കെൻഡിൽ ടീച്ചർ വീണ്ടും അമ്മയെ വിളിച്ചു.

''ഹരൻസാറിന് വിനീതിനെ ഒന്നു കാണണമെന്ന് പറഞ്ഞു. ക്ലാസിന് വരുമ്പോൾ അവിടംവരെയൊന്ന് പോകും.''

അമ്മ സമ്മതിച്ചു. അപ്പോഴാണ് അമ്മ സിനിമയുടെ കാര്യം പറയുന്നത്. പിറ്റേ ദിവസം ക്ലാസ് കഴിഞ്ഞപ്പോൾ ടീച്ചർ എന്നെ അടുത്തേക്കുവിളിച്ചു.

''സാറിനൊപ്പം വിനീത് പോകണം. ഹരൻ സാറിനെ കാണാനാണ്.''

ഞാൻ എം.ടി.സാറിനൊപ്പം വീട്ടിൽ നിന്നിറങ്ങി. അന്ന് സാറിന്റെ കാർ കേടായിക്കിടക്കുകയാണ്. തൊട്ടടുത്ത റോഡിൽനിന്നും ഒരാൾ ഓട്ടോയുമായി വന്നു. അതിൽ കയറി ഞങ്ങൾ നേരെ പാളയത്തെ ഹോട്ടൽ റീജൻസിയിലേക്ക്. ഹോട്ടലെത്തുന്നതുവരെ സാർ ഒന്നും പറഞ്ഞില്ല. റീജൻസിയുടെ മുറ്റത്ത് ഓട്ടോ നിർത്തിയപ്പോൾത്തന്നെ ഹരൻസാർ ഇറങ്ങിവന്ന് എം.ടി.സാറിനെ സ്വീകരിച്ചു. അദ്ദേഹം എന്റെ പുറത്തുതട്ടി സ്നേഹത്തോടെ ചിരിച്ചു.

''ഇതാണ് നമ്മുടെ ഹീറോ അല്ലേ?''

അതെയെന്ന അർത്ഥത്തിൽ എം.ടി.സാർ തലകുലുക്കി. നേരെ മുറിയിലേക്ക്. അവിടെയുണ്ടായിരുന്ന ചാരുകസേരയിൽ സാർ ഇരുന്നു. തൊട്ടടുത്ത് ഹരൻസാർ. സോഫയിൽ കവി ഒ.എൻ.വി. കുറുപ്പ്. ഒരറ്റത്ത് സെവൻ ആർട്സ് വിജയകുമാർ. ഡോറിനടുത്തുണ്ടായിരുന്ന സ്റ്റൂളിൽ ഞാനിരുന്നു. എം.ടി.സാർ ഒ.എൻ.വിക്ക് 'നഖക്ഷതങ്ങളു്'ടെ കഥ വിശദീകരിച്ചുകൊടുക്കുന്ന ദിവസമായിരുന്നു അന്ന്. അതു മുഴുവൻ ഞാനും കേട്ടു. എം.ടി.സാറിന്റെ നെറേഷൻ കേട്ട അപൂർവ്വം നടന്മാരിൽ ഒരാളെന്ന ഭാഗ്യമുണ്ടായത് അന്നാണ്. ആ രംഗം ഇപ്പോഴും മനസ്സിൽ മായാതെ കിടപ്പുണ്ട്. കാരണം മലയാളസിനിമയിലെ ലെജന്റുകൾക്കിടയിൽ ഒരു ഒൻപതാംക്ലാസ് വിദ്യാർത്ഥി. ആർക്കുകിട്ടും ഇതുപോലുള്ള ഭാഗ്യം?

എം.ടി.സാറിന്റെ എട്ട് സിനിമകളിൽ ഞാൻ അഭിനയിച്ചിട്ടുണ്ട്. അന്നു കേട്ടതുപോലുള്ള നെറേഷൻ പിന്നീടൊരിക്കലുമുണ്ടായിട്ടില്ല. സാറിനെ കാണുന്നതുപോലും അപൂർവമാണ്. സിനിമയുടെ

ഡിസ്കഷനിൽ ഒരിക്കലും നടന്മാർ ഉണ്ടാവില്ലല്ലോ. ഹരൻ സാറിന്റെ ലൊക്കേഷനാണെങ്കിൽ ആർട്ടിസ്റ്റുകൾ ഷൂട്ടിംഗിന്റെ രണ്ടുദിവസം മുമ്പുതന്നെ ലൊക്കേഷനിലെത്തും. അദ്ദേഹം എല്ലാ ആർട്ടിസ്റ്റിനും തിരക്കഥയുടെ ഒരു കോപ്പി നൽകും. ഷൂട്ടിംഗ് ദിവസമാവുമ്പോ ഴേക്കും ഡയലോഗുകൾ ബൈഹാർട്ടായിരിക്കണം. എം.ടി.സാറിന്റെ സ്ക്രിപ്റ്റാണെങ്കിൽ എളുപ്പം മനസ്സിലാവും. കാരണം പേപ്പറിന്റെ വലതുഭാഗത്തായിരിക്കും ഡയലോഗുകൾ. ഇടതുഭാഗത്ത് വ്യക്ത മായ വിവരണമുണ്ടാകും. കഥാപാത്രത്തിന്റെ ബോഡി ലാംഗ്വേജ ടക്കമുള്ള കാര്യങ്ങൾ. രണ്ടുദിവസംകൊണ്ട് ഈ സ്ക്രിപ്റ്റ് പഠിക്കു മ്പോഴേക്കും കഥാപാത്രത്തെക്കുറിച്ചുള്ള വ്യക്തമായ ഗ്രാഫ് മന സ്സിലുണ്ടാകും. അതൊരു വലിയ അനുഭവമാണ്. ഇത്തരമൊരു റൈറ്റിംഗ് പാറ്റേൺകൊണ്ട് നടൻമാർക്കു മാത്രമല്ല, സംവിധായകനും കാര്യങ്ങൾ എളുപ്പമാകും.

അന്ന് കഥ കേൾപ്പിച്ചശേഷം എം.ടി.സാർ സിനിമയ്ക്കു പറ്റിയ പേരുകൾ നിർദ്ദേശിച്ചു. കളിവീടുകൾ, നഖക്ഷതങ്ങൾ എന്നിവ. ഇവയിൽനിന്ന് 'നഖക്ഷതങ്ങൾ' എന്ന പേര് തെരഞ്ഞെടുത്തത് ഒ.എൻ.വി. സാറാണ്. അതൊക്കെ അറിയാനും കാണാനുമുള്ള ഭാഗ്യമുണ്ടായി.

കഥാപാത്രത്തെ സൃഷ്ടിക്കുന്ന സമയത്തുതന്നെ ആര് ചെയ്യണ മെന്ന വ്യക്തമായ ബോധം എം.ടി.സാറിനുണ്ടെന്ന് ഹരൻ സാർ പറയാറുണ്ട്. 'ഏഴാമത്തെ വരവ്' എഴുതിയപ്പോഴും ഇന്ന വേഷ ത്തിൽ ഇന്ന ആർട്ടിസ്റ്റ് തന്നെ വേണമെന്ന് സംവിധായകനോട് നിർദ്ദേശിച്ചിരുന്നു. ഒരു കഥ കിട്ടിയാൽ സംവിധായകനുമായി മാസ ങ്ങളോളം ചർച്ച നടത്തിയാണ് തിരക്കഥയുടെ ഫൈനൽ സ്റ്റേജി ലെത്തിക്കുന്നത്. 'ഏഴാമത്തെ വരവി'ന് മുമ്പ് 'രണ്ടാമൂഴ'ത്തിന്റെ ചർച്ച ഒരു മാസത്തോളം നടന്നിരുന്നു. ഇക്കാര്യം ഹരൻ സാർ പറഞ്ഞപ്പോൾ, അത് ഡോക്യുമെന്റ് ചെയ്തുവയ്ക്കണമെന്ന് ഞാൻ സൂചിപ്പിച്ചു. വരും തലമുറയ്ക്ക് ഇതേക്കുറിച്ചൊക്കെ അറിയണം. ഒരു കഥ എങ്ങനെയാണ് തിരക്കഥയായും സിനിമയായും രൂപാന്തര പ്പെടുന്നത് എന്ന് പഠിക്കാനുള്ള ഡോക്യുമെന്റാക്കി അതിനെ മാറ്റാം.

'നഖക്ഷതങ്ങളു'ടെ നൂറാം ദിവസത്തിന്റെ ആഘോഷം നടക്കു മ്പോൾ ഞാൻ ബാംഗ്ലൂരിലായിരുന്നു. 'നമുക്കു പാർക്കാൻ മുന്തിരി ത്തോപ്പുകളു'ടെ ലൊക്കേഷനിൽ. ലാലേട്ടന്റെയും തിലകൻസാറി ന്റെയും എന്റെയും കോമ്പിനേഷൻ സീനായതിനാൽ എനിക്കു പോകാൻ കഴിഞ്ഞില്ല. ഹരൻസാർ എന്നെ ഒഴിവാക്കിത്തരാനായി പത്മരാജൻ സാറിനോട് പറഞ്ഞെങ്കിലും പോകാൻ പറ്റുന്ന അവസ്ഥ യിലായിരുന്നില്ല. ആ ദിവസം എനിക്ക് ഭയങ്കര സങ്കടമായിരുന്നു.

ഞാൻ നായകനായ ആദ്യത്തെ സിനിമയുടെ ആഘോഷത്തിൽ പങ്കെടുക്കാൻ കഴിഞ്ഞില്ലല്ലോ എന്ന സങ്കടത്തിൽ ഞാൻ പൊട്ടിക്കരഞ്ഞു. പിന്നീട് സാറിന്റെ അമൃതംഗമയ, ഋതുഭേദം, ആരണ്യകം, പരിണയം, ഏഴാമത്തെ വരവ് എന്നീ സിനിമകളിൽ അഭിനയിക്കാനുള്ള ഭാഗ്യമുണ്ടായി.

സ്വന്തം സിനിമകളുടെ സെറ്റിൽ അദ്ദേഹം പലപ്പോഴും വരാറുണ്ട്. സാർ വരുന്ന ദിവസം എല്ലാ താരങ്ങൾക്കും വലിയ സന്തോഷമായിരിക്കും. ഒരാഘോഷത്തിന്റെ മൂഡായിരിക്കും ലൊക്കേഷനിൽ. സ്ക്രിപ്റ്റിൽ കറക്ഷൻ വരുത്താൻവേണ്ടിയുള്ള വരവായിരിക്കും അത്. 'ആരണ്യക'ത്തിന്റെ ഷൂട്ടിംഗ് വയനാട്ടിലെ ചെതലയം എന്ന ഉൾപ്രദേശത്തായിരുന്നു. കാട്ടിനുള്ളിൽ. അവിടെയും ഒരു ദിവസം അദ്ദേഹം വന്നു. പി.ജി. കഴിഞ്ഞ് ഇരുത്തംവന്ന മോഹൻ എന്ന കഥാപാത്രമായിരുന്നു എന്റേത്. നായികയുടെ മുറച്ചെറുക്കൻ. ഇരുപത്തഞ്ചു വയസ്സ് തോന്നിക്കും. അന്നു ഞാൻ പ്ലസ്‌വൺ കഴിഞ്ഞിട്ടേയുള്ളൂ. എന്റെ അഭിനയം കണ്ടപ്പോൾ സാർ അടുത്തേക്കു വന്നു.

''കഥാപാത്രത്തിന് കുറച്ചുകൂടി ഗൗരവം വേണം.''

എം.ടി.സാർ പറഞ്ഞതോടെ എനിക്കു ടെൻഷനായി. പിന്നീട് നെഞ്ചൊക്കെ എടുത്തുപിടിച്ചാണ് അഭിനയിച്ചത്. ഇപ്പോഴും ആ സീൻ കാണുമ്പോൾ എന്റെ ഉൾഭയം മനസ്സിലാക്കാൻ കഴിയും.

'പരിണയം' ഷൂട്ടുചെയ്യുന്ന സമയത്ത് ഹരൻസാറിന് അത്യാവശ്യമായി രണ്ടു ദിവസത്തേക്ക് മദ്രാസിലേക്ക് പോകേണ്ടിവന്നു. അപ്പോൾ മോഹിനിയുടെ ചില സീനുകൾ സംവിധാനം ചെയ്തത് എം.ടി.സാറായിരുന്നു.

ഞാൻ കോഴിക്കോട്ട് പോകുന്ന സമയത്തൊക്കെ ടീച്ചറെ കാണാൻ കൊട്ടാരം റോഡിലെ സാറിന്റെ വീട്ടിലെത്തും. എം.ടി.സാറുണ്ടെങ്കിൽ അദ്ദേഹത്തിന്റെ അനുഗ്രഹവും വാങ്ങിക്കും. അപ്പോഴെല്ലാം വീട്ടുവിശേഷങ്ങൾ മാത്രമാണ് ചോദിക്കുക. 'ഏഴാമത്തെ വരവി'ന്റെ ഷൂട്ടിംഗ് കണ്ണൂരിലെ കണ്ണവം കാട്ടിലായിരുന്നു. കണ്ണിന് ഇൻഫക്ഷൻ വന്നതിനാൽ ആ സമയത്ത് ലൊക്കേഷനിൽ വരാൻ സാറിന് കഴിഞ്ഞില്ല. അതിന്റെ റഷസ് കണ്ടശേഷം, ഞാനും ഇന്ദ്രനും ഭാവനയും നന്നായി അഭിനയിച്ചുവെന്ന് ഹരൻസാറിനോട് പറഞ്ഞിരുന്നു. പിന്നീട് ഒരു ടി.വി. ഇന്റർവ്യൂവിലും അദ്ദേഹം എന്റെ പേരെടുത്തു പറഞ്ഞു. വിനീത് വളരെ മനോഹരമായി അഭിനയിച്ചിട്ടുണ്ടെന്ന്. ലൊക്കേഷനിൽ വന്നില്ലെങ്കിലും പിന്നീട് ഞാൻ കോഴിക്കോട്ടു പോയി അദ്ദേഹത്തിന്റെ അനുഗ്രഹം വാങ്ങി.

എം.ടി.സാറിന്റെ സ്ക്രിപ്റ്റ് ഒരു സംവിധായകനും മാറ്റാറില്ല.

എന്തെങ്കിലും കറക്ഷൻ വേണമെങ്കിൽ അദ്ദേഹത്തോടുതന്നെ ചർച്ച ചെയ്യണം.

''എം.ടിയോടു ചോദിച്ചിട്ടേ അത് ചെയ്യാൻ പറ്റുകയുള്ളൂ'' എന്ന് പലപ്പോഴും ഹരൻസാർ പറയുന്നത് ഞാൻ കേട്ടിട്ടുണ്ട്.

ഒരിക്കൽ സൂര്യയുടെ ആഭിമുഖ്യത്തിൽ സൗദി അറേബ്യയിലെ ദമാമിൽ എം.ടി. സാറിനെ ആദരിക്കുന്ന ചടങ്ങ് സംഘടിപ്പിച്ചിരുന്നു. ചടങ്ങിനൊടുവിൽ എന്റെ ഡാൻസും പ്ലാൻ ചെയ്തു. സൗദിയിൽ ഡാൻസും പാട്ടും പറ്റില്ല. നമ്മുടെ ശാസ്ത്രീയനൃത്തത്തിന് സ്പിരിചലായ ശ്ലോകങ്ങളാണുണ്ടാവുക. അതവിടെ പറ്റില്ല. നിയമം ലംഘിച്ചാൽ പൊലീസ് കൊണ്ടുപോകും. എന്റെ ആശങ്കകൾ ഞാൻ സൂര്യ കൃഷ്ണമൂർത്തി സാറിനോട് പറഞ്ഞു.

''സൂര്യയുടെ പേട്രൺ റോയൽ ഫാമിലിയിൽപെട്ട ഒരാളാണ്. അതുകൊണ്ട് പ്രശ്നമില്ല. മാത്രമല്ല, ഉൾപ്രദേശത്തെ ഇൻഡോർ ഹാളിലാണ് ചടങ്ങ്.''

അതോടെയാണ് ആശ്വാസമായത്. അന്നത്തെ ദിവസം എം.ടി. സാറിനൊപ്പം കൂടുതൽ സമയം ചെലവഴിക്കാനായതാണ് വലിയൊരു ഭാഗ്യം. ഹോട്ടലിൽ വന്ന് വിശ്രമിക്കുന്ന സമയത്തും ഞാൻ കൂടെയുണ്ടായിരുന്നു. അന്ന് വൈകിട്ടും സാറിനൊപ്പമായിരുന്നു ഭക്ഷണം. അതിനുശേഷം അദ്ദേഹത്തിനു മുമ്പിൽ നൃത്തം അവതരിപ്പിക്കാനും കഴിഞ്ഞു. റിലിജിയസ് ആയ ശ്ലോകങ്ങൾ ഒഴിവാക്കിക്കൊണ്ടായിരുന്നു ഡാൻസ്. എനിക്ക് അദ്ദേഹത്തെ ബഹുമാനം കലർന്ന ഭയമാണിപ്പോഴും. ശരിക്കു പറഞ്ഞാൽ എന്റെ പരമഗുരുവാണ് എം.ടി. സാർ. അധികം സംസാരിക്കില്ലെങ്കിലും ആ ചിരിയും നോട്ടവും മാത്രം മതി മനസ്സറിയാൻ.

■

വാസേട്ടൻ എന്ന ചങ്ങാതി

പ്രതാപ് പോത്തൻ

സിനിമയുടെ കോപ്പി റൈറ്ററായി മദ്രാസിൽ പ്രവർത്തിക്കുന്ന കാലം. ഒരു ദിവസം പാംഗ്രോവ് ഹോട്ടലിൽ നിന്നിറങ്ങിവരുമ്പോൾ പെട്ടിയുമായി ഒരാൾ റിസപ്ഷനിൽ നിൽക്കുന്നതുകണ്ടു. അടുത്തു ചെന്ന് നോക്കിയപ്പോഴാണ് ആളെ മനസ്സിലായത്. എം.ടി. വാസുദേവൻ നായർ. മുമ്പേതന്നെ അദ്ദേഹത്തെക്കുറിച്ച് കേട്ടിട്ടുണ്ട്. 'നഗരമേ നന്ദി'യും 'നിർമ്മാല്യ'വുമൊക്കെ കണ്ട് അദ്ഭുതപ്പെട്ടുപോയ യൗവനമായിരുന്നു എന്റേത്. പ്രശസ്തനായ എഴുത്തുകാരൻ എന്നതിലുപരി അന്നും മലയാളത്തിലെ വിലപിടിപ്പുള്ള തിരക്കഥാകൃത്താണ് അദ്ദേഹം. പരിചയപ്പെടണമെന്നത് ഏറെക്കാലത്തെ ആഗ്രഹമാണ്. പക്ഷേ ഭയം കാരണം അതിന് മുതിർന്നില്ല.

1985ൽ ഞാൻ സ്വന്തമായി ഒരു തമിഴ്സിനിമ സംവിധാനം ചെയ്തു. 'വീണ്ടും ഒരു കാതൈൽ കഥ'. ആ സിനിമ കണ്ടിറങ്ങുമ്പോഴാണ് ഹരിച്ചേട്ടൻ (നിർമ്മാതാവായ ഹരിപോത്തൻ) എന്നെ എം.ടിക്ക് പരിചയപ്പെടുത്തിക്കൊടുത്തത്. നല്ലൊരു സൗഹൃദത്തിന് മുള പൊട്ടുന്നത് അവിടെനിന്നാണ്. അന്നു മുതൽ എം.ടി. വാസുദേവൻ നായർ എനിക്ക് വാസേട്ടനായി.

സിനിമയുടെ അണിയറവർക്കുമായി ബന്ധപ്പെട്ട് മിക്കപ്പോഴും വാസേട്ടൻ മദ്രാസിലുണ്ടാവും. കോടമ്പാക്കത്ത് അദ്ദേഹത്തിനൊരു ഫ്ളാറ്റുണ്ട്. ഞാൻ മിക്കപ്പോഴും അവിടെ പോകും. സാഹിത്യത്തെക്കുറിച്ചും സിനിമയെക്കുറിച്ചുമൊക്കെയാവും ഞങ്ങളുടെ സംസാരം. ഞാൻ നല്ലൊരു വായനക്കാരനാണെന്ന കാര്യം വാസേട്ടൻ വളരെ വൈകിയാണ് അറിയുന്നത്. അതോടെ എന്നോടുള്ള ഇഷ്ടം കൂടി. മിലൻകുന്ദേരയുടെ പുസ്തകങ്ങൾ വായിക്കാൻ നിർബന്ധിച്ചത് വാസേട്ടനായിരുന്നു. വാസേട്ടൻ അക്കാലത്ത് നല്ല തിരക്കിലാണ്. കാണാനായി സിനിമയുമായി ബന്ധപ്പെട്ട ഒരുപാടുപേർ വരും.

എങ്കിലും ഞാൻ ആ ഫ്ളാറ്റിൽനിന്ന് പോവില്ല. അവിടെത്തന്നെയിരിക്കും. സന്ദർശകർ പോയാൽ വീണ്ടും ഞങ്ങളുടെ ചർച്ച സാഹിത്യത്തെക്കുറിച്ചാവും. ഭക്ഷണസമയമാകുമ്പോൾ എന്റെ വീട്ടിലേക്ക് പോകും. ഉച്ചകഴിഞ്ഞ് വീണ്ടും ഫ്ളാറ്റിലെത്തുമ്പോൾ എന്റെ കൈയിൽ വാസ്വേട്ടനിഷ്ടപ്പെട്ട ഏതെങ്കിലുമൊരു പുസ്തകവുമുണ്ടാവും. അക്കാലം മുതലേ മലയാളത്തിൽ ഒരു സിനിമ ചെയ്യണമെന്ന ആഗ്രഹമുണ്ടായിരുന്നു. ഇക്കാര്യം ഒരിക്കൽ വാസ്വേട്ടനോട് പറയുകയും ചെയ്തു.

ആദ്യസിനിമ കഴിഞ്ഞ് നാളേറെക്കഴിയുന്നതിന് മുമ്പ് എന്റെ കുടുംബജീവിതത്തിൽ പ്രശ്നങ്ങളുണ്ടായി. ഞാനും രാധികയും വേർപിരിഞ്ഞു. ആ സമയത്ത് എനിക്ക് ശക്തി തന്നതും സമാധാനിപ്പിച്ചതും വാസ്വേട്ടനായിരുന്നു. പ്രശ്നങ്ങളൊക്കെ അവസാനിച്ച സമയത്ത് വാസ്വേട്ടൻ എന്നോടു പറഞ്ഞു.

''പ്രതാപേ, ഞാൻ തനിക്കൊരു സ്ക്രിപ്റ്റ് വെച്ചിട്ടുണ്ട്.''

ഞാൻ ഞെട്ടിപ്പോയി. നാല് യുവാക്കളും അവരുടെ പ്രായത്തിന്റെ വിഹ്വലതകളും പ്രണയവുമൊക്കെയുള്ള മനോഹരമായ കഥ. വാസ്വേട്ടൻ ത്രെഡ് പറഞ്ഞപ്പോൾത്തന്നെ ഞാൻ ത്രില്ലിലായി. പക്ഷേ രണ്ടുദിവസം കഴിഞ്ഞപ്പോൾ അദ്ദേഹം എന്നെ വിളിപ്പിച്ചു.

''ഇത്രയും എളുപ്പത്തിലുള്ള ഒരു സിനിമ പ്രതാപ് ചെയ്യേണ്ട. വേറൊരു കഥ ഞാൻ ആലോചിച്ചിട്ടുണ്ട്.''

എന്നു പറഞ്ഞുകൊണ്ട് അദ്ദേഹം ഒരു നായർത്തറവാടിന്റെ പശ്ചാത്തലത്തിലുള്ള കഥ പറഞ്ഞു. അതാണ് ഋതുഭേദം. യുവാക്കളുടെ കഥ പിന്നീട് വർഷങ്ങൾക്കുശേഷം കെ.എസ്. സേതുമാധവൻ 'വേനൽക്കിനാവുകൾ' എന്ന പേരിൽ സംവിധാനം ചെയ്തു.

ഋതുഭേദങ്ങളുടെ സ്ക്രിപ്റ്റ് വായിച്ചശേഷം വേണുവിനൊരു സംശയം.

''ഇത് കുരിശാകുമോ പ്രതാപേ? സിനിമയാക്കിയെടുക്കാൻ റിസ്ക് ഏറെയുണ്ട്.''

പക്ഷേ എനിക്കൊട്ടും പേടിയുണ്ടായിരുന്നില്ല. കാരണം വാസ്വേട്ടന്റെ സ്ക്രിപ്റ്റ് കിട്ടിയ ആവേശത്തിലായിരുന്നു ഞാൻ. 'പറപ്പൂതം' എന്ന വാക്കൊക്കെ ഞാനാദ്യമായി കേൾക്കുന്നത് ആ സ്ക്രിപറ്റിലൂടെയാണ്. പിന്നീട് അതൊക്കെ പോയി കണ്ടു. നല്ലൊരു ഹോംവർക്ക് ആ സിനിമയ്ക്ക് പിന്നിലുണ്ടായിരുന്നു.

ഷൂട്ടിംഗ് തുടങ്ങുന്നതിന്റെ ആദ്യത്തെ ദിവസം വാസ്വേട്ടൻ ലൊക്കേഷനിൽ വന്നു. സ്ക്രിപ്റ്റിൽ നീളമുള്ള ഷോട്ടുകൾ ഞാൻ

മാർക്ക് ചെയ്തിരുന്നു. എന്തിനാണിത് മാർക്ക് ചെയ്തതെന്ന് അദ്ദേഹം എന്റെ അസോസിയേറ്റ് ഡയക്ടറോട് ചോദിച്ചു. അവൻ കാര്യം പറഞ്ഞപ്പോൾ പത്ത് മിനുട്ടുകൾകൊണ്ട് ആ സീനുകൾ മാറ്റിയെ ഴുതി. പതിനെട്ടു ദിവസം കൊണ്ടാണ് 'ഋതുഭേദം' പൂർത്തിയാക്കി യത്. എനിക്കുറപ്പായിരുന്നു, ആ സിനിമ സൂപ്പർഹിറ്റാവുമെന്ന്. അതുപോലെതന്നെ സംഭവിച്ചു.

'ഋതുഭേദ'ത്തിന്റെ അമ്പതാം ദിവസത്തെ ആഘോഷം മദ്രാസി ലായിരുന്നു. ശിവാജി ഗണേശൻ സാർ, കമലഹാസൻ എന്നിവ രൊക്കെ ആ ചടങ്ങിനെത്തിയിരുന്നു. അന്ന് വാസ്വേട്ടൻ എന്നെ ക്കുറിച്ച് പറഞ്ഞ വാക്കുകൾ കേട്ടപ്പോൾ കണ്ണു നിറഞ്ഞുപോയി.

"ഒരുപാട് സംവിധായകരുടെ കൂടെ ഞാൻ വർക്ക് ചെയ്തിട്ടുണ്ട്. എന്നാൽ ഇത്രയും പുസ്തകങ്ങൾ വായിക്കുന്ന ഒരു സംവിധായ കന്റെ കൂടെ ആദ്യമാണ്. പ്രതാപ് പോത്തൻ മികച്ചൊരു വായന ക്കാരനാണ്."

സദസ്സ് കൈയടിച്ചാണ് ആ കോംപ്ലിമെന്റ് സ്വീകരിച്ചത്. വാസ്വേ ട്ടന്റെ സ്ക്രിപ്റ്റിൽ ഒരു സിനിമയെങ്കിലും ചെയ്യാൻ കഴിഞ്ഞതിൽ ഇന്നും ഞാൻ അഭിമാനിക്കുന്നു. പലർക്കും കിട്ടാത്ത ഒരനുഗ്രഹ മാണത്. എന്നെ ഒരഭിനേതാവായി മലയാളത്തിന് പരിചയപ്പെടു ത്തിയത് സംവിധായകൻ പത്മരാജനാണ്. 'തകര'യിലൂടെ. പപ്പന്റെ സിനിമകളോട് വല്ലാത്തൊരു ആരാധന അന്നു മുതലുണ്ടായിരുന്നു. മാത്രമല്ല, നല്ല എഴുത്തുകാരൻ കൂടിയാണ് പപ്പൻ. ഋതുഭേദം കഴി ഞ്ഞതുമുതൽ ഞാൻ പപ്പനോട് പറയാറുണ്ട്, എനിക്കൊരു സ്ക്രിപ്റ്റ് തരണമെന്ന്. തരാമെന്ന് പറയാമെന്നെല്ലാതെ അതിനുള്ള സാഹചര്യ മുണ്ടായിരുന്നില്ല. അദ്ദേഹത്തെ കുറ്റം പറഞ്ഞിട്ടുകാര്യമില്ല. മിനിമം എട്ടുമണിക്കൂറെങ്കിലും കുത്തിയിരുന്നാലേ എഴുതാൻ കഴിയുകയുള്ളൂ.

വാസ്വേട്ടന് എപ്പോഴും എന്നോടൊരു വാത്സല്യമുണ്ടായിരുന്നു. എന്റെ രണ്ടാമത്തെ സിനിമയായ 'ഡെയ്സി' പ്ലാൻ ചെയ്യുന്ന അവ സരത്തിലും ഞാൻ അഭിപ്രായം ചോദിച്ചിട്ടുണ്ട്. ഞാനും ഖാലിദും ചേർന്നാണ് അതിന്റെ തിരക്കഥയെഴുതിയത്. ഊട്ടിയിലായിരുന്നു ഷൂട്ടിംഗ്. ആ സമയത്ത് വേറെയേതോ ഒരു സിനിമയുടെ ചർച്ച യ്ക്കായി വാസ്വേട്ടനും നിർമ്മാതാവ് മുദ്ര ശശിയും ഊട്ടിയിലുണ്ട്. എന്റെ പടത്തിന്റെ ഷൂട്ടിംഗ് നടക്കുന്ന സ്ഥലത്തേക്ക് ഒരു ദിവസം അവർ വന്നു. കുറേനേരം ഞങ്ങൾ സംസാരിച്ചു. 'ഡെയ്സി'യിൽ എനിക്കേറ്റവും വിഷമംപിടിച്ച ഒരു സീനുണ്ടായിരുന്നു. അതൊന്ന് മാറ്റിയെഴുതിത്തരാമോ എന്ന് വാസ്വേട്ടനോട് ചോദിച്ചു. അദ്ദേഹം അതുമായി മുറിയിലേക്ക് പോയി. ഉച്ച കഴിഞ്ഞപ്പോഴേക്കും ആ സീൻ മനോഹരമായി മാറ്റിയെഴുതിത്തന്നു. മലയാളത്തിലെ ഏറ്റവും

വില കൂടിയ എഴുത്തുകാരനാണ് ഇത് ചെയ്തുതന്നതെന്ന് ഓർക്കണം. മറ്റൊരെങ്കിലുമായിരുന്നെങ്കിൽ ഈഗോ വർക്കൗട്ട് ചെയ്യുമായിരുന്നു. എന്നോടു ചോദിക്കാൻ അവനാര് തുടങ്ങിയ ചോദ്യങ്ങളുമുണ്ടാവും. എന്നാൽ വാസ്വേട്ടൻ പോസിറ്റീവായാണ് ഇതിനെ കണ്ടത്.

ഒരിക്കൽ കണ്ടപ്പോൾ എന്നോടു പറഞ്ഞു, ‘‘പ്രതാപിന് അഭിനയിക്കാൻവേണ്ടി ഞാനൊരു കഥാപാത്രത്തെ സൃഷ്ടിച്ചിട്ടുണ്ട്. ബഹദൂർക്കായുടെ ബ്രദർ ഇൻ ലോ അമീറാണ് പടം സംവിധാനം ചെയ്യുന്നത്.’’

ആ കഥാപാത്രത്തെക്കുറിച്ച് വാസ്വേട്ടൻ പറഞ്ഞപ്പോൾ വലിയ സന്തോഷമായി. എന്നെ നന്നായി നിരീക്ഷിച്ചതിനുശേഷമാണ് അദ്ദേഹം ആ കഥാപാത്രത്തെ സൃഷ്ടിച്ചതെന്ന് തോന്നിപ്പോയി. പക്ഷേ എന്റെ ഭാഗ്യദോഷം. ആ സിനിമ നടന്നില്ല.

ഒരു തമിഴ് സിനിമ ചെയ്യണമെന്ന് ആഗ്രഹിച്ച സമയം. പറ്റിയ തീമൊന്നും കിട്ടുന്നില്ല. ആ സമയത്താണ് മദ്രാസിൽ വെച്ച് വാസ്വേട്ടനെ കണ്ടത്. എന്റെ കഥാദാരിദ്ര്യം കേട്ടപ്പോൾ അദ്ദേഹം ഒരു ഹിന്റ് പറഞ്ഞുതന്നു. കാഞ്ചീപുരത്തെ നെയ്ത്തുതൊഴിലാളികളുടെ കഥ. കാഞ്ചീപുരം സിൽക്കുണ്ടാക്കുന്ന കൊച്ചുപെണ്ണുങ്ങളുടെ അധ്വാനവും ജീവിതവുമൊക്കെയായിരുന്നു പ്രമേയം. എന്റെ അടുത്ത സുഹൃത്തും സംവിധായകനും തിരക്കഥാകൃത്തുമായ രാജേഷിനോട് ഈ കഥ പറഞ്ഞപ്പോൾ അവനും ഇഷ്ടപ്പെട്ടു. സ്ക്രിപ്റ്റ് എഴുതാമെന്ന് അവൻ സമ്മതിച്ചു. നെയ്ത്തുതൊഴിലാളികളുടെ ജീവിതം പഠിക്കാൻ ഞാനും എഡിറ്റർ ബി. ലെനിനും രാജേഷും കാഞ്ചീപുരത്തേക്ക് പോവുകയും ചെയ്തു. പക്ഷേ പിന്നീടുണ്ടായ ചില തടസ്സങ്ങൾ കാരണം സിനിമ നടന്നില്ല.

1995ലാണ് ഞാൻ ഏറ്റവുമൊടുവിൽ മലയാളസിനിമ സംവിധാനം ചെയ്തത്. മോഹൻലാലും ശിവാജി ഗണേശൻ സാറും ഒന്നിച്ചഭിനയിച്ച ‘ഒരു യാത്രാമൊഴി’. അതിനുശേഷം ഒരു സിനിമ കൂടി ചെയ്യാൻ പ്ലാനിട്ടു. അഞ്ജലീമേനോന്റെ തിരക്കഥയിൽ ഞാൻ സംവിധാനം ചെയ്യുന്ന ചിത്രം. അതിന്റെ പ്രാരംഭചർച്ചകൾക്കായി കോഴിക്കോട്ട് പോയപ്പോൾ ഞാൻ അഞ്ജലിയോട് പറഞ്ഞു.

‘‘എനിക്ക് ആദ്യമായി മലയാളത്തിൽ സ്ക്രിപ്റ്റ് തന്നത് വാസ്വേട്ടനാണ്. അദ്ദേഹത്തിന്റെ അനുഗ്രഹം വാങ്ങിച്ചതിനുശേഷമേ ഈ പ്രൊജക്ട് തുടങ്ങുകയുള്ളൂ.’’

അഞ്ജലിയും സമ്മതിച്ചു. അങ്ങനെയാണ് ഞാനും അഞ്ജലിയും കൂടി വാസ്വേട്ടന്റെ കോഴിക്കോട്ടെ വീട്ടിലേക്ക് പോയത്. എന്നെങ്കിലും

വാസ്വേട്ടനെ കാണുമ്പോൾ നോബെൽ പ്രൈസ് നേടിയ ജെ.എം. കോട്സിയുടെ 'ഡിസ്ഗ്രേസ്' എന്ന നോവൽ സമ്മാനിക്കണമെന്ന് ഞാൻ ആഗ്രഹിച്ചിരുന്നു. പക്ഷേ കോഴിക്കോട്ടേക്ക് വരുമ്പോൾ അതെടുക്കാൻ മറന്നു.

വാസ്വേട്ടനെ കണ്ടപ്പോൾ ഞാൻ പറഞ്ഞു.

''വാസ്വേട്ടനുവേണ്ടി ഒരു പുസ്തകം എടുത്തുവെച്ചതാണ്. പക്ഷേ മറന്നുപോയി.''

അപ്പോഴും പുസ്തകത്തിന്റെ പേര് ഞാൻ പറഞ്ഞില്ല. വാസ്വേട്ടൻ ചോദിച്ചതുമില്ല.

''ഞാനും പ്രതാപിന് വേണ്ടി ഒരു പുസ്തകം കരുതിവച്ചിട്ടുണ്ട്'' എന്നുപറഞ്ഞുകൊണ്ട് അദ്ദേഹം അകത്തേക്കുപോയി. രണ്ടുമിനുട്ടിനകം ഒരു പുസ്തകവുമായി തിരിച്ചെത്തി. കവർച്ചട്ട കണ്ടപ്പോൾ ത്തന്നെ ഞാൻ ഞെട്ടിപ്പോയി. ജെ.എം.കോട്സിയുടെ ഡിസ്ഗ്രേസ്. എനിക്ക് അദ്ഭുതം തോന്നി. യാദൃച്ഛികമായി വന്നതാണ് ഈ സാമ്യം. പരസ്പരം നന്നായി മനസ്സിലാക്കിയതുകൊണ്ടാവാം, അങ്ങനെ സംഭവിച്ചത്.

''ഈ പുസ്തകമാണ് ഞാനും മറന്നുവെച്ചത്'' എന്നുപറഞ്ഞപ്പോൾ വാസ്വേട്ടനും അദ്ഭുതം.

അന്ന് ഏറെനേരം സംസാരിച്ചശേഷമാണ് ഞങ്ങൾ പിരിഞ്ഞത്. ബുദ്ധിയുള്ളവരോട് സംസാരിക്കുമ്പോൾ അതിന്റെ ഗുണം നമുക്കുമുണ്ടാവും. വാസ്വേട്ടനെ എത്ര കേട്ടാലും എനിക്ക് മതിവരില്ല. ഒരുപാടു കാര്യങ്ങൾ അദ്ദേഹത്തിൽനിന്ന് നമുക്കുകിട്ടും. സൂക്ഷിച്ചുവയ്ക്കാൻ പാകത്തിലുള്ളവ.

■

അരിങ്ങോടരെ സൃഷ്ടിച്ച തൂലിക

ക്യാപ്റ്റൻ രാജു

അഭിനയത്തിൽ സജീവമായി വരുന്ന കാലത്താണ് ഹരിഹരൻസാർ 'അമൃതംഗമയ' എന്ന സിനിമയിൽ അഭിനയിക്കാൻ വിളിക്കുന്നത്. കോഴിക്കോട്ടായിരുന്നു ലൊക്കേഷൻ. മോഹൻലാലാണ് നായകൻ. ലാലിന്റെ അളിയന്റെ വേഷമാണെനിക്ക്. എം.ടി. സാറിന്റേതാണ് തിരക്കഥ എന്നറിഞ്ഞതുമുതൽ എനിക്കാവേശമായിരുന്നു, നേരിൽ കാണാനും പരിചയപ്പെടാനും. സിനിമയിലെത്തുന്നതിന് മുമ്പു തന്നെ വായിക്കാൻ തുടങ്ങിയതാണ്, എം.ടി. സാറിന്റെ പുസ്തകങ്ങൾ. വള്ളുവനാട്ടിലെ ജീവിതത്തെക്കുറിച്ച് അറിയാൻ കഴിഞ്ഞതും അദ്ദേഹത്തിലൂടെയാണ്. ഓരോ കഥാപാത്രവും ഇപ്പോഴും മനസ്സിലുണ്ട്.

രാവിലെ ലൊക്കേഷനിലെത്തുമ്പോൾ സംവിധായകൻ ഹരിഹരൻസാർ കസേരയിലിരിക്കുന്നു. തൊട്ടടുത്തുതന്നെയുണ്ട്, എം.ടി. സാറും. അന്നാദ്യമായി അദ്ദേഹത്തെ പരിചയപ്പെട്ടു. കോഴിക്കോട്ടെ ലൊക്കേഷനിൽ മിക്ക ദിവസവും എം.ടി. സാറുണ്ടാവും. കോഴിക്കോട്ടുതന്നെയാണല്ലോ സാറിന്റേയും വീട്. ലൊക്കേഷനിൽ വന്നാൽ അദ്ദേഹം സംസാരിക്കുന്നത് ഹരൻസാറുമായി മാത്രമാണ്. അതും സിനിമയെ സംബന്ധിച്ച കാര്യങ്ങൾ മാത്രം.

'അമൃതംഗമയ'യിലെ എന്റെ അഭിനയം രണ്ടുപേർക്കും ഇഷ്ടപ്പെട്ടുകാണണം. അതുകൊണ്ടാണ് രണ്ടുവർഷം കഴിഞ്ഞ് 'ഒരു വടക്കൻ വീരഗാഥ' ചെയ്യുന്ന സമയത്തും എന്നെ വിളിച്ചത്. വീരഗാഥ പ്ലാൻ ചെയ്യുന്ന സമയത്ത് അതിൽ അഭിനയിക്കാനിരിക്കുന്ന ഒരു നടൻ സ്ക്രിപ്റ്റ് ചർച്ച നടക്കുന്ന ഹോട്ടലിലേക്ക് ചെന്നു. ഞാനതിൽ അരിങ്ങോടരായി അഭിനയിക്കുന്നുണ്ടെന്ന വാർത്ത അയാളും അറിഞ്ഞുകാണണം. വ്യക്തിപരമായി എന്നോടു താൽപ്പര്യമില്ലാത്ത നടനായിരുന്നു അയാൾ.

''അരിങ്ങോടർ വേഷം ക്യാപ്റ്റൻരാജു ചെയ്താൽ നന്നാവുമെന്ന് തോന്നുന്നുണ്ടോ?''

ലെജന്റുകളായ ഹരൻസാറിനോടും എം.ടി. സാറിനോടുമാണ് ചോദ്യം. പുറത്തുനിന്നുള്ള ഇടപെടൽ കേട്ടപ്പോൾ അവർ ഞെട്ടി. എന്നാൽ പരസ്പരം നോക്കിയതല്ലാതെ തിരിച്ചൊന്നും പറഞ്ഞില്ല. പക്ഷേ നടൻ വിടുന്ന മട്ടില്ല.

‘‘ആ വേഷം തിലകന് കൊടുത്തുകൂടെ?’’

ഇതുകേട്ടപ്പോൾ ഹരൻസാറും എം.ടി. സാറും ചിരിച്ചു.

‘‘തിലകൻ അരിങ്ങോടരായാൽ വാളെവിടെ വയ്ക്കും? കുടവയറിലോ?’’

ഹരൻസാറിന്റെ ചോദ്യത്തിന് മുമ്പിൽ നടന് ഉത്തരംമുട്ടി.

‘‘എടോ, ചേകവന് ഗോതമ്പിന്റെ നിറം വേണം. വിരിഞ്ഞമാറും ഉയരവും ജീവനുള്ള കണ്ണുകളും ആവശ്യമാണ്. ഇതൊക്കെയുമുള്ള നടനാണ് ക്യാപ്റ്റൻരാജു. അല്ലാതെ മറ്റാരുണ്ട്, മലയാള സിനിമയിൽ?’’

എം.ടി. സാർ ചോദിച്ചു.

‘‘അരിങ്ങോടരായി ആരുവരണമെന്ന് ഞങ്ങൾ തീരുമാനിച്ചോളാം. ഈ സിനിമയിൽ നിങ്ങളുടെ കഥാപാത്രംപോലും എന്താണെന്ന് ഉറപ്പിച്ചിട്ടില്ല.’’

ഹരൻസാറിന്റെ മറുപടി കേട്ടതോടെ അയാൾ സ്ഥലംവിട്ടു.

‘ഒരു വടക്കൻ വീരഗാഥ’യുടെ ഷൂട്ടിംഗിനിടയിൽ ഹരിഹരൻ സാർ തന്നെയാണ് ഇക്കാര്യം പറഞ്ഞത്. അഭിമാനം തോന്നിയ നിമിഷമായിരുന്നു അത്.

ഭാരതപ്പുഴയുടെ തീരത്തായിരുന്നു വീരഗാഥയുടെ ഷൂട്ടിംഗ്. ഞാനും സുരേഷ്ഗോപിയും തമ്മിലുള്ള കോമ്പിനേഷൻ സീനാണ് എടുക്കാൻ പോകുന്നത്. അങ്കക്കളരിക്ക് പുറത്ത് കാലിന്മേൽ കാൽ കയറ്റിവച്ച് ഞാനിരിക്കുന്നു. നടൻ ജോണി എനിക്ക് ഇളനീർ കൊണ്ടുവരുന്നു. ആ സമയത്താണ് ആരോമൽ ചേകവരായ സുരേഷ്ഗോപിയുടെ വരവ്.

‘‘അരിങ്ങോടരെ, കള്ളക്കോല് വെയ്ക്കരുത്’’ എന്ന് സുരേഷ്ഗോപി പറഞ്ഞപ്പോൾ ഞാൻ ഇളനീർ പിറകോട്ടെറിയണം. അതാണ് സീൻ. ഒറ്റത്തവണ റിഹേഴ്സൽ ചെയ്തശേഷം ഹരൻസാർ ആക്ഷൻ പറഞ്ഞു. ഒറ്റഷോട്ടിൽത്തന്നെ അത് ഓ.കെ. ആവുകയും ചെയ്തു. ഹരൻ സാർ കട്ട് പറഞ്ഞപ്പോൾ പിന്നിൽ നിന്നൊരാൾ തോളത്തു തട്ടി.

‘‘വെൽഡൺ, ക്യാപ്റ്റൻ.’’

ഇടതുകൈയിൽ പുകയുന്ന ബീഡിയുമായി എം.ടി. വാസുദേവൻ നായർ. അരിങ്ങോടരുടെ ഇരിപ്പും ആട്ടവുമാണ് എം.ടി സാറിനിഷ്ടപ്പെട്ടത്. സിനിമ റിലീസായപ്പോൾ ജനം രണ്ടുകൈയും നീട്ടി സ്വീകരിച്ചു. അരിങ്ങോടർ എന്ന കഥാപാത്രം ജീവിതത്തിലൊരിക്കലും മറക്കാൻ കഴിഞ്ഞില്ല. ആ കഥാപാത്രത്തിലൂടെയാണ് ഞാൻ ശ്രദ്ധിക്കപ്പെട്ടത്.

പൊതുവെ അധികം സംസാരിക്കുന്ന കൂട്ടത്തിലല്ല എം.ടി. സാർ. എന്നാൽ 'പഴശ്ശിരാജ'യുടെ തലശ്ശേരിയിലെ ലൊക്കേഷനിലെത്തിയപ്പോൾ എം.ടി. സാർ വാചാലനാവുന്നത് കണ്ട് അത്ഭുതപ്പെട്ടിട്ടുണ്ട്. 'പഴശ്ശിരാജ'യിലെ ഉണ്ണിമൂത്ത എന്ന കഥാപാത്രത്തിന്റെ മേക്കപ്പിട്ടത് പട്ടണം റഷീദാണ്. ആരു കണ്ടാലും തിരിച്ചറിയാൻ കഴിയാത്തവിധം റഷീദ് എന്നെ മാറ്റിയെടുത്തു. അടുത്ത ഷോട്ടിന് വേണ്ടി കാത്തിരിക്കുമ്പോഴാണ് അസോസിയേറ്റ് ഡയറക്ടർമാരിലൊരാൾ പറഞ്ഞു.

''എം.ടി.സാർ ലൊക്കേഷനിൽ വന്നിട്ടുണ്ട്.''

ഞാൻ പതുക്കെ എഴുന്നേറ്റ് അദ്ദേഹം ഇരിക്കുന്നിടത്തേക്ക് ചെന്നു. ഹരൻസാർ ഷൂട്ടിംഗിന്റെ തിരക്കിലാണ്. എന്നെ കണ്ടതും എം.ടി.സാർ തൊട്ടടുത്ത കസേരയിൽ ഇരിക്കാൻ ക്ഷണിച്ചു. പിന്നീട് പറഞ്ഞതുമുഴുവനും വീരഗാഥയിലെ അരിങ്ങോടരെക്കുറിച്ചാണ്.

''ഞാൻ മനസ്സിൽ കണ്ടതിനേക്കാളും നൂറിരട്ടി ശക്തിയുണ്ടായിരുന്നു ക്യാപ്റ്റന്റെ അരിങ്ങോടർക്ക്.''

അവാർഡിനേക്കാളും വലിയ ബഹുമതിയായി ഞാൻ സൂക്ഷിക്കുന്നുണ്ട്, എം.ടി. സാറിന്റെ വാക്കുകൾ. അന്ന് ഏറെനേരം അവിടെ ചെലവഴിച്ച ശേഷമാണ് അദ്ദേഹം കോഴിക്കോട്ടേക്കു പോയത്.

പി.ജി. വിശ്വംഭരൻ സംവിധാനം ചെയ്ത 'പുത്തൂരംപുത്രി ഉണ്ണിയാർച്ച' എന്ന സിനിമയുടെ ഷൂട്ടിംഗ് തൃശ്ശൂരിലായിരുന്നു. അതിന്റെ തിരക്കഥാകൃത്തായ ശത്രുഘ്നനും എം.ടി. സാറും തമ്മിൽ നല്ല ബന്ധമാണ്. രണ്ടുപേരും കോഴിക്കോട്ടുകാർ. ആ സൗഹൃദത്തിന്റെ ബലത്തിലാണ് 'ഉണ്ണിയാർച്ച'യുടെ ലൊക്കേഷനിലെത്തിയത്. ആ സിനിമയിലെ കഥാപാത്രത്തെക്കുറിച്ച് ചോദിച്ചശേഷം പിന്നീട് എം.ടി.സാർ സംസാരിച്ചതും അരിങ്ങോടരെക്കുറിച്ചായിരുന്നു. അത്രയ്ക്ക് സ്നേഹമുണ്ടായിരുന്നു, അരിങ്ങോടരോട് അദ്ദേഹത്തിന്.

ഞാനാദ്യമായി സംവിധാനം ചെയ്ത സിനിമയായിരുന്നു 'ഇതാ ഒരു സ്നേഹഗാഥ'. വിക്രം ആദ്യമായി നായകനായ സിനിമ. മതമൈത്രിയുടെ കഥ പറഞ്ഞ ആ സിനിമയിൽ പള്ളീലച്ചന്റെ വേഷമാണെനിക്ക്. ജന്മംകൊണ്ട് ഹിന്ദുവായ ഞാൻ വളർന്നത് ക്രിസ്ത്യാനിയായിട്ടാണ്. എന്റെ അച്ഛൻ ക്ഷേത്രത്തിലെ പൂജാരിയാണ്. സോമയാജലുവാണ് അച്ഛനായി അഭിനയിക്കുന്നത്. ശ്രീകോവിലിൽ

അച്ഛൻ മയങ്ങിവീഴുന്ന ഒരു സീനുണ്ട്, സിനിമയിൽ. പള്ളീലച്ചനായ ഞാൻ നേരെ ശ്രീകോവിലിൽ കയറി എന്റെ അച്ഛനെയുമെടുത്ത് പുറത്തേക്കിറങ്ങും. ശ്രീകോവിലിൽ കയറേണ്ട സീനുള്ളതുകൊണ്ടാണ് എന്റെ കഥാപാത്രത്തെ ജന്മം കൊണ്ട് ഹിന്ദുവാക്കിയത്. ഈ സിനിമ അക്കാലത്ത് അവാർഡ് കമ്മിറ്റിക്കയച്ചു. എന്നാൽ ഒന്നും കിട്ടിയില്ല. എം.ടി. സാറുമുണ്ടായിരുന്നു അന്നത്തെ ജൂറിയിൽ. അവാർഡ് പ്രഖ്യാപനമൊക്കെ കഴിഞ്ഞതിനുശേഷം ഒരു ദിവസം സാറെന്നെ വിളിച്ചു.

''ക്യാപ്റ്റാ, സിനിമയൊക്കെ ഗംഭീരമാണ്. എന്നാൽ അച്ചൻ കഥാപാത്രത്തെ ജന്മംകൊണ്ട് ഹിന്ദുവാക്കേണ്ടിയിരുന്നില്ല. ഏത് മതത്തിന്റെ ആചാര്യനും മറ്റു മതങ്ങളുടെ പവിത്രമായ ആസ്ഥാന ങ്ങളിൽ കയറാനുള്ള അധികാരമുണ്ട്. അതുകൊണ്ടുതന്നെ അച്ചനും കയറാം, ശ്രീകോവിലിനുള്ളിൽ.''

സിനിമ സംവിധാനം ചെയ്ത സമയത്തുള്ള സാഹചര്യങ്ങൾ ഞാൻ എം.ടിയദ്ദേഹത്തെ ധരിപ്പിച്ചു. ബി.ജെ.പി. വളർന്നുവരുന്ന കാലമാണത്. ഒരു പള്ളീലച്ചൻ ശ്രീകോവിലിൽ കയറി എന്നതിന്റെ പേരിൽ അവർ സിനിമയ്ക്കുനേരെ പ്രശ്നങ്ങളുണ്ടാക്കിയാലോ എന്ന ഭയത്താലാണ് അങ്ങനെ ചെയ്യേണ്ടിവന്നത്. തിയേറ്ററിൽ സിനിമ കാണിക്കാൻ പറ്റാത്ത അവസ്ഥ വന്നാൽ ലക്ഷങ്ങളാണ് നഷ്ടം. ആദ്യത്തെ സിനിമയായതിനാൽ എനിക്കുള്ള ടെൻഷൻ വേറെയും. ഇക്കാര്യം ഞാൻ എം.ടി. സാറിനെ ധരിപ്പിക്കുകയും ചെയ്തു.

കഴിഞ്ഞ കുറച്ചുകാലമായി സിനിമയിൽ അഭിനയിക്കാറേയില്ല. അതിനുകാരണം മറ്റൊന്നുമല്ല. ഓപ്പൺഹാർട്ട് സർജറി കഴിഞ്ഞ് വിശ്രമത്തിലാണ്. ഹരിഹരൻസാറിന്റെ 'സ്യമന്തകം' എന്ന സിനിമ യിലാണ് ഇനി അഭിനയിക്കാൻ പോകുന്നത്. ഇതിനുമുമ്പ് ഹരി ഹരൻ സാറും എം.ടിയും 'രണ്ടാമൂഴം' സിനിമയാക്കുന്നു എന്നറി ഞ്ഞപ്പോൾ ഏറ്റവും സന്തോഷിച്ചവരിൽ ഒരാൾ ഞാനായിരുന്നു. ഗോകുലം ഗോപാലേട്ടൻ ആ സിനിമ നിർമ്മിച്ചിരുന്നെങ്കിൽ, ഒരു നല്ല കഥാപാത്രം എനിക്കു കിട്ടിയേനേ. ശരശയ്യയിൽ കിടക്കുന്ന ഭീഷ്മർ. പക്ഷേ എന്തൊക്കെയോ കാരണങ്ങൾകൊണ്ട് ആ പ്രൊജക്ട് നടക്കാതെപോയി. ആ സങ്കടം ഇപ്പോഴുമുണ്ട്.

■

ജീവിക്കുന്ന ഇതിഹാസം
ആലങ്കോട് ലീലാകൃഷ്ണൻ

നാലാംക്ലാസിൽ പഠിക്കുമ്പോൾ കുട്ടികൃഷ്ണമേനോൻ മാഷ് എനിക്കൊരു പുസ്തകം വായിക്കാൻ തന്നു. എം.ടി. വാസുദേവൻ നായരുടെ 'വേദനയുടെ പൂക്കൾ' എന്ന കഥാസമാഹാരം. ആല ങ്കോട് ഗവ. എൽ.പി സ്കൂളിലെ അധ്യാപകനായ മേനോൻ മാഷ് എം.ടിയുടെ ആരാധകനാണ്. അട്ടേക്കുന്ന് സ്കൂളിലെ കുന്നിൻ മുകളിൽനിന്ന് നോക്കിയാൽ ആനക്കരയിലെ നരിമാളൻകുന്ന് കാണാം. നരിമാളൻകുന്നിന്റെ അങ്ങേച്ചെരിവിലാണ് എം.ടിയുടെ ജന്മനാടായ കൂടല്ലൂർ. ആലങ്കോട് നിന്ന് പതിനഞ്ചു കിലോമീറ്റർ ദൂരമേയുള്ളൂ, കൂടല്ലൂരിലേക്ക്.

മൂക്കുതല ഗവ. ഹൈസ്കൂളിൽ എട്ടാംക്ലാസിൽ പഠിക്കുമ്പോഴാണ് എം.ടി. സംവിധാനം ചെയ്ത 'നിർമ്മാല്യ'ത്തിന്റെ ഷൂട്ടിംഗ്. സ്കൂളിന് തൊട്ടടുത്തുതന്നെയായിരുന്നു ലൊക്കേഷൻ. സത്യം പറഞ്ഞാൽ ഒരു ദേശത്തിന്റെ ഉത്സവം പോലെയായിരുന്നു ആ ചിത്രീകരണം. ഷൂട്ടിംഗിന്റെ കാലം മാനദണ്ഡമാക്കിയാണ് ഇന്നും ആ നാട്ടിലെ ആളുകൾ പ്രായവും വിശേഷദിവസങ്ങളും ഓർത്തുവയ്ക്കുന്നത്. ഒരു ദിവസം ക്ലാസ് കട്ട് ചെയ്ത് ഞാനും ഷൂട്ടിംഗ് കാണാൻ പോയി. ക്യാമറയ്ക്ക് തൊട്ടടുത്തിരുന്ന് ആക്ഷനും കട്ടും പറയുന്ന മനുഷ്യനെ ഞാനാദ്യമായി കണ്ടു. സാക്ഷാൽ എം.ടി. വാസുദേവൻ നായർ. ക്യാമറയ്ക്കു മുമ്പിൽ അഭിനയിക്കുന്നത് നടന്മാരായ പി.ജെ. ആന്റണിയും സുകുമാരനും.

എം.ടിയുടെ ജ്യേഷ്ഠൻ എം.ടി.എൻ. നായരുടെ രണ്ടുമക്കൾ പഠിച്ചത് എന്റെ കൂടെയാണ്. അനിതയും അജിതയും. എം.ടി. കഥയെഴുത്തിൽ സജീവമായ സമയമായിരുന്നു അത്. ഞാൻ എഴുതിത്തുടങ്ങിയതും കഥകളാണ്. എന്നാൽ വള്ളുവനാട്ടിലെ മൂന്നുനാലു തലമുറകളുടെ എം.ടി. കഥകൾക്കു മുമ്പിൽ ഞങ്ങൾക്കു കഥയില്ലാതായി.

കവിതയെഴുത്തിൽ ശ്രദ്ധ കേന്ദ്രീകരിക്കാൻ അതും ഒരു കാരണമായിട്ടുണ്ടാകാം.

ഒരിക്കൽ നിളയെക്കുറിച്ച് ഞാനൊരു പുസ്തകമെഴുതി – 'നിളയുടെ തീരങ്ങളിലൂടെ'. നിളാനദിയുടെ സാംസ്കാരികചരിത്രം കഥപോലെ പറഞ്ഞുപോകുന്ന പുസ്തകം. എം.ടിയും അതിലൊരു കഥാപാത്രമാണ്. ആദ്യപ്രതി കിട്ടിയപ്പോൾ അതുമായി നേരെ പോയത് കോഴിക്കോട്ടെ 'മാതൃഭൂമി' ഓഫീസിലേക്കാണ്. എം.ടിയെ നേരിൽകണ്ട് പുസ്തകം നൽകി. മൂന്നുദിവസം കഴിഞ്ഞപ്പോൾ എനിക്കൊരു കത്തുവന്നു, എം.ടിയുടെ കൈപ്പടയിൽ.

''പുസ്തകം വായിച്ചു. ഹൈലി റീഡബിൾ. നദികളെക്കുറിച്ച് സുഖമുള്ള ഇത്തരം പഠനങ്ങൾ ഭാഷയിലുണ്ടായിട്ടില്ല. നൈൽ നദിയെക്കുറിച്ചുള്ള പഠനങ്ങളാണ് വൈറ്റ് നൈൽ, ബ്ലൂനൈൽ എന്നീ പുസ്തകങ്ങൾ. ആ രീതിയിൽ ഈ പുസ്തകത്തെ വികസിപ്പിച്ചെടുക്കാവുന്നതാണ്. കേന്ദ്ര സർക്കാരിന്റെ ചില സ്കോളർഷിപ്പും കിട്ടും. അതിനുവേണ്ടി ശ്രമിക്കുകയും ചെയ്യാം.''

എനിക്ക് സന്തോഷമായി. എം.ടിയെപ്പോലൊരാൾ എന്റെ പുസ്തകത്തെ ഗൗരവമായി വിലയിരുത്തിയിരിക്കുന്നു. അതിനൊരു മറുപടിക്കത്തെഴുതണമെന്ന് തോന്നി.

''എന്റെ പരിമിതിയെയാണ് എനിക്ക് ഭയം. വൈറ്റ്നൈലും ബ്ലൂനൈലും വായിക്കാൻ അവസരം കിട്ടിയിട്ടില്ല'' എന്നു മാത്രമാണ് ഞാനെഴുതിയത്.

ഡി.സി. ബുക്സ് പ്രസിദ്ധീകരിച്ച 'നിളയുടെ തീരങ്ങളിലൂടെ' കോട്ടയത്തുവച്ച് പ്രകാശനം ചെയ്തു. തകഴിയിൽ നിന്ന് നിത്യചൈതന്യയതിയാണ് അതേറ്റുവാങ്ങിയത്. എന്നാൽ എം.ടിയുടെ കൈകൾകൊണ്ട് ആ പുസ്തകത്തിനൊരു പുനഃപ്രകാശനം വേണമെന്ന് എന്റെ അടുത്ത സുഹൃത്തുക്കൾക്കൊരു നിർബന്ധം. അങ്ങനെയാണ് എം.ടിയെ ചെന്നുകാണുന്നത്. അദ്ദേഹം സമ്മതിച്ചു. അതിനു തൊട്ടുമുമ്പുള്ള ദിവസങ്ങളിൽ അദ്ദേഹം വിദേശയാത്രയിലായിരുന്നു. പൊന്നാനിയിലായിരുന്നു പ്രകാശനച്ചടങ്ങ്. ഒരുമാസം മുമ്പ് യൂറോപ്പിലേക്ക് പോയ എം.ടി. കരിപ്പൂർ വിമാനത്താവളത്തിൽ വന്നിറങ്ങിയത് അന്നുച്ചയ്ക്കാണ്. വീട്ടിൽപോലും പോകാതെ അദ്ദേഹം നേരെ പൊന്നാനിയിലേക്കു വരികയായിരുന്നു. കൃത്യസമയത്തിനും മുമ്പുതന്നെ ചടങ്ങിനെത്തി പ്രകാശനം നിർവഹിച്ചു. പ്രസംഗിച്ചു കഴിഞ്ഞതിനുശേഷം ബാഗിൽ നിന്നും ഒരു പുസ്തകം പുറത്തെടുത്ത് സദസ്സിനെ കാണിച്ചു.

''ഇത് അലൻ മോർഹെഡിന്റെ വൈറ്റ്നൈൽ എന്ന പുസ്തകമാണ്. ഞാനിത് ലീലാകൃഷ്ണന് സമ്മാനമായി നൽകുന്നു.''

ഞാനത് എം.ടിയിൽ നിന്നേറ്റുവാങ്ങി. ഒന്നരമാസം മുമ്പ് പറഞ്ഞ കാര്യം വിദേശയാത്രയിൽപോലും അദ്ദേഹം മറന്നില്ല. എനിക്കുവേണ്ടി ആ പുസ്തകം ഇത്രയുംനാൾ കരുതിവച്ചതിന്റെ വാത്സല്യം സമാനതകളില്ലാത്തതാണ്. അന്ന് അദ്ദേഹം പറഞ്ഞ വാക്കുകളും ആ പുസ്തകവും ജീവിതാന്ത്യത്തോളം സൂക്ഷിക്കാനായി ഞാനിപ്പോഴും കൊണ്ടുനടക്കുന്നു. പിശുക്കന്റെ കൈയിൽനിന്ന് കിട്ടുന്ന പൊൻപണം പോലെ.

ഇപ്പോഴും സൂപ്പർ ഗ്ലാമറിൽ നിൽക്കുന്ന എഴുത്തുകാരൻ ആരാണെന്ന് ചോദിച്ചാൽ ഒരൊറ്റ മറുപടിയേയുള്ളൂ - എം.ടി. താരപരിവേഷമുള്ള അവസാന എഴുത്തുകാരൻ. നാലുതലമുറയാണ് എം.ടിയെ വായിച്ചത്. ഞങ്ങൾ തമ്മിലുള്ള ബന്ധം ദൃഢമായപ്പോൾ അദ്ദേഹത്തിന്റെ ശ്രമഫലമായി ഞാൻ തുഞ്ചൻപറമ്പിൽ നോമിനിയായി. ആരെക്കുറിച്ചും എം.ടി. മോശമായി പറയാറില്ല.

എം.ടി. ഒരുകാലത്തും എന്റെ പത്രാധിപരായിരുന്നില്ല. ഏറ്റവും അടുപ്പമുള്ള കാലത്തുപോലും അദ്ദേഹത്തിന്റെ പേരിൽ ഒരു സൃഷ്ടിയും ഞാൻ മാതൃഭൂമിയിലേക്ക് അയച്ചുകൊടുത്തിട്ടില്ല. ഭൗതികമായി ഒന്നും ഇപ്പോഴും ആഗ്രഹിക്കുന്നുമില്ല. പക്ഷേ അദ്ദേഹം എവിടെയെങ്കിലുമുണ്ട് എന്ന വിശ്വാസം മതി, ഞങ്ങളെപ്പോലുള്ളവർക്ക്.

അടുത്തിടപഴകുമ്പോഴാണ് എം.ടിയിലെ മനുഷ്യനെ മനസ്സിലാക്കാൻ നമുക്കു കഴിയുന്നത്. അദ്ദേഹത്തിന്റെ ഉള്ളിലെ ആർദ്രതയെ വേണ്ടവണ്ണം ഉൾക്കൊള്ളാൻ പലർക്കും കഴിഞ്ഞിട്ടില്ല. ഇരുചെവിയറിയാതെ അദ്ദേഹം എത്രയോ പേരെ സാമ്പത്തികമായി സഹായിക്കുന്നത് എനിക്കറിയാം. സാമ്പത്തികമായി ശേഷിയില്ലാത്ത കുട്ടികളെ പഠിപ്പിക്കുന്നതിനുവേണ്ടി ശിവശങ്കരി എം.ടിയെ ഏൽപ്പിച്ച ഒരു ലക്ഷം രൂപ തുഞ്ചൻപറമ്പിൽ ഒരു സ്കോളർഷിപ്പായി ഇപ്പോഴും നിലനിർത്തിയിട്ടുണ്ട്. ബോംബെയിലെ വ്യവസായി ആയ എ.കെ. നായരുടെ പേരിലുള്ള മറ്റൊരു എൻഡോവ്മെന്റും തുഞ്ചൻപറമ്പിലുണ്ട്.

സാധാരണക്കാരുമായാണ് എം.ടിക്ക് ബന്ധം. അന്തരിച്ച 'മാതൃഭൂമി'യിലെ വി. രാജഗോപാൽ പറഞ്ഞൊരു കാര്യമുണ്ട്. രാജഗോപാൽ ട്രെയിനിയായി 'മാതൃഭൂമി'യിലെത്തിയ സമയത്ത് പോത്തുകൂട്ടിനെക്കുറിച്ച് ഒരു ഫീച്ചർ ചെയ്യാൻ പറഞ്ഞുവിട്ടു. ഏതോ ഉൾഗ്രാമത്തിലെ ഹാജ്യാരെ പോയി കാണാനാണ് നിർദ്ദേശിച്ചത്. തികച്ചും

സാധാരണക്കാരനെപ്പോലെ ജീവിക്കുന്ന ജന്മിയായ ഹാജ്യാരുടെ വീട്ടിൽ രാജഗോപാലെത്തി. മാതൃഭൂമിയിൽ നിന്ന് വരികയാണെന്ന് പറഞ്ഞപ്പോൾ ഹാജ്യാർ ചോദിച്ചുവത്രേ - വാസു പറഞ്ഞയച്ച താണോ? അത്രയ്ക്ക് അഗാധബന്ധമാണ് ഉൾനാടൻ ഗ്രാമീണരു മായി എം.ടിക്ക്. ബുദ്ധിജീവികൾ മുതൽ കോഴിക്കോട്ടങ്ങാടിയിലെ അറിയപ്പെട്ടിരുന്ന പഴയകാല ഗുണ്ടകൾ വരെ എം.ടിയുടെ സുഹൃദ് വലയത്തിലുണ്ട്.

എന്നെ സംബന്ധിച്ചിടത്തോളം പിതാവും ഗുരുവും രക്ഷാകർ ത്താവുമൊക്കെയാണ് എം.ടി. തുഞ്ചൻപറമ്പിന്റെ ചെയർമാൻ എന്ന നിലയിൽ തന്റെ പ്രശസ്തി വിറ്റ് സ്ഥാപനത്തിന് മുതൽക്കൂട്ടുക യാണ് എം.ടി. ഇന്നേവരെ ചെയ്തിട്ടുള്ളത്. ലീലാ ഗ്രൂപ്പ് ചെയർമാൻ കൃഷ്ണൻ നായരും ലീനാ അച്ചുവേട്ടനുമടക്കം എത്രയോപേർ സംഭാവനകൾ നൽകിയത് എം.ടിയുടെ മഹത്വമറിഞ്ഞിട്ടാണ്. ഇന്ന് ലോകത്തിന് മുഴുവൻ മാതൃകയാക്കാവുന്ന മഹത്തായ ഭാഷാ സ്മാരകമാണ് തുഞ്ചൻപറമ്പ്. അതിനുപിന്നിൽ എം.ടിയുടെ വിയർപ്പും സ്വപ്നവും മാത്രമാണ്. ചെയർമാനായതിനുശേഷം ഗൗരവമായ സാഹിത്യരചനയിൽപോലും അദ്ദേഹം ഏർപ്പെട്ടിട്ടില്ലെന്നതാണ് സത്യം. വരുംകാലത്തിനും തലമുറയ്ക്കുംവേണ്ടി ജാതിക്കും മത ത്തിനും അതീതമായുള്ള അക്ഷരസ്മാരകമായി തുഞ്ചൻപറമ്പിനെ മാറ്റാൻ എം.ടിക്ക് സാധിച്ചു. എന്നിട്ടും ചിലരൊക്കെ അദ്ദേഹത്തെ കുറ്റപ്പെടുത്തി. അതിനൊന്നും എം.ടി. മറുപടിപോലും പറഞ്ഞില്ല. വാക്കിലല്ല, പ്രവൃത്തിയിലായിരുന്നു എം.ടിക്ക് വിശ്വാസം.

എന്റെ മകളുടെ വിവാഹത്തിന്റെ സമയത്ത് ശാരീരികമായ എന്തൊക്കെയോ അസ്വസ്ഥതകൾ എം.ടിക്കുണ്ടായിരുന്നു. എങ്കിലും വരുമെന്ന് അദ്ദേഹം ഉറപ്പിച്ചുപറഞ്ഞു. താമസിക്കാൻ ഹോട്ടൽ ഏർ പ്പാടുചെയ്തു. തലേദിവസം വൈകിട്ടുതന്നെ സരസ്വതിടീച്ചർ ക്കൊപ്പം എം.ടി. വന്നു. രാത്രി പത്തുമണി വരെ വീട്ടിലിരുന്ന ശേഷ മാണ് ഹോട്ടലിലേക്ക് പോയത്. വിവാഹദിവസം എല്ലാം കഴിയു ന്നതുവരെ അദ്ദേഹം ഹാളിലുണ്ടായിരുന്നു. എം.ടിയുടെ കാലിൽ തൊട്ട് നമസ്കരിച്ചശേഷമാണ് മകൾ കതിർമണ്ഡപത്തിലേക്ക് കയറിയത്. ഒരു ജീവിതംകൊണ്ട് വീട്ടിത്തീർക്കാൻ കഴിയാത്തതാണ് ഈ വലിയ മനുഷ്യൻ തന്ന പരിഗണനയോടുള്ള കടം. അദ്ദേഹ ത്തിന്റെ കാലത്ത് ജീവിച്ചിരിക്കാൻ കഴിയുന്നത് പരമഭാഗ്യമായി എത്രയോ ആളുകൾ കരുതുന്ന കാലത്ത് എനിക്കിതൊക്കെ വീണു കിട്ടിയ സുകൃതം.

'വടക്കൻവീരഗാഥ'യിലെ ചന്തു എന്ന കഥാപാത്രത്തിന്റെ ഉള്ളി ലിരുന്ന് സംസാരിക്കുന്നത് എം.ടിയാണ്. അതാണ് അദ്ദേഹത്തിന്റെ

രാഷ്ട്രീയവും. ദുഃഖിതരുടെയും അനാഥരുടെയും പക്ഷത്തുനിൽക്കുന്ന രാഷ്ട്രീയം. മലയാളത്തിലിപ്പോൾ എം.ടി. യുഗമാണ്. ഞാൻ പല ആളുകളെയും ദൂരെനിന്ന് കണ്ടിട്ടുണ്ട്. സ്വർണ്ണക്കാലുകളാണെന്ന് കരുതി അടുത്തുചെല്ലുമ്പോൾ കളിമൺകാലുകളായാണ് അനുഭവപ്പെടുക. ഒരോ നിമിഷവും അദ്ദേഹത്തിന്റെ ആന്തരികമഹത്വം വർധിച്ചിട്ടേയുള്ളൂ. സ്വർണ്ണക്കാലുകളുടെ തിളക്കവും.

ജീവിക്കുന്ന ഇതിഹാസമാണ് എം.ടി. അദ്ദേഹത്തിന്റെ ആന്തരിക ലോകത്ത് ഇനിയും തുറക്കാത്ത വാതിലുകളുണ്ട്. സാധാരണ ഗ്രാമീണന്റെ മനസ്സാണ് അദ്ദേഹത്തിനെപ്പോഴും. നമ്മൾ ജീവിച്ചിരിക്കുന്ന കാലം വരെ എം.ടി. ഉണ്ടാവണമേയെന്നാണ് ഇപ്പോഴത്തെ പ്രാർത്ഥന.

■

സൗഹൃദത്തിന്റെ കെമിസ്ട്രി

കിളിമാനൂർ മധു

സ്കൂൾ വിട്ടുവന്നാൽ ഞങ്ങളെല്ലാവരെയും അമ്മ ചുറ്റും പിടിച്ചിരുത്തും. പിന്നീടുള്ള അര മണിക്കൂർ നേരം പുസ്തകവായനയാണ്. പത്തുമക്കളും അതു കേട്ടിരിക്കും. ഒരു ദിവസം അമ്മ വായിച്ചത് എം.ടിയുടെ 'നാലുകെട്ടാ'ണ്. അതിലെ അപ്പുണ്ണിയെ വല്ലാതെ ഇഷ്ടപ്പെട്ടു. കാരണം അപ്പുണ്ണിയുടെ അവസ്ഥ തന്നെയായിരുന്നു എനിക്കും. എഴുത്തുകാരൻ തന്നെയാണ് അതിലെ നായകനെന്ന് അമ്മ പറഞ്ഞപ്പോഴാണ് എം.ടിയെ കാണണമെന്ന ആഗ്രഹമുണ്ടായത്.

പ്രീഡിഗ്രിയിലെത്തിയപ്പോഴേക്കും കവിതയും സാഹിത്യവും തലയ്ക്കു പിടിച്ചു. ആദ്യത്തെ വെക്കേഷൻ വന്നപ്പോൾ നാടുചുറ്റാനൊരു മോഹം. ഇഷ്ടപ്പെട്ട എഴുത്തുകാരെ കാണണം. അവരോട് സംസാരിക്കണം. പ്രത്യേകിച്ച് 'നാലുകെട്ടി'ന്റെ കഥാകാരനെ. രണ്ടു ജോടി ഡ്രസ്സും തുണിസഞ്ചിയിലിട്ട് ഒരു ദിവസം വീട്ടിൽ നിന്നിറങ്ങി. നേരെ എറണാകുളത്തേക്ക്. കാരിക്കാമുറിയിലാണ് ജി. ശങ്കരക്കുറുപ്പ് മാഷിന്റെ വീട്. പരിചയമൊന്നുമില്ല. ഇടിച്ചുകയറുകതന്നെ. ആരു ചെന്നാലും സ്വീകരിക്കുന്ന സ്വഭാവമാണ് കുറുപ്പ് മാഷിന്റേത്. തിരുവനന്തപുരം കിളിമാനൂരിൽ നിന്നുവന്ന എന്നെ അദ്ദേഹം സ്വീകരിച്ചു. ഉച്ചയ്ക്ക് കഞ്ഞിയും അച്ചാറും തന്നു. വൈകിട്ട് അവിടെ നിന്നിറങ്ങി. പുലർച്ചെവരെ എറണാകുളം ബസ് സ്റ്റാൻഡിലിരുന്നു. പിന്നീട് തൃശ്ശൂരിലേക്ക്.

ദേവസ്വം കോളനിയിലെ വൈലോപ്പിള്ളിയുടെ വീട് കണ്ടുപിടിച്ചു. ഒറ്റയ്ക്കാണ് താമസം. ആരെയും അദ്ദേഹം വീട്ടിൽ കയറ്റില്ലെന്നാണ് കേട്ടത്. അതുകൊണ്ടുതന്നെ ആദ്യം വീട്ടിനകത്തേക്ക് ബാഗെറിഞ്ഞു. ശബ്ദം കേട്ട് വന്നപ്പോൾ ഞാൻ ചിരിച്ചു. വിവരം പറഞ്ഞപ്പോൾ സ്വീകരിച്ചിരുത്തി.

അവിടെ നിന്നും പോയത് കോഴിക്കോട്ടേക്കാണ്. കോഴിക്കോട്ട് സാഹിത്യകാരന്മാരുടെ പടയുണ്ട്, കാണാൻ. എസ്.കെ. പൊറ്റക്കാട്ട്,

തിക്കോടിയൻ, ഉറൂബ്, അക്കിത്തം, എൻ.എൻ. കക്കാട്, ബാലാമണിയമ്മ, ജി. അരവിന്ദൻ, എം.ടി... തുടങ്ങിയവർ. ഇവരെയൊക്കെ പുസ്തകത്തിലൂടെ പരിചയമുണ്ടെങ്കിലും കൂടുതലിഷ്ടം എം.ടിയോടാണ്. അതുകൊണ്ടുതന്നെ ആദ്യം പോയത് കൊട്ടാരം റോഡിലെ വീട്ടിലേക്കാണ്. തിരുവനന്തപുരത്തുനിന്ന് വന്നതാണെന്ന് പറഞ്ഞപ്പോൾ ചേച്ചി എന്നെ സ്വീകരിച്ചിരുത്തി.

‘‘ഇന്നലെ വളരെ വൈകിയാണ് എത്തിയത്. ഉറങ്ങുകയാണ്. വിളിക്കാം.’’

അഞ്ചു മിനുട്ട് കഴിഞ്ഞുകാണും. എം.ടി. സ്റ്റെയർകെയ്സിറങ്ങി വന്നു. ആദ്യത്തെ കാഴ്ച അതാണ്. ഉറക്കച്ചടവിൽ ഷർട്ടിന്റെ ബട്ടൺസ് വരെ മാറിയാണിട്ടിരുന്നത്. പേരും മറ്റു വിവരങ്ങളും ചോദിച്ചു മനസ്സിലാക്കിയശേഷം ചേച്ചിയെ അടുത്തേക്കുവിളിച്ചു.

‘‘തിരുവനന്തപുരത്തുനിന്നും വന്ന കുട്ടിയാണ്. ബ്രേക്ക്ഫാസ്റ്റ് കഴിപ്പിച്ചശേഷം പറഞ്ഞയച്ചാൽ മതി.’’ വീണ്ടും കാണാമെന്ന് പറഞ്ഞ് അദ്ദേഹം ഉറങ്ങാനായി മുകളിലേക്ക് പോയി.

അവിടെ നിന്നിറങ്ങി നേരെ പാരഗൺ ലോഡ്ജിലേക്ക്. അവിടെ സംവിധായകൻ ജി. അരവിന്ദനുണ്ട്. അരവിന്ദന് അന്ന് റബ്ബർബോർഡിലാണ് ജോലി. വൈകിട്ടായപ്പോൾ എഴുത്തുകാരുടെ ഒരു പട അവിടെ ഒത്തുചേർന്നു.

വീട്ടിലെത്തിയശേഷം പരിചയംവച്ച് എം.ടിക്ക് കത്തയച്ചു. സാഹിത്യത്തിലെ ചില സംശയങ്ങളായിരുന്നു ഉള്ളടക്കം. ഓരോന്നിനും അദ്ദേഹം കൃത്യമായി മറുപടിയും നൽകി. അന്ന് അദ്ദേഹം ‘മാതൃഭൂമി’യിലാണ്. മാതൃഭൂമിയുടെ കവറിൽ പോസ്റ്റ്മാൻ കത്ത് തരുമ്പോൾ ലോകം പിടിച്ചടക്കിയ സന്തോഷമാണെനിക്ക്. പിന്നീട് ഞാൻ ഡിഗ്രിക്ക് ചേർന്നു. ബി.എസ്.സി കെമിസ്ട്രി. എം.ടിയും പഠിച്ചത് കെമിസ്ട്രിയാണ്. അതായിരുന്നു ഞങ്ങൾ തമ്മിലുള്ള ഒരു കെമിസ്ട്രി. കെമിസ്ട്രി എടുത്തു പഠിച്ചവർക്ക് വാരിവലിച്ച് എഴുതാൻ കഴിയില്ല.

കോഴിക്കോട്ട് പോകുമ്പോഴൊക്കെയും മാതൃഭൂമിയിൽ ചെന്ന് വാസ്വേട്ടനെ കാണും. ബന്ധം ദൃഢമായതോടെ അദ്ദേഹം എനിക്ക് പുസ്തകങ്ങൾ അയച്ചുതരാൻ തുടങ്ങി. ഒപ്പം ഒരു കുറിപ്പും.

‘‘വായിച്ചതിനുശേഷം അതെക്കുറിച്ച് എഴുതുക.’’

പുസ്തക റിവ്യൂ ആണ് അദ്ദേഹം ഉദ്ദേശിച്ചതെങ്കിലും അതെഴുതാനുള്ള പ്രായമൊന്നും ആയിട്ടില്ലെന്നായിരുന്നു എന്റെ വിലയിരുത്തൽ. ചില സമയത്ത് കോഴിക്കോട്ടെ വീട്ടിൽ ചെല്ലുമ്പോൾ വാസ്വേട്ടൻ പുറത്തേക്കിറങ്ങുകയാവും. അന്ന് കാറൊന്നുമില്ല.

അദ്ദേഹത്തിനൊപ്പം മനോരമ ജംഗ്ഷനിലെ സ്റ്റോപ്പ്വരെ ഞാനും നടക്കും. ഇപ്പോഴത്തെ മുഖച്ഛായ അല്ല അന്ന്. പിന്നിലേക്ക് ചീകി യൊതുക്കിയ മുടി. മടക്കിവച്ച ഫുൾകൈ ഷർട്ട്. മുണ്ട് മടക്കിക്കുത്തി യുള്ള നടത്തവും. പിന്നീട് അദ്ദേഹം എഴുത്തിന്റെയും സിനിമയു ടെയും തിരക്കിലായി. അതോടെ ഞങ്ങൾ തമ്മിലുള്ള കത്തെഴുത്തും കുറഞ്ഞു.

കോഴിക്കോട്ട് എന്തെങ്കിലുമൊരു ജോലി കിട്ടണമെന്ന ആഗ്രഹ മായി പിന്നീട്. കാരണം ഒരുപാട് എഴുത്തുകാരെ കാണാമല്ലോ. പി.എസ്.സി പരീക്ഷയെഴുതി പാസ്സായി. പത്തൊമ്പതാം വയസ്സിൽ റവന്യൂ വകുപ്പിൽ ക്ലാർക്കായി ജോലികിട്ടി. വയനാട്ടിലെ അമ്പല വയലിലായിരുന്നു നിയമനം. ജോയിൻ ചെയ്യുന്നതിന് തലേ ദിവസം കോഴിക്കോട്ടെത്തി വാസ്വേട്ടനെ കണ്ടു. ജോലിക്കു കയറിയതിനു ശേഷം ആഴ്ചയുടെ അവസാനദിവസം ഞാൻ ചുരമിറങ്ങും. വാസ്വേട്ട നെയും മറ്റുള്ളവരെയും കണ്ട് തിരിച്ചുപോകും.

1990 മുതലാണ് കൂടുതലടുക്കുന്നത്. മാതൃഭൂമി ആഴ്ചപ്പതിപ്പിൽ അദ്ദേഹം എന്നെക്കൊണ്ട് ഒരു കോളം ചെയ്യിച്ചു. പുതിയ ഇംഗ്ലീഷ് പുസ്തകങ്ങളെ പരിചയപ്പെടുത്തുന്ന 'പുസ്തകപ്രപഞ്ചം'. അഞ്ചു വർഷമാണ് അതെഴുതിയത്.

എന്റെ കാര്യത്തിൽ വാസ്വേട്ടന് ഒരു പ്രത്യേക കെയറിംഗുണ്ടാ യിരുന്നു എപ്പോഴും. ഒരു ദിവസം തിരുവനന്തപുരത്തെത്തിയപ്പോൾ വീട്ടിലേക്കു വന്നു. അന്ന് ആരോഗ്യാവസ്ഥ മോശമായിരുന്നു. എന്റെ മകൾ മീരയെ മടിയിലെടുത്തുവച്ചശേഷം പറഞ്ഞു.

''ഇവളുടെ കല്യാണം നടത്തിയിട്ടേ ഞാൻ പോവുകയുള്ളൂ.''

വർഷങ്ങൾക്കുശേഷം മീരയുടെ വിവാഹം നിശ്ചയിച്ച അവസര ത്തിലും അദ്ദേഹം വീട്ടിൽ വന്നു. അന്ന് കുറെനേരം സംസാരിച്ചു.

''കല്യാണത്തിന് ഒരുപാടു പണമൊക്കെ വേണ്ടിവരും. നിന്റെ കൈയിൽ കാര്യമായ കാശുണ്ടോ എന്നെനിക്കറിയില്ല. എന്നാലും ഇതുവച്ചോളൂ.''

ഒരു ബ്ലാങ്ക് ചെക്ക് അദ്ദേഹം എനിക്കുനേരെ നീട്ടി. വേണ്ടെന്ന് പറഞ്ഞിട്ടും കേട്ടില്ല.

''തുക എഴുതിയിട്ടില്ല. ആവശ്യമുള്ളത് എഴുതിയെടുത്തോളൂ.''

അക്കാലത്ത് സാഹിത്യ അക്കാദമിയുടെ വർക്കുമായി ബന്ധപ്പെട്ട് ഡൽഹിയിൽ തിരക്കുള്ള സമയമാണ്.

''കല്യാണത്തിന് എന്റെ കാര്യം നോക്കേണ്ട. ഞാൻ എത്തി ക്കോളാം. വിളിക്കാൻ ആരും വരേണ്ട. താമസക്കാര്യവും ശരിയാക്കി ക്കോളാം.''

അന്നത്തെ തിരക്കിൽ ഞാൻ ബുദ്ധിമുട്ടേണ്ട എന്നു കരുതിയാണ് വാസ്വേട്ടൻ അങ്ങനെ പറഞ്ഞത്. കാരണം ഗുരുവായൂരിലാണ് താലി കെട്ട്. അതുകഴിഞ്ഞ് തിരുവനന്തപുരത്ത് ബാക്കി ചടങ്ങുകൾ. ഈ ഓട്ടപ്രദക്ഷിണത്തിനിടയ്ക്ക് ഒരാളുടെ കാര്യം ഒഴിവായാൽത്തന്നെ ഭാഗ്യമാണ്. മറുഭാഷയിലെ എന്റെ സുഹൃത്തുക്കളായ എഴുത്തുകാർക്കുവേണ്ടി ചൈത്രം ഹോട്ടലിൽ മുറി ബുക്ക് ചെയ്തിരുന്നു. വാസ്വേട്ടന്റെ കാര്യമോർത്ത് ഒട്ടും ടെൻഷനടിച്ചില്ല.

തലേദിവസം ഹൈദരാബാദിൽനിന്ന് ബാംഗ്ലൂർ വഴി തിരുവനന്തപുരത്ത് വരാനായിരുന്നു വാസ്വേട്ടന്റെ പ്ലാൻ. ബാംഗ്ലൂർ എയർപോർട്ടിലേക്ക് വരുമ്പോൾ കാർ ബ്രേക്ക്ഡൗൺ. മറ്റൊരു ടാക്സി പിടിച്ച് എത്തുമ്പോഴേക്കും ഫ്ളൈറ്റ് മിസ്സായി. അടുത്ത ഫ്ളൈറ്റിലാണ് തിരുവനന്തപുരത്തെത്തിയത്.

ഗുരുവായൂരിലെ ചടങ്ങ് കഴിഞ്ഞ് വൈകിട്ടോടെയാണ് ഞാൻ തലസ്ഥാനത്തെത്തിയത്. മറ്റു പ്രശസ്തർക്കൊപ്പം വാസ്വേട്ടൻ മുൻനിരയിൽത്തന്നെ ഇരിക്കുന്നു. മീര എല്ലാവരെയും കണ്ട് അനുഗ്രഹം വാങ്ങി. തിരുവനന്തപുരത്ത് ഒരു കുഴപ്പമുണ്ട്. കല്യാണം കഴിഞ്ഞാൽ തിരക്കുനടിച്ച് എല്ലാവരും സ്ഥലംവിടും. എന്നാൽ അന്ന് ആരും പെട്ടെന്നു പോയില്ല. കാരണം എം.ടിയെപ്പോലുള്ളവർ ഒറ്റയിരുപ്പാണ്.

''കുട്ടിയോടൊപ്പം ഭക്ഷണം കഴിച്ചിട്ടേ ഞാൻ പോകുന്നുള്ളൂ.''

വാസ്വേട്ടൻ ആരോടോ പറയുന്നതു കേട്ടു. എന്നുവച്ചാൽ ഏറ്റവും അവസാനമേ പോകുന്നുള്ളൂ എന്നർത്ഥം. ഏറെ വൈകിയാണ് അദ്ദേഹം അന്ന് പോയത്.

''ഞാൻ നാളെയും ഇവിടെത്തന്നെയുണ്ട്. നമുക്ക് കാണാം.''

പിറ്റേ ദിവസം കണ്ടപ്പോൾ വിവാഹച്ചടങ്ങുകളെക്കുറിച്ച് നല്ല അഭിപ്രായം പറഞ്ഞു.

''തിരുവനന്തപുരത്തെ കല്യാണത്തിന്റെ ഒരു ബഹളവും അവിടെ കണ്ടില്ല. നന്നായി. നിനക്കിത്രയും മാനേജ് ചെയ്യാൻ കഴിഞ്ഞല്ലോ''

അതെല്ലാം ബന്ധുക്കളുടെ മിടുക്കാണെന്ന് പറഞ്ഞ് ഞാൻ കൈയൊഴിഞ്ഞു. പോകാൻ നേരം ഞാനാ ബ്ലാങ്ക്ചെക്ക് വാസ്വേട്ടന് നീട്ടി.

''ഇതിന്റെ ആവശ്യം വേണ്ടിവന്നില്ല. ഇനി എന്റെ കൈയിലിരുന്നാൽ അപകടമാണ്.''

മടിച്ചുമടിച്ചാണെങ്കിലും അദ്ദേഹമത് വാങ്ങി. ക്രോസ് ചെയ്ത ചെക്കായതിനാൽ മറ്റാർക്കും ഉപയോഗിക്കാൻ പറ്റില്ല. ശരിക്കുപറഞ്ഞാൽ, ആ ചെക്ക് എനിക്കൊരു ധൈര്യമായിരുന്നു. എന്തെങ്കിലും

പ്രശ്നം വന്നാൽ അതുണ്ടല്ലോ എന്ന ബലം. അതോടൊപ്പം അത് ഉപയോഗിക്കാൻ ഇടവരരുതേ എന്ന പ്രാർത്ഥനയും. കാരണം വാസ്വേട്ടൻ ആ പണം ഉണ്ടാക്കാൻ പെട്ട പാട് എനിക്കറിയാം. സമ്പന്ന കുടുംബത്തിലൊന്നുമല്ല അദ്ദേഹം ജനിച്ചത്. കുത്തിയിരുന്ന് എഴുതിയെഴുതിയാണ് പണമുണ്ടാക്കിയത്. എന്നെ മാത്രമല്ല, ഒരുപാടു പേരെ അദ്ദേഹം സഹായിച്ചിട്ടുണ്ട്. ഒരു കല്യാണം വരുമ്പോൾ ചിലരൊക്കെ ആദ്യം അറിയിക്കുക വാസ്വേട്ടനെയാണ്. പണം ആവശ്യമുള്ള ബന്ധുക്കൾക്ക് മണിയോർഡറായി അയച്ചുകൊടുക്കും. ഹിമാലയത്തോളം വലിയ മനസ്സാണ് അദ്ദേഹത്തിന്.

മണി മാനേജ്മെന്റിന്റെ കാര്യത്തിൽ പെർഫെക്ടാണ്. ഒരു പൈസയും വേസ്റ്റാക്കില്ല. പലപ്പോഴും എന്നോടു പറയുന്ന ഒരു കാര്യമുണ്ട്.

''കുത്തിയിരുന്ന് എഴുതുന്നതിന് കിട്ടുന്ന പലിശയാണിത്. എല്ലാവർക്കും പെൻഷനുണ്ട്. എനിക്കതില്ല. വായനക്കാർ തരുന്ന പെൻഷൻകൊണ്ടാണ് ഞാൻ ജീവിക്കുന്നത്.''

പ്രസംഗിക്കാൻ ക്ഷണിച്ചാൽ മിക്കപ്പോഴും സ്വന്തം കാറിലാണ് പോകുന്നത്. മറ്റു പ്രാസംഗികരെപ്പോലെ യാത്രയ്ക്ക് കണക്കുപറഞ്ഞ് കാശു വാങ്ങിക്കുന്ന ശീലമൊന്നും വാസ്വേട്ടനില്ല. ദൂരേക്കാണ് യാത്രയെങ്കിൽ സംഘാടകർ ടിക്കറ്റെടുത്തുകൊടുക്കും. ചിലപ്പോൾ എന്നെയും കൂടെക്കൂട്ടും. എവിടെയെങ്കിലും പോകണമെങ്കിൽ നേരത്തെതന്നെ പറയും.

''അടുത്തമാസമാദ്യം രണ്ടുദിവസം മാറ്റിവച്ചേക്കണം.''

കൂടെ പോയാൽ മതി. മറ്റ് അറേഞ്ച്മെൻസൊക്കെ അദ്ദേഹം തന്നെ ചെയ്തുകൊള്ളും. അക്കാര്യത്തിൽ എഴുത്തുകാരുടെ ഉഴപ്പൊന്നുമില്ല. ഒരുതവണ മൂകാംബികയിലെത്തിയപ്പോഴും മുറിയും മറ്റു കാര്യങ്ങളും നേരത്തെതന്നെ റെഡിയാക്കിയിരുന്നു.

ജ്ഞാനപീഠം കിട്ടിയ സമയത്ത് ഒരു ഇംഗ്ലീഷ് മാസിക ഇന്റർവ്യൂ ചെയ്യാൻ വന്നത് വാസ്വേട്ടനെയല്ല, എന്നെയാണ്. പത്ത് ചോദ്യങ്ങളാണുണ്ടായത്. അതിലൊരു ചോദ്യം ഇങ്ങനെ. ''ഈ മനുഷ്യൻ ആളുകളെ അടുപ്പിക്കില്ല, മുരടനാണ് എന്നൊക്കെ കേൾക്കുന്നു. ശരിയാണോ?''

എം.ടിയെക്കുറിച്ചായിരിക്കില്ല നിങ്ങൾ പറയുന്നത് എന്നായിരുന്നു എന്റെ മറുപടി. കോഴിക്കോട് മുതൽ തിരുവനന്തപുരം വരെ നീളുന്ന ഒരു കൈയുണ്ട് അദ്ദേഹത്തിന്. അത് ഏതു വഴിയാണ് വരുന്നതെന്ന് എനിക്കേ അറിയുകയുള്ളൂ. ഇടയ്ക്കൊക്കെ വാസ്വേട്ടൻ

വെറുതെ വിളിക്കും, ''നീ എന്തു ചെയ്യുകയാ?'' വെറുതെയിരിക്കുകയാണെന്ന് പറഞ്ഞാൽ വഴക്കുപറയും. ഇത്രയും കഴിവും ഭാഷയും ഉണ്ടായിട്ടും ഉഴപ്പി നടന്നോളൂ എന്നു പറയും. മൂത്ത സഹോദരന്റെ ശാസനയാണത്. ഒന്നും മിണ്ടില്ല. അപ്പോൾ വീണ്ടും ചൂടാകും. ''ഞാൻ നിന്നോടാണ് പറഞ്ഞത്.'' 'കേട്ടു' എന്നു പറഞ്ഞാലേ ഫോൺ വയ്ക്കുകയുള്ളൂ. എന്റെ കാര്യത്തിൽ അത്രയും കെയറിംഗുണ്ട്, വാസ്വേട്ടന്.

എല്ലാ ഋതുക്കളും സമഞ്ജസമായി സമ്മേളിച്ച ഒരു പൂർണ്ണ അവസ്ഥയാണ് ഇടപഴകുമ്പോൾ അനുഭവപ്പെടുന്നത്. എഴുത്തിനുമപ്പുറത്തെ സൗഹൃദം അദ്ദേഹത്തിനുണ്ട്. സാഹിത്യകാരന്മാരേക്കാൾ ആത്മബന്ധം സാധാരണക്കാരുമായിട്ടാണ്. അടുത്ത സുഹൃത്തുക്കളുടെ മരണത്തിൽ കരയുന്ന വാസ്വേട്ടനെയും ഞാൻ കണ്ടിട്ടുണ്ട്.

ഇത്രയും ഓർമ്മശക്തിയുള്ള മനുഷ്യനെ ഞാൻ കണ്ടിട്ടില്ല. പറ്റിക്കാനൊന്നും പറ്റില്ല. അഞ്ചാറുദിവസം ഒന്നിച്ചിരിക്കുമ്പോൾ ചില വിഷയങ്ങളെടുത്തിടും. ചിലപ്പോൾ കവിതയായിരിക്കും. എന്നേക്കാൾ നാലിരട്ടി കവിത അദ്ദേഹത്തിന് കാണാതെ അറിയാം. പണ്ടു വായിച്ച പുസ്തകങ്ങളെപ്പറ്റിയും കണ്ട സിനിമകളെപ്പറ്റിയും പറയുമ്പോൾ കണ്ണുതള്ളിപ്പോകും. വാസ്വേട്ടനൊപ്പമുള്ള ഓരോ മിനുട്ടും എനിക്ക് സ്റ്റഡിക്ലാസാണ്.

ചില വൈകുന്നേരങ്ങളിൽ നല്ല മൂഡാണെങ്കിൽ ഒരുപാടുനേരം സംസാരിക്കും.

എവിടെയും പ്രസംഗിക്കാത്ത, എഴുതാത്ത കാര്യങ്ങളായിരിക്കും അത്.

''നീ വേണമെങ്കിൽ കുറിച്ചുവച്ചോ'' എന്നു പറയും. അത്തരം കാര്യങ്ങൾ 'എം.ടി.പറയാത്തത്' എന്ന പേരിൽ ഒരു പുസ്തകമാക്കാൻ ആലോചിക്കുന്നുണ്ട്. മറ്റുള്ളവർ പരദൂഷണം പറയുമ്പോൾ, വാസ്വേട്ടന്റെ സമയം തീരുന്നത് പുസ്തകങ്ങളെക്കുറിച്ച് ചർച്ച ചെയ്താണ്. 72ൽ അദ്ദേഹം മാർക്കേസിന്റെ പുസ്തകം വായിച്ചിട്ടുണ്ട്. കേരളത്തിൽ അതെത്തിയത് തൊണ്ണൂറുകളിലാണ്.

ഒരിക്കൽ മുത്തങ്ങക്കാടുകളിലേക്ക് യാത്ര നടത്തിയിരുന്നു. വെറുതെ പോയതാണ്. കുറച്ചുദിവസം വീട്ടിലിരുന്ന് മടുത്താൽ ഉടൻ വിളിക്കും.

''നീ ഫ്രീ ആണെങ്കിൽ നാളെ നമുക്കൊരിടം വരെ പോകാം.''

അപ്പോൾത്തന്നെ ഞാൻ കോഴിക്കോട്ടെത്തും. ചിലപ്പോൾ കോഴിക്കോട്ടുതന്നെയുള്ള സ്വന്തം ഫ്ളാറ്റിലിരുന്ന് എന്തെങ്കിലും എഴുതും.

ഭക്ഷണമൊക്കെ ചേച്ചി വീട്ടിൽനിന്ന് കൊടുത്തയയ്ക്കും. ആ സമയത്ത് തൊട്ടടുത്ത മുറിയിലെ ഷെൽഫിൽനിന്ന് പുസ്തകമെടുത്ത് ഞാനും വായിക്കാനിരിക്കും.

പുതിയ എഴുത്തുകാരെ നന്നായി നിരീക്ഷിക്കുന്ന ആളാണ് വാസ്വേട്ടൻ. ഈയടുത്തകാലത്തായി വായിക്കാൻ വേണ്ടി അദ്ദേഹം ഉച്ചയുറക്കംപോലും ഉപേക്ഷിച്ചു. ചില പുസ്തകങ്ങൾ മനസ്സിൽ പതിഞ്ഞാൽ അത് വായിക്കാൻ എന്നോടും നിർദ്ദേശിക്കും. കവിത വായിക്കുന്നത് കവികളല്ല, വാസ്വേട്ടനെപ്പോലുള്ള കഥാകാരന്മാരാണ്.

ഒരു തവണ സാഹിത്യസംബന്ധിയായ പരിപാടിക്ക് പങ്കെടുക്കാൻ ഞാൻ ഒറ്റയ്ക്ക് ഭൂട്ടാനിൽ പോയിരുന്നു. പോകുന്നതിന് മുമ്പ് വാസ്വേട്ടനോട് വിളിച്ചുപറഞ്ഞു. നാലഞ്ചുദിവസം കഴിഞ്ഞ് വരുമെന്നാണ് അദ്ദേഹം കരുതിയത്. ഭൂട്ടാനിലെത്തിയപ്പോൾ വിളിക്കാനൊന്നും കഴിഞ്ഞില്ല. തിരിച്ചുവന്നപ്പോൾ എന്നോടു ചൂടായി.

''ഇത്രേം ദിവസം നീ അവിടെ എന്തെടുക്ക്വായിരുന്നു?''

''കുറെ സ്ഥലങ്ങൾ കണ്ടു.''

എന്റെ മറുപടിയിൽ തൃപ്തിപ്പെട്ടില്ല.

''ഒന്നു വിളിച്ചുകൂടായിരുന്നോ?''

എനിക്ക് മറുപടിയില്ല. ഞാൻ വിളിച്ചില്ലെന്ന പരാതി എന്റെ സുഹൃത്തുക്കളെയും അറിയിച്ചിരുന്നു, വാസ്വേട്ടൻ. 'നീ' എന്നും 'എടാ' എന്നും എന്നെ വിളിക്കാൻ സ്വാതന്ത്ര്യമുള്ള ഏക വ്യക്തിയാണ് അദ്ദേഹം. വാസ്വേട്ടൻ പറഞ്ഞാൽ അതിനപ്പുറം മറുവാക്കില്ല. ഇപ്പോഴും എനിക്ക് ഭയമാണ് അദ്ദേഹത്തെ. ആരെയെങ്കിലും ഒരാളെ ഞാനും പേടിക്കേണ്ടേ?

■

സിനിമാജീവിതത്തിലെ സുകൃതം

മനോജ്. കെ. ജയൻ

രണ്ടോ മൂന്നോ സിനിമകളിൽ മുഖം കാണിച്ച സമയത്താണ് നിർമ്മാതാവായ ഭാവചിത്ര ജയകുമാർ വിളിക്കുന്നത്.

''തോപ്പിൽഭാസി സാറിന്റെ മകൻ അജയൻ പുതിയൊരു സിനിമ സംവിധാനം ചെയ്യുന്നു. പെരുന്തച്ചൻ. എം.ടി.സാറിന്റേതാണ് സ്ക്രിപ്റ്റ്. അതിൽ ചെറിയൊരു റോളുണ്ട്. പക്ഷേ ഒരു പ്രശ്നം. എം.ടി.സാർ കണ്ട് ഇഷ്ടപ്പെടണം. അതുകൊണ്ട് യാതൊരു പ്രതീക്ഷയുമില്ലാതെവേണം കുന്താപുരത്തെ ലൊക്കേഷനിലേക്ക് വരാൻ.''

ജീവിതത്തിൽ ഏറ്റവും സന്തോഷിച്ച നിമിഷങ്ങളിലൊന്നായിരുന്നു അത്. കാരണം എന്റെ കാറ്റഗറിയിൽപെട്ട ഒരു നടന്മാർക്കും കിട്ടാത്ത ഭാഗ്യമാണിത്. ഇന്നും പലർക്കും എം.ടി. സാറിന്റെ സ്ക്രിപ്റ്റിൽ അഭിനയിക്കാൻ കഴിഞ്ഞിട്ടില്ല. അതറിഞ്ഞശേഷം ഞാൻ ഉറങ്ങിയിട്ടേയില്ല. രണ്ടുദിവസം കഴിഞ്ഞാണ് ജയകുമാർ വരാൻ പറഞ്ഞത്. കൃത്യദിവസം തന്നെ കുന്താപുരത്തെത്തി. പക്ഷേ എം.ടി. സാർ വന്നിട്ടില്ല. രണ്ടു ദിവസം കഴിഞ്ഞേ വരൂ എന്നറിയിച്ചപ്പോൾ ടെൻഷൻ കൂടി. എന്നെ ഒഴിവാക്കുമോ എന്നായിരുന്നു ആശങ്ക.

''എം.ടി.സാർ വരുന്നതുവരെ കാത്തിരുന്നോളാം.''

ഞാൻ നിർമാതാവിനോട് പറഞ്ഞു. രണ്ടാം ദിവസം സംവിധായകൻ അജയനും അസോസിയേറ്റായ ഉണ്ണി നാരായണനും നെടുമുടിവേണുച്ചേട്ടനും എന്നെ മുറിയിലേക്ക് വിളിപ്പിച്ചു. സ്ക്രിപ്റ്റിലെ ഒരു സീൻ അഭിനയിച്ചുകാണിക്കാൻ പറഞ്ഞു. ഞാൻ അഭിനയിച്ചു. എല്ലാവർക്കും ഇഷ്ടപ്പെടുകയും ചെയ്തു.

''നാളെ രാവിലെ എം.ടി.സാർ വന്നിട്ട് തീരുമാനിക്കാം.'' അജയൻ പറഞ്ഞു.

പുതുമുഖ സംവിധായകൻ ആയതുകൊണ്ട് അജയൻ ഏതു കാര്യവും എം.ടി.സാറിനോട് ആലോചിച്ചേ ചെയ്യുകയുള്ളൂ. പിറ്റേ

ദിവസം രാവിലെ എന്നോടു ലൊക്കേഷനിൽ വരാൻ പറഞ്ഞു. കൃത്യസമയത്ത് ഞാൻ ചെന്നു. ഒരു സീനിൽ അഭിനയിച്ചു. അജയൻ കട്ട് പറഞ്ഞതിനുശേഷം ഞാൻ വെറുതെയൊന്ന് പിന്നിലേക്ക് നോക്കിയതാണ്. തൊട്ടടുത്ത് ബീഡിയും വലിച്ചിരിക്കുകയാണ് മലയാളസാഹിത്യത്തിലെ ഇതിഹാസം. സാക്ഷാൽ എം.ടി. വാസുദേവൻ നായർ. എപ്പോഴാണ് അദ്ദേഹം വന്നതെന്നുപോലും അറിഞ്ഞതേയില്ല. ഞാൻ അഭിനയിച്ചുകൊണ്ടിരിക്കുന്നത് അത്ര സമയവും സശ്രദ്ധം വീക്ഷിച്ചുകൊണ്ടിരിക്കുകയായിരുന്നു എം.ടി.സാർ. മുഖത്ത് യാതൊരു ഭാവവ്യത്യാസവും കാണാതിരുന്നപ്പോൾ എനിക്ക് ടെൻഷനായി. ഈശ്വരാ, എം.ടി.സാറിന് ഇഷ്ടപ്പെട്ടില്ലേ? ഇവിടെ നിന്നും വെറുംകൈയോടെ പോകേണ്ടിവരുമോ? അദ്ദേഹത്തിന്റെ പ്രകൃതം അങ്ങനെയാണെന്ന് വളരെ വൈകിയാണ് മനസ്സിലായത്. ബ്രേക്ക് സമയത്ത് ഞാൻ എം.ടി.സാറിന്റെ മുമ്പിലേക്ക് ചെന്ന് സ്വയം പരിചയപ്പെടുത്തി.

''ഞാൻ മനോജ്.കെ. ജയൻ. കോട്ടയത്താണ് വീട്.''

''അറിയാം.'' എം.ടി.സാറിന്റെ മറുപടി.

പിന്നീട് കഥാപാത്രത്തെക്കുറിച്ചായി സംസാരം.

''നല്ല വേഷമാണിതിൽ. തിരുമംഗലത്ത് നീലകണ്ഠൻ നമ്പൂതിരി. ശ്രദ്ധിച്ചു ചെയ്യേണ്ട കഥാപാത്രം.''

അളന്നുമുറിച്ച വാക്കുകൾ. പക്ഷേ അത് ഞാൻ മനസ്സിൽ കുറിച്ചു വച്ചു. കുടുമവച്ച് കോണകമുടുത്ത് നടക്കുന്ന, വാസ്തുശാസ്ത്രവും താന്ത്രികവിദ്യകളും അറിയുന്ന നമ്പൂതിരി. അദ്ദേഹം പറഞ്ഞതിനുശേഷം വളരെ സൂക്ഷിച്ചാണ് ആ വേഷം ചെയ്തത്.

എം.ടി.സാർ കൈനീട്ടമായി നൽകിയ ആ സിനിമയാണ് പിന്നീടെന്റെ ജീവിതത്തിലെ എല്ലാ വിജയങ്ങൾക്കും ചവിട്ടുപടിയായി മാറിയത്. നീലകണ്ഠൻ നമ്പൂതിരിയുടെ അഭിനയം കണ്ടിട്ട് ഹരിഹരൻ സാർ 'സർഗ'ത്തിലേക്ക് വിളിച്ചു. മണിരത്നം സാർ 'ദളപതി'യിൽ ചാൻസ് തന്നു. ജീവിതത്തിലൊരിക്കലും മറക്കാൻ പറ്റാത്ത കഥാപാത്രമാണ് 'സർഗ'ത്തിലെ കുട്ടൻ തമ്പുരാൻ. സംസ്ഥാന സർക്കാരിന്റേതുൾപ്പെടെ നാല് അവാർഡുകൾ കുട്ടൻ തമ്പുരാനെ തേടിയെത്തി. കടലോരക്കാറ്റ്, ചക്രവർത്തി, മറുപുറം പോലുള്ള സമാന്തര സിനിമകളിലും അഭിനയിക്കാൻ കഴിഞ്ഞതിന്റെ കാരണവും 'പെരുന്തച്ചനി'ലെ നമ്പൂതിരിയാണ്. ഒരുപക്ഷേ ആ സിനിമ ഇല്ലായിരുന്നെങ്കിൽ മനോജ്. കെ. ജയൻ എന്ന നടൻ വളരെ പെട്ടെന്നുതന്നെ സിനിമയിൽനിന്ന് ഔട്ടായേനേ. അഭിനയത്തിന്റെ തുടക്കത്തിൽ നല്ലൊരു മൈലേജ് ഉണ്ടാക്കിത്തന്ന എം.ടി.സാറിനെ ഞാനിന്നും കാണുന്നത് ഗുരുസ്ഥാനത്താണ്.

നാലുവർഷം കഴിഞ്ഞ് എം.ടി.സാറും ഹരിഹരൻസാറും ഒരുമിച്ച് 'പരിണയം' എടുക്കാൻ തീരുമാനിച്ചപ്പോൾ അതിലും എനിക്കു പ്രധാനപ്പെട്ട വേഷം നൽകി. കുഞ്ഞുണ്ണി നമ്പൂതിരി. കൊച്ചിൻ ഹനീഫ സംവിധാനം ചെയ്യുന്ന 'ഭീഷ്മാചാര്യ' എന്ന സിനിമയുടെ ലൊക്കേഷനിൽ നിന്നാണ് ഞാൻ ഷൊർണൂരിലേക്ക് പോയത്. അന്ന് സന്ധ്യയ്ക്ക് ചെറുതുരുത്തി ഗസ്റ്റ്ഹൗസിലെത്തുമ്പോൾ മുറ്റത്തുനിന്ന് സ്ക്രിപ്റ്റുമായി ബന്ധപ്പെട്ട കാര്യങ്ങൾ ചർച്ച ചെയ്യുകയാണ് എം.ടി.സാറും ഹരിഹരൻസാറും. കൂടെ അസോസിയേറ്റ് ഡയറക്ടർ ഉണ്ണി നാരായണനുമുണ്ട്. വിശേഷങ്ങളൊക്കെ അന്വേഷിച്ചറിഞ്ഞശേഷം എം.ടി.സാർ ഹരിഹരൻ സാറിനോട് ചോദിച്ചു.

''മനോജിന് നാളെ സീനുണ്ടോ?''

പിറ്റേ ദിവസം എടുക്കാൻ പോകുന്ന കോമ്പിനേഷൻ സീനിന്റെ കാര്യം ഹരിഹരൻസാർ വിശദീകരിച്ചു.

''ഇപ്പോൾത്തന്നെ മുഴുവൻ സ്ക്രിപ്റ്റും മനോജിന് നൽകണം. രാത്രി മുറിയിലിരുന്ന് മനസ്സിരുത്തിയൊന്ന് വായിക്കട്ടെ.''

അസോസിയേറ്റായ ഉണ്ണി നാരായണനോട് എം.ടി.സാർ നിർദ്ദേശിച്ചു. ഞാൻ അന്തിച്ചുപോയി. കാരണം ആ സമയത്ത് ഒരുപാടു സിനിമകളിൽ ഞാൻ അഭിനയിച്ചുകഴിഞ്ഞു. പലരോടും സ്ക്രിപ്റ്റിനെക്കുറിച്ച് ചോദിക്കാറുണ്ട്. പക്ഷേ ആരും തന്നിട്ടില്ല. മാത്രമല്ല, അത് തിരക്കഥാകൃത്തിനും സംവിധായകനും ഇൻസൾട്ടായാണ് തോന്നാറുള്ളത്. ''സ്ക്രിപ്റ്റ് ചോദിക്കാൻ മാത്രം ഇവൻ വളർന്നോ!'' എന്നവർ പരസ്പരം ചോദിക്കും. സത്യം പറഞ്ഞാൽ, പലർക്കും ഫുൾ സ്ക്രിപ്റ്റ് ഉണ്ടാകാറില്ലെന്നത് മറ്റൊരു സത്യം. അത്തരം അനുഭവങ്ങളുള്ള എനിക്ക് എം.ടി.സാർ പറഞ്ഞതുകേട്ടപ്പോൾ അത്ഭുതം മാത്രമല്ല, സന്തോഷവും തോന്നി. ഇത്രയും ലെജന്റായ എഴുത്തുകാരനാണ് താരതമ്യേന ചെറിയ നടനായ എനിക്ക് മുഴുവൻ സ്ക്രിപ്റ്റും നൽകണമെന്ന് പറഞ്ഞിരിക്കുന്നത്.

മുറിയിലേക്കു പോയി അഞ്ചുമിനുട്ടു കഴിഞ്ഞപ്പോഴേക്കും ഉണ്ണി നാരായണൻ മുഴുവൻ സ്ക്രിപ്റ്റുമായി എത്തി. അത് മനസ്സിലുൾക്കൊണ്ട ശേഷമാണ് അന്നു ഞാൻ കിടന്നത്. അതിന്റെ ഗുണം അഭിനയത്തിന് കിട്ടുകയും ചെയ്തു. എം.ടി.-ഹരിഹരൻ സ്കൂളിന്റെ ഗുണമാണത്. അവിടെ പഠിച്ചതുകൊണ്ടാവണം ഇത്രയും വർഷമായിട്ടും ഒരു പോറലുമേൽക്കാതെ മലയാളസിനിമയിൽ നിലനിൽക്കാൻ കഴിയുന്നത്.

പിന്നീട് വർഷങ്ങൾക്കുശേഷം 'പാളയം' എന്ന സിനിമയിൽ അഭിനയിച്ചുകൊണ്ടിരിക്കെയാണ് പ്രൊഡക്ഷൻ കൺട്രോളറായ ആൽവിൻ ആന്റണി വിളിച്ചത്.

''എം.ടി.സാറിന്റെ സ്ക്രിപ്റ്റിൽ ഹരികുമാർ ഒരു സിനിമ ചെയ്യുന്നു. സുകൃതം. മമ്മൂട്ടിയും ഗൗതമിയും മനോജുമാണ് പ്രധാന കഥാപാത്രങ്ങൾ.''

ശരിക്കും ഞാൻ ത്രില്ലടിച്ചു. ഇരുപതു ദിവസത്തോളം മസനഗുഡിയിലായിരുന്നു ഷൂട്ടിംഗ്. എം.ടി.സാറിന്റെ അപാരമായ സ്ക്രിപ്റ്റിങ്ങായിരുന്നു അത്. എന്റേതാവട്ടെ, മികച്ച കഥാപാത്രവും. ഇന്നും എനിക്കേറ്റവും ഇഷ്ടപ്പെട്ട സിനിമകളിൽ ഒന്നാണ് സുകൃതം. എം.ടി. സാർ സമ്മാനിച്ച മറ്റൊരു സുകൃതമാണത്.

വർഷങ്ങൾക്കുശേഷം പാലക്കാടിനടുത്ത വടക്കഞ്ചേരിയിൽ വേണു. ബി. നായർ സംവിധാനം ചെയ്ത 'തൂവൽക്കാറ്റ്' എന്ന സിനിമയുടെ ഷൂട്ടിംഗ് നടക്കുന്നു. ഞാനും ലക്ഷ്മിഗോപാലസ്വാമിയുമാണ് പ്രധാന വേഷത്തിൽ. വടക്കഞ്ചേരിക്കടുത്ത ഉൾഗ്രാമമാണ് ഒരു ദിവസം ഷൂട്ടിംഗിനായി തെരഞ്ഞെടുത്തത്. കാര്യമായ കെട്ടിടങ്ങളൊന്നും അവിടെയില്ല. ചെറിയൊരു മാടക്കട, റേഷൻ ഷോപ്പ്, കൊപ്രയാട്ടുന്ന കട, കൊച്ചു ലൈബ്രറി എന്നിവ മാത്രമുള്ള കൊച്ചു ഗ്രാമം. അക്കൂട്ടത്തിൽ കുറച്ചെങ്കിലും വൃത്തിയുള്ള സ്ഥലം ലൈബ്രറിയാണ്. മേക്കപ്പ് അവിടെവച്ച് ചെയ്യാമെന്ന് ആലോചിച്ചു. അനുമതി വാങ്ങിക്കാൻ പ്രൊഡക്ഷൻ കൺട്രോളർ ലൈബ്രറിയിലേക്ക് ചെന്നു. ലൈബ്രേറിയൻ പത്രം വായിക്കുകയാണ്.

''ഇവിടെയൊരു സിനിമയുടെ ഷൂട്ടിംഗ് നടക്കുന്നുണ്ട്.''

'ഉം' എന്ന് അയാൾ അമർത്തിമൂളി. ഷൂട്ടിംഗും സിനിമയുമൊന്നും ഇഷ്ടമല്ലെന്ന് ആ മൂളലിൽത്തന്നെ അറിയാം.

''നായകനായി അഭിനയിക്കുന്ന മനോജ്. കെ. ജയന് മേക്കപ്പ് ചെയ്യാൻ ഈ ലൈബ്രറിയിൽ സൗകര്യം ചെയ്തുതരാമോ?''

അയാൾ കൺട്രോളറെ ദേഷ്യത്തിലൊന്നു നോക്കി.

''അതൊന്നും നടക്കില്ല. ഇത് ലൈബ്രറിയാണ്.''

അയാളോട് അധികം തർക്കിച്ചിട്ട് കാര്യമില്ലെന്ന് കൺട്രോളർക്ക് തോന്നി.

''മനോജേട്ടാ, അതൊന്നും നടക്കില്ല. നമുക്ക് റോഡരികിൽ വെച്ചുതന്നെ മേക്കപ്പ് ചെയ്താലോ?''

കൺട്രോളർ പറഞ്ഞപ്പോൾ ഞാൻ സമ്മതിച്ചു. പെട്ടെന്നുതന്നെ ചെറിയൊരു മറയുണ്ടാക്കി മേക്കപ്പ് ആരംഭിച്ചു. ബ്രേക്ക് സമയത്ത് എനിക്കൊരാഗ്രഹം. ലൈബ്രറിയിലേക്കൊന്നു പോയി നോക്കിയാലോ? ഞാൻ ചെന്നു. പുസ്തകങ്ങൾക്കിടയിൽ ഇരിക്കുകയാണ് ദേഷ്യക്കാരനായ ലൈബ്രേറിയൻ. അകത്തേക്ക് കയറിച്ചെന്ന് പരിചയപ്പെടുത്തി.

''ഞാൻ മനോജ്.കെ.ജയൻ. സിനിമയിൽ അഭിനയിക്കാൻ വന്നതാണ്.''

അതു കേട്ടിട്ടൊന്നും അയാൾക്ക് ഒരു കുലുക്കവുമില്ല.

''എന്തിനാ വന്നത്?''

മൂക്കത്തിരുന്ന കണ്ണട മാറ്റിയശേഷം അയാൾ ചോദിച്ചു.

''ചില പുസ്തകങ്ങൾ നോക്കണമെന്നുണ്ട്.''

ഞാൻ പറഞ്ഞപ്പോൾ അയാളുടെ മുഖഭാവം മാറി.

''അകത്തെ മുറിയിൽ പോയി നോക്കിക്കോളൂ.''

പിന്നീട് സന്തോഷത്തോടെയായിരുന്നു പെരുമാറ്റം. അലമാരയിൽ പുസ്തകങ്ങൾ പരിശോധിക്കുമ്പോഴാണ് പെട്ടെന്ന് മൂന്നു പുസ്തകങ്ങൾ ശ്രദ്ധയിൽപെട്ടത്. എം.ടിയുടെ തെരഞ്ഞെടുത്ത തിരക്കഥകൾ. ഇതു കൊള്ളാലോ എന്നു കരുതി ഒരെണ്ണമെടുത്ത് മറിച്ചുനോക്കി. ഞാൻ അഭിനയിച്ച പെരുന്തച്ചൻ, പരിണയം, സുകൃതം എന്നീ മൂന്ന് സിനിമകളുടെ തിരക്കഥകൾ ഒരു സമാഹാരത്തിലുണ്ട്. അതെടുത്ത് ഓരോ താളും പരിശോധിച്ചു. പെരുന്തച്ചന്റെ ഭാഗം വന്നപ്പോൾ കഥാപാത്രങ്ങളും അഭിനേതാക്കളും എന്ന പേജ് കണ്ടു. പെരുന്തച്ചൻ-തിലകൻ, ഉണ്ണിത്തമ്പുരാൻ-നെടുമുടിവേണു... തിരുമംഗലത്ത് നീലകണ്ഠൻ നമ്പൂതിരി-മനോജ്.കെ.ജയൻ. 'പരിണയ'ത്തിന്റെയും 'സുകൃത'ത്തിലെയും പേജുകളിലും എന്റെ പേരുണ്ടായിരുന്നു. അതിയായ സന്തോഷം തോന്നി. എം.ടി.സാറിന്റെ പുസ്തകത്തിൽ പേരു വരാനുള്ള ഭാഗ്യമുണ്ടായല്ലോ. ലൈബ്രേറിയനിട്ട് ഒരു ഡോസ് കൊടുക്കണമെന്ന് പെട്ടെന്ന് എനിക്കുതോന്നി. ഞാൻ അദ്ദേഹത്തെ അടുത്തേക്കു വിളിച്ചു. മൂന്നു സിനിമയുടെയും പേജുകൾ മറിച്ച് എന്റെ പേരു കാണിച്ചുകൊടുത്തു.

''ഇതിലുള്ള മനോജ്. കെ. ജയനാണ് ഈ ഞാൻ.''

അയാൾ ഞെട്ടി. മുഖത്ത് എന്നോടുള്ള ബഹുമാനം കൂടിക്കൂടി വന്നു.

''അപ്പോൾ എം.ടിയുടെ സിനിമകളിലൊക്കെ അഭിനയിച്ച ആളാണല്ലേ?''

അതെയെന്ന അർത്ഥത്തിൽ ഞാൻ തലകുലുക്കി.

''ക്ഷമിക്കണം. ഞാൻ സിനിമ കാണുന്ന ആളേയല്ല. അതുകൊണ്ടാണ് നിങ്ങൾ ആരാണെന്നും ഏതൊക്കെ സിനിമയിൽ അഭിനയിച്ചെന്നും അറിയാത്തത്.'' എന്നുപറഞ്ഞുകൊണ്ട് അയാൾ എനിക്ക് കസേരയിട്ടുതന്നു.

''സാറിന് വേണമെങ്കിൽ ഇവിടെനിന്ന് മേക്കപ്പ് ചെയ്യാം.''

ബ്രേക്ക് സമയം കഴിയാറായ സ്ഥിതിക്ക് ഞാൻ പുറത്തിറങ്ങി.

ഒപ്പം വന്ന ലൈബ്രേറിയൻ പറഞ്ഞു, ''ഷൂട്ടിംഗില്ലാത്ത സമയത്തൊക്കെ ഇവിടേക്ക് വരണം. മനസ്സിൽ ദേഷ്യമുണ്ടാവരുത്.''

വരാമെന്ന അർത്ഥത്തിൽ ഞാൻ തലകുലുക്കി.

ഏറെക്കാലം കഴിഞ്ഞാണ് വീണ്ടും ഞാൻ എം.ടി.-ഹരിഹരൻ ടീമിനൊപ്പം വരുന്നത്. 'പഴശ്ശിരാജ'യിലൂടെ. ഗോകുലം ഗോപാലേട്ടനാണ് ആ സിനിമ നിർമിച്ചത്. ചെന്നൈയിലെ പ്രസാദ് സ്റ്റുഡിയോയിലായിരുന്നു 'പഴശ്ശിരാജ'യുടെ പൂജ. ഹരിഹരൻസാർ, എം.ടി.സാർ, ഗോപാലേട്ടൻ, മമ്മുക്ക, ശരത്കുമാർ എന്നിവർക്കൊപ്പം ഞാനുമുണ്ടായിരുന്നു, ആ ചടങ്ങിൽ. പ്രസംഗിക്കാനും അവസരം ലഭിച്ചു. പോകാൻനേരം താഴെയിരുന്ന എം.ടി.സാർ എന്നോടു പറഞ്ഞു. ''ഉഗ്രൻ ക്യാരക്ടറാണ് മനോജിനുവേണ്ടി മാറ്റിവച്ചത്. 'പഴശ്ശിരാജ' യുടെ ഭാര്യാസഹോദരനായ കൈതേരി അമ്പുവിന്റെ റോൾ. രാജകുടുംബാംഗമാണ്.''

പക്ഷേ ചില സാങ്കേതികപ്രശ്നങ്ങൾ കാരണം എനിക്ക് മറ്റൊരു റോളാണ് കിട്ടിയത്. തലയ്ക്കൽ ചന്തു. രാജപ്രൗഢിയുള്ള കഥാപാത്രം മാത്രമല്ല, താഴ്ന്ന സമുദായത്തിൽപെട്ട തലയ്ക്കൽ ചന്തുവിനെയും ഉൾക്കൊള്ളാൻ എനിക്കു കഴിയുമെന്ന എം.ടി.-ഹരിഹരൻ ടീമിന്റെ തിരിച്ചറിവായിരിക്കാം അതിന് കാരണം. ഒരു നടനെ സംബന്ധിച്ചിടത്തോളം ഇതിലും അഭിമാനിക്കാൻ മറ്റെന്തുണ്ട്? സംസ്ഥാന സർക്കാരിന്റേതുൾപ്പെടെ പതിനൊന്ന് അവാർഡുകളാണ് തലയ്ക്കൽ ചന്തുവിനെ തേടിയെത്തിയത്.

വർഷങ്ങൾക്ക് മുമ്പ് ഓണത്തിന് ദുബായിൽ പോയപ്പോൾ അവിടെ മുഖ്യാതിഥി എം.ടി.സാറായിരുന്നു. അദ്ദേഹമാണ് നിലവിളക്ക് കൊളുത്തിയതും ഓണസ്സദ്യ വിളമ്പിയതും. ഒപ്പം നിന്ന് ഞാൻ കറികൾ വിളമ്പി. അന്ന് ഒന്നിച്ചിരുന്ന് ഭക്ഷണം കഴിക്കാനും ഭാഗ്യമുണ്ടായി. എന്നെയും വിനീതിനെയുമൊക്കെ കാണുമ്പോൾ സവിശേഷമായ ഒരു വാത്സല്യമാണ് എം.ടി.സാറിന്. മറ്റുള്ളവർക്ക് ഒരുപക്ഷേ അത് കാണാൻ കഴിയില്ല. അദ്ദേഹം ഇഷ്ടപ്പെടുന്ന നടന്മാരിൽ ഒരാളാകാൻ കഴിഞ്ഞതാണ് ഏറ്റവും വലിയ ഭാഗ്യം. അല്ലെങ്കിൽ നാല് പ്രധാനപ്പെട്ട സിനിമകളിൽ ഞാനുണ്ടാവുമായിരുന്നില്ല.

എവിടെക്കണ്ടാലും കാൽ തൊട്ട് അനുഗ്രഹം വാങ്ങിക്കുന്നത് എന്റെ ശീലമാണ്. എന്റെ തലമുറയ്ക്ക് മാത്രമല്ല, മക്കളുടെയും കൊച്ചുമക്കളുടെയും ജനറേഷൻ വരെ പറയും - എം.ടി.സാറിന്റെ സിനിമകളിലായിരുന്നു എന്റെ അച്ഛനും മുത്തച്ഛനുമൊക്കെ അഭിനയിച്ചത്.

അതുതന്നെയാണ് ഏറ്റവും വലിയ ഭാഗ്യവും.

■

'പെരുന്തച്ചൻ' സൗഹൃദം
അജയൻ

അക്ഷരം പഠിച്ചശേഷം ആദ്യം വായിക്കുന്ന പുസ്തകം എം.ടി. സാറിന്റെ 'മാണിക്യക്കല്ലാ'യിരുന്നു. അഞ്ചാം ക്ലാസിൽ അധ്യാപകൻ കഥ പറഞ്ഞുതന്നപ്പോഴാണ് വായിക്കാനുള്ള മോഹം തോന്നിയത്. ഒന്നല്ല, ഒരുപാടു തവണ വായിച്ചു. അന്നു മുതൽ എന്റെ ബാഗിലെപ്പോഴും ആ പുസ്തകമുണ്ടാവും. സിനിമയോടുള്ള താൽപ്പര്യം കൊണ്ടാണ് അഡയാർ ഫിലിം ഇൻസ്റ്റിറ്റ്യൂട്ടിൽ പഠിച്ചത്. കോഴ്സ് കഴിഞ്ഞപ്പോൾ ഒരു ദിവസം എം.ടി.സാറിനെ വിളിച്ചു. ഒന്നു കാണണമെന്നു പറഞ്ഞപ്പോൾ കോഴിക്കോട്ടേക്ക് വരാൻ നിർദ്ദേശിച്ചു. അന്നുതന്നെ രണ്ടു സുഹൃത്തുക്കൾക്കൊപ്പം കോഴിക്കോട്ടെ സാറിന്റെ വീട്ടിലെത്തി.

''മണിക്യക്കല്ല് സിനിമയാക്കണമെന്ന് ആഗ്രഹമുണ്ട്. സാർ അതിന് തിരക്കഥയെഴുതിത്തരണം.''

എഴുതാമെന്ന് അദ്ദേഹം സമ്മതിച്ചു. പിന്നീട് ഒരുപാടു കാലം നിർമ്മാതാവിനെ അന്വേഷിച്ചുനടന്നു. പക്ഷേ കിട്ടിയില്ല. അതൊരു ഫാന്റസി കഥയാണ്. അതുകൊണ്ടുതന്നെ ഒരുപാട് സ്പെഷൽ ഇഫക്ടുകൾ വേണം. കമ്പ്യൂട്ടർ ഗ്രാഫിക്സിന് ഏറെ പ്രാധാന്യമുള്ള സിനിമ അന്ന് ഇന്ത്യയിൽ ചെയ്യണമെങ്കിൽ ഒരുപാടു പണം വേണം. നിർമ്മാതാക്കൾ കൈയൊഴിഞ്ഞതും അതുകൊണ്ടാണ്. എം.ടി.സാറിന്റെ തിരക്കഥയിൽ 'മാണിക്യക്കല്ല്' ചെയ്യണമെന്ന ആഗ്രഹം സഫലമാകാതെ പോയി.

തിരുവനന്തപുരത്തുവെച്ച് കണ്ടപ്പോൾ ഒരു ദിവസം നിർമ്മാതാവ് ഭാവചിത്ര ജയകുമാർ ചോദിച്ചു.

''അജയാ, നമുക്കൊരു സിനിമ ചെയ്യണം. ഇന്നുതന്നെ നല്ലൊരു കഥ ആലോചിച്ചോളൂ.''

ആദ്യം മനസ്സിലേക്ക് കടന്നുവന്നത് 'പെരുന്തച്ചനെ'ക്കുറിച്ചാണ്. ആ സമയത്ത് എം.ടി.സാർ ആയുർവേദ ചികിത്സയ്ക്ക് തിരുവനന്തപുരത്തു വന്നിരുന്നു. ഒരു ദിവസം പോയി കണ്ടു. ഭാവചിത്ര ജയകുമാർ പറഞ്ഞ കാര്യം അദ്ദേഹത്തെ ധരിപ്പിച്ചു.

സാർ കുറച്ചുനേരം ആലോചിച്ചശേഷം നോക്കാം എന്ന മറുപടി നൽകി. എം.ടി.സാർ നോക്കാം എന്നു പറഞ്ഞാൽ റെഡി എന്നാണർത്ഥം. പൊതുവെ അധികം സംസാരിക്കാത്ത അദ്ദേഹത്തിന്റെ ഓരോ വാക്കും വിലപിടിപ്പുള്ളവയാണ്. വളരെ വേഗത്തിൽത്തന്നെ 'പെരുന്തച്ചൻ' എന്ന സിനിമയുടെ സ്ക്രിപ്റ്റ്‌വർക്കുകൾ ആരംഭിച്ചു. ആ സമയത്തുതന്നെ എന്നെ അദ്ദേഹം കോഴിക്കോട്ടേക്ക് വിളിപ്പിച്ചു. കോഴിക്കോട് ബീച്ചിനടുത്ത ഹോട്ടലിൽ രണ്ടു മുറി ബുക്ക് ചെയ്തു. അതിലൊരെണ്ണത്തിൽ പകൽ മുഴുവനും എം.ടി.സാറുണ്ടാവും. 'പെരുന്തച്ച'ന്റെ തിരക്കഥയെഴുതുമ്പോൾ ആരും ശല്യപ്പെടുത്തിയില്ല. വൈകിട്ട് ഞാൻ ചെല്ലുമ്പോൾ അദ്ദേഹം എഴുതിയ ഭാഗം എനിക്കു നൽകും. തൊട്ടടുത്ത മുറിയിലിരുന്ന് അന്നുതന്നെ വായിച്ചുനോക്കും. എം.ടി.സാറിന്റെ തിരക്കഥയെക്കുറിച്ച് അഭിപ്രായം പറയേണ്ട കാര്യമില്ല. അത്രയ്ക്ക് പെർഫെക്ടായിരിക്കും അത്. സംവിധായകന്റെ മനസ്സിൽ സിനിമ രൂപപ്പെടാൻ വേണ്ടിയാണ് അദ്ദേഹം വായിക്കാൻ തരുന്നത്.

അക്കാലത്ത് അളകാപുരിയിലാണ് ഞാൻ താമസം. ഒരു മകനോടുള്ള സ്നേഹമായിരുന്നു സാറിന് എന്നോട്. ഒരു ദിവസം രാവിലെ ഹോട്ടലിലേക്ക് ഒരു കോൾ. സാറാണ്.

''അജയൻ രാവിലെ എവിടേക്കും പോകരുത്. നമുക്കൊരിടംവരെ പോകണം.''

എവിടെയാണെന്നൊന്നും പറഞ്ഞില്ല. സാർ വന്നപ്പോഴാണ് കാര്യമറിഞ്ഞത്. മകൾ അമേരിക്കയിൽനിന്ന് വരികയാണ്. അവൾക്കുവേണ്ടി ഒരു ബാത്ത്ടബ് വാങ്ങിക്കാൻ വേണ്ടിയാണ് അന്ന് പോയത്. സാറുമായി അതിനുമാത്രം അടുപ്പം എനിക്കുണ്ടായിരുന്നു.

കുറച്ചുനാളുകൾക്കുള്ളിൽ പെരുന്തച്ചന്റെ തിരക്കഥ പൂർത്തിയാക്കി. പിറ്റേ ദിവസം എം.ടി.സാർ പറഞ്ഞു.

''ടെലിഫോണും ഇലക്ട്രിക് പോസ്റ്റുകളും കോൺക്രീറ്റ് കെട്ടിടങ്ങളുമൊക്കെ ഉള്ളതിനാൽ ഇവിടെയൊന്നും ഷൂട്ട് ചെയ്യാൻ പറ്റില്ല. പറ്റിയൊരു സ്ഥലം കണ്ടെത്തണം.''

ഞാനും ആർട്ട് ഡയറക്ടർ പി. കൃഷ്ണമൂർത്തിയും ലൊക്കേഷൻ തേടിയിറങ്ങി. ഒടുവിൽ പറ്റിയ സ്ഥലം കുന്താപ്പൂരാണെന്ന്

കണ്ടെത്തി. സിനിമ മുഴുവനും ഷൂട്ട് ചെയ്തത് അവിടെവച്ചാണ്. കുന്താപ്പൂരിലെ ജനങ്ങൾ നല്ലവരാണ്. എന്തു ചോദിച്ചാലും സമ്മതിക്കും. അമ്പലത്തിന് മുകളിൽ കയറി പെരുന്തച്ചൻ പണി ചെയ്യുന്ന ഒരു സീനുണ്ട്. അതിനുവേണ്ടി ഒരമ്പലത്തിന്റെ ഓട് മുഴുവനും എടുക്കാൻ നാട്ടുകാർ സമ്മതിച്ചു. വിനയാപ്രസാദിന്റെ ഭാർഗവിത്തമ്പുരാട്ടി തൊഴാൻ വരുന്നതൊക്കെ ചിത്രീകരിച്ചത് ആ അമ്പലത്തിൽ വച്ചാണ്. നമ്മുടെ നാട്ടിലെ ആളുകളാണെങ്കിൽ അമ്പലത്തിനകത്ത് ഷൂട്ട് ചെയ്യാൻപോലും സമ്മതിക്കില്ല. ഷൂട്ടിംഗ് കഴിഞ്ഞ ശേഷം ഓടു മുഴുവൻ വെച്ചുകൊടുത്താണ് അവിടംവിട്ടത്.

ലൊക്കേഷനിൽ രണ്ടുപ്രാവശ്യം എം.ടി.സാർ വന്നിരുന്നു. ചില നിർദ്ദേശങ്ങളൊക്കെ തന്നു. സാമ്പത്തികപ്രശ്നമുള്ളതിനാൽ എക്സ്ട്രാ ആർട്ടിസ്റ്റുകളൊന്നും ഉണ്ടായിരുന്നില്ല. കുന്താപ്പൂരിലെ പാടത്ത് പണിയെടുക്കുന്നവരെയും വഴി പോക്കരെയുമൊക്കെയാണ് അഭിനയിപ്പിച്ചത്. കുന്താപ്പൂരിലുള്ള ദിവസം മിക്കപ്പോഴും വൈകിട്ട് എം.ടി.സാറിനൊപ്പം ഞാനും നടക്കാനിറങ്ങും. പത്തടി ഇടവിട്ട് അവിടെ കള്ളുഷാപ്പാണ്. ഇതുകണ്ടപ്പോൾ സാർ പറഞ്ഞു.

''വേറൊന്നിനുമില്ലെങ്കിലും മദ്യപിക്കുന്നവർക്ക് നല്ല സൗകര്യമാണ്.''

'പെരുന്തച്ചൻ' തിയറ്റിലെത്തി ആദ്യഷോ കണ്ടതിനുശേഷമുള്ള സാറിന്റെ പ്രതികരണം ഒരിക്കലും മറക്കാൻ കഴിയില്ല.

''പുതിയ ആൾക്കാരെക്കൊണ്ട് അഭിനയിപ്പിക്കാൻ സാധിച്ചതിന് അജയന് എന്റെ വക ഒരു പ്രത്യേക അവാർഡുണ്ട്.''

സാറിന്റെ നാവിൽനിന്ന് വന്ന ഈ കോംപ്ലിമെന്റിന് ദേശീയ അവാർഡിനേക്കാളും മഹത്വമുണ്ട്. നൂറു ദിവസമാണ് 'പെരുന്തച്ചൻ' തിയറ്ററിൽ ഓടിയത്. നിരവധി അവാർഡുകളും ആ സിനിമയെ ത്തേടിയെത്തി.

'പെരുന്തച്ചൻ' കഴിഞ്ഞപ്പോൾ മാണിക്യക്കല്ലിന്റെ ചർച്ച വീണ്ടും സജീവമായി. അത് സിനിമയാക്കാൻ ഗുഡ്നൈറ്റ് മോഹൻ തയ്യാറായി. എം.ടി.സാർ പെരുന്തച്ചനു മുമ്പുതന്നെ അത് എഴുതിവെച്ചിരുന്നു. മോഹൻ അതിന്റെ റൈറ്റ് വാങ്ങി ഹോളിവുഡിൽ ചെയ്യാൻ ആലോചിച്ചു. എന്നാൽ കുറഞ്ഞ ചെലവിൽ തീരില്ലെന്ന് മനസ്സിലായപ്പോൾ പിന്മാറി. മലയാളത്തിൽ മാണിക്യക്കല്ല് ചെയ്യാനുള്ള റൈറ്റ് എനിക്കായിരുന്നു. എം.ടി.സാർ എഴുതിവെച്ച സ്ക്രിപ്റ്റ് സിനിമയാക്കാൻ കഴിയാത്തതിൽ അതിയായ സങ്കടമുണ്ടിപ്പോഴും. പക്ഷേ നിർമ്മാതാവിനെ കിട്ടാതെ വന്നതിനാൽ നീളുകയാണ്.

എം.ടി. സാറിൽ ഞാൻ കണ്ടത് പോസിറ്റീവ് ഗുണങ്ങൾ മാത്ര മാണ്. സൗഹൃദത്തിലൂന്നിയ ഒരു സ്നേഹബന്ധം ഇപ്പോഴും ഞങ്ങൾ സൂക്ഷിക്കുന്നു. എന്റെ മകളെ വിവാഹം ചെയ്തത് കോഴി ക്കോട് ജില്ലയിലെ വടകരയിലാണ്. വർഷങ്ങൾക്ക് മുമ്പ് അവിടെ യൊരു വിവാഹച്ചടങ്ങിന് പോയപ്പോൾ എനിക്ക് സാറിനെ കാണാ നൊരാഗ്രഹം. ഭാര്യയോട് പറഞ്ഞപ്പോൾ അവൾക്കും വരണമെ ന്നായി. അങ്ങനെ ഞാനും ഭാര്യയും ഇളയ മകളുമൊത്താണ് അന്ന് സാറിനെ കണ്ടത്. കാൽമുട്ടിന് വേദനയുള്ളതിനാൽ അധികം യാത്ര ചെയ്യാറില്ലെന്നും ഇടയ്ക്ക് വിളിക്കണമെന്നും പറഞ്ഞാണ് അന്ന് പിരിഞ്ഞത്.

പെരുന്തച്ചൻ കഴിഞ്ഞപ്പോൾ അച്ഛന്റെ (തോപ്പിൽ ഭാസി) 'ഒളി വിലെ ഓർമ്മകൾ' സിനിമയാക്കണമെന്ന് അതിയായ ആഗ്രഹമുണ്ടാ യിരുന്നു. ഇക്കാര്യം പറഞ്ഞപ്പോൾ അച്ഛൻ ഒറ്റക്കാര്യമേ പറഞ്ഞുള്ളൂ.

''തിരക്കഥ എം.ടിയെക്കൊണ്ട് എഴുതിക്കണം.''

രണ്ടാഴ്ച കഴിഞ്ഞ് തിരുവനന്തപുരത്ത് എം.ടി.സാർ വന്നപ്പോൾ ഞാനും അച്ഛനും അദ്ദേഹത്തെ മസ്കറ്റ് ഹോട്ടലിൽ പോയി കണ്ടു. 'ഒളിവിലെ ഓർമ്മകൾ' എന്ന പുസ്തകം സാറിന് നൽകിയശേഷം അച്ഛൻ പറഞ്ഞു.

''ഇതിന് നല്ലൊരു തിരക്കഥയെഴുതിക്കൊടുക്കണം.''

സാർ സമ്മതിച്ചാണ് പോയത്. പക്ഷേ ഓരോ കാരണങ്ങൾ കൊണ്ട് അത് നീണ്ടുപോയി. അതിന്റെ കാര്യം ചോദിക്കാൻ ഒരു ദിവസം സാറിനെ വിളിച്ചു.

''ഞാനിപ്പോൾ എവിടേക്കും പോകാറില്ല. കണ്ണിന് ഓപ്പറേഷൻ കഴിഞ്ഞു. ഇനി ആ വർക്ക് ചെയ്യാൻ പറ്റുമോ എന്നറിയില്ല.''

വയ്യാത്തതുകൊണ്ടാണ് അദ്ദേഹമത് പറയുന്നത് എന്നെനിക്ക റിയാം. എങ്കിലും ഞാനിപ്പോഴും കാത്തിരിക്കുകയാണ്. മാണിക്യ ക്കല്ലും ഒളിവിലെ ഓർമ്മകളും എം.ടി.സാറിന്റെ പേനത്തുമ്പിലൂടെ യാഥാർത്ഥ്യമാവുമെന്ന പ്രതീക്ഷയിൽ.

■

ജീവിതത്തിന്റെ രണ്ടാമൂഴം

പഴയിടം മോഹനൻ നമ്പൂതിരി

എന്തു കിട്ടിയാലും വായിക്കുന്നതാണ് കുട്ടിക്കാലം മുതലേയുള്ള ശീലം. സ്കൂൾ കാലഘട്ടങ്ങളിൽ പി. നരേന്ദ്രനാഥിന്റെയും നന്ത നാരുടെയുമടക്കം ഒരുപാടു പുസ്തകങ്ങൾ വായിച്ചുകൂട്ടിയിട്ടുണ്ട്. വായനയോടുള്ള ആസക്തി വളർന്ന് കോളേജിലെത്തിയപ്പോഴാണ് എം.ടിയെ പുസ്തകങ്ങളിലൂടെ പരിചയപ്പെടുന്നത്. ഇരുട്ടിന്റെ ആത്മാവ്, വാരിക്കുഴി, ബന്ധനം, പ്രിയപ്പെട്ട കഥകൾ... തുടങ്ങിയ പുസ്തകങ്ങളിലൂടെ എം.ടിയോടുള്ള ആരാധന വർദ്ധിച്ചു. 'ബന്ധന' ത്തിലെ സുകുമാരൻ ഒട്ടൊന്നുമല്ല സ്വാധീനിച്ചത്. എന്റെ ജീവിത വുമായി സുകുമാരന് ഒരുപാട് സാമ്യമുണ്ടായിരുന്നു. യൗവന കാലത്തെ എം.ടിയുടെ മിക്ക കഥാപാത്രങ്ങൾക്കും ആത്മകഥാംശ മുണ്ടെന്ന് എവിടെയോ വായിച്ചറിഞ്ഞിട്ടുണ്ട്. ഒരുപക്ഷേ ജീവി തത്തെ തൊടുന്ന കഥാപാത്രങ്ങളെ സൃഷ്ടിച്ചതുകൊണ്ടാവാം എം.ടി. പെട്ടെന്നുതന്നെ മനസ്സിലേക്ക് കുടിയേറി.

പിന്നീടുള്ള കാലങ്ങളിൽ എം.ടി. എന്ന രണ്ടക്ഷരം എവിടെ ക്കണ്ടാലും ആവേശത്തോടെ വായിച്ചുതീർക്കും. അക്കാലത്ത് അദ്ദേഹം സിനിമയിലേക്ക് വന്നിരുന്നു. എം.ടിയുടെ രചനയിൽ ഹരിഹരൻ സംവിധാനം ചെയ്ത 'പഞ്ചാഗ്നി' എന്ന സിനിമ കണ്ടപ്പോൾ മുത ലാണ് അദ്ദേഹത്തോടുള്ള ആരാധന ഭക്തിയായി മാറിയത്.

കോളേജ് ജീവിതം കഴിഞ്ഞതോടെ ജോലി അന്വേഷണം തുടങ്ങി. ഒന്നും കിട്ടാതെ വന്നപ്പോഴാണ് ബിസിനസ് എന്ന ആശയം മനസ്സിലുദിച്ചത്. നമ്പൂതിരിമാർക്ക് കച്ചവടം പറഞ്ഞിട്ടില്ലാത്തതു കൊണ്ടാവണം, അതും പൊളിഞ്ഞു. അത് ജീവിതത്തിൽ സൃഷ്ടിച്ച ആഘാതം വലുതായിരുന്നു. കടം പെരുകിവന്നു. മനസ് അസ്വസ്ഥ മായ ദിവസങ്ങൾ. എങ്ങനെ ഇതൊക്കെ വീട്ടിത്തീർക്കും എന്നാ ലോചിച്ചപ്പോൾ ഒരെത്തും പിടിയും കിട്ടിയില്ല. ഒടുവിൽ ഞാൻ

തീരുമാനിച്ചു - ഈ ലോകത്തുനിന്നും പോയാൽ അതോടെ എല്ലാ പ്രശ്നങ്ങളും തീരും. ഇനി അതേ വഴിയുള്ളൂ, ആത്മഹത്യ. പിറ്റേ ദിവസം രാവിലെ കോട്ടയം കുറിച്ചിത്താനത്തെ വീട്ടിൽ നിന്നിറങ്ങുമ്പോൾ മനസ്സിൽ കരുതി, ഇനിയൊരു മടക്കയാത്ര ഉണ്ടാവില്ല. വീട്ടുകാരോടും സുഹൃത്തുക്കളോടുപോലും യാത്ര പറഞ്ഞില്ല. കുറവിലങ്ങാട് കവലയിലെത്തിയപ്പോൾ ഒരു സോഡ കുടിക്കണമെന്നു തോന്നി. ബസ് സ്റ്റോപ്പിന്റെ തൊട്ടടുത്തുള്ള പെട്ടിക്കടയിലേക്ക് കയറി. സോഡ കുടിച്ചുകൊണ്ടിരിക്കെയാണ് ആ ആഴ്ച പുറത്തിറങ്ങിയ 'കലാകൗമുദി' വാരിക തൂക്കിയിട്ടതു കണ്ടത്. കൗമുദിയുടെ കവറിൽ വലിയ അക്ഷരത്തിൽ എഴുതിയിരിക്കുന്നു - എം.ടി. വാസുദേവൻ നായരുടെ 'രണ്ടാമൂഴം' നോവൽ ഈ ലക്കം മുതൽ. സോഡയുടെ കാശ് കൊടുത്തശേഷം ഒന്നു മറിച്ചുനോക്കാൻ വേണ്ടി കടക്കാരനോട് കൗമുദി വാങ്ങിച്ചു. 'രണ്ടാമൂഴം' എന്ന നോവൽ ആരംഭിക്കുകയാണ്.

'കടലിന് കറുപ്പുനിറമായിരുന്നു...'

യാത്ര എന്നു പേരിട്ട അധ്യായത്തിന്റെ തുടക്കംതന്നെയുള്ള വാക്കുകൾ വല്ലാതെ ആകർഷിച്ചു. അപ്പോൾത്തന്നെ കലാകൗമുദി വാങ്ങിച്ചു. തൊട്ടടുത്തുള്ള ആളൊഴിഞ്ഞ കടവരാന്തയിൽ പോയിരുന്ന് വായിച്ചുതീർത്തു. ഒരുവട്ടമല്ല, പലവട്ടം. അത്രയ്ക്കിഷ്ടമായിരുന്നു ആ ശൈലി. ഏറ്റവുമൊടുവിൽ തുടരും എന്നു കണ്ടപ്പോഴാണ് നിരാശനായത്. അടുത്തലക്കം എനിക്ക് വായിക്കാൻ കഴിയില്ലല്ലോ. അടുത്ത അധ്യായം മാത്രമല്ല, നോവൽ തീരുന്നതുവരെ വായിക്കാൻ കഴിഞ്ഞെങ്കിൽ എന്നാശിച്ചുപോയ നിമിഷമായിരുന്നു അത്. ഒടുവിൽ ഒരു നിമിഷനേരം കൊണ്ട് ഞാൻ തീരുമാനം മാറ്റി. ആത്മഹത്യ ചെയ്യാതെ ജീവിതത്തെ നേരിടുക. എവിടുന്നൊക്കെയോ ഒരു എനർജി മനസ്സിലേക്ക് പ്രവഹിക്കുന്നതുപോലെയാണ് തോന്നിയത്. വായിച്ചുതീർന്ന കലാകൗമുദി വാരികയുമായാണ് അന്ന് വൈകുന്നേരം വീട്ടിലേക്ക് മടങ്ങിയത്. അലമാരയിൽ അത് വൃത്തിയായി സൂക്ഷിച്ചുവച്ചു.

അക്കാലത്ത് വെള്ളിയാഴ്ചയാണ് കലാകൗമുദി വിപണിയിലെത്തുന്നത്. ഓരോ വെള്ളിയാഴ്ചയും വരുമ്പോൾ എത്രയും പെട്ടെന്ന് അടുത്തയാഴ്ച വരണേ എന്നായിരുന്നു എന്റെ പ്രാർത്ഥന. ഭീമന്റെ മനഃസംഘർഷങ്ങൾ ആർത്തിയോടെയാണ് വായിച്ചുതീർത്തത്. അമ്പത്തിയൊന്ന് വെള്ളിയാഴ്ചകളുടെ കാത്തിരിപ്പിനൊടുവിൽ രണ്ടാമൂഴം അവസാനിച്ചു. അതോടെ എന്റെ പ്രശ്നങ്ങളും തീർന്നു. എന്നെ ജീവിതത്തിലേക്ക് വലിച്ചുകയറ്റിയ എം.ടിയെന്ന മനുഷ്യൻ എനിക്ക് ഈശ്വരനാണ്.

പിന്നീട് പാചകവുമായി ബന്ധപ്പെട്ട് കേരളത്തിലുടനീളം സഞ്ചരിച്ചപ്പോഴൊക്കെയും മനസ്സിൽ ഒരു മോഹം ഉറങ്ങുകിടപ്പുണ്ടായിരുന്നു - എന്റെ ഈശ്വരനെ ഒരുനോക്കു കാണണം. പരിചയപ്പെടണം. വർഷങ്ങൾക്കു മുമ്പ് കോഴിക്കോട്ടായിരുന്നു സംസ്ഥാന സ്കൂൾ കലോത്സവം. അന്ന് പാചകത്തിന്റെ ചുമതല എനിക്കാണ്. കോഴിക്കോട്ട് വണ്ടിയിറങ്ങിയ ദിവസം മുതൽ മനസ്സുകൊണ്ട് ഞാനാഗ്രഹിച്ചു. എം.ടിയുടെ നാടാണിത്. അദ്ദേഹത്തെ പോയൊന്നു കാണണം. പക്ഷേ തിരക്കിനിടയിൽ സാധിച്ചില്ല. ഏറെ നാളുകൾക്കു ശേഷം വീണ്ടും കോഴിക്കോട്ട് കലോത്സവം വന്നെത്തി. അത്തവണ പാചകത്തിന് വാക്കുകൊടുക്കുമ്പോൾത്തന്നെ ഞാൻ തീരുമാനിച്ചിരുന്നു - എം.ടിയെ കാണണം. അനുഗ്രഹം വാങ്ങിക്കണം.

ഊട്ടുപുരയിലെത്തിയപ്പോൾ ആദ്യം പരിചയപ്പെട്ടത് ഫുഡ് കമ്മിറ്റി കൺവീനർ സതീശൻ മാഷെയാണ്. കെ.എസ്.ടി.എയുടെ പ്രവർത്തകനായ മാഷോട് ഞാൻ പറഞ്ഞു.

''എനിക്ക് എം.ടിയെ ഒന്നു കാണണം. അനുഗ്രഹം വാങ്ങിക്കണം. അതിനുശേഷമേ പാചകം ആരംഭിക്കുകയുള്ളൂ.''

എന്റെ ആഗ്രഹം കേട്ടപ്പോൾ സതീശൻ മാഷിനും അത്ഭുതം.

''ഇതെന്താ ഇങ്ങനെയൊരാഗ്രഹം?''

മാഷോട് ഞാൻ രണ്ടാമൂഴം എന്നെ ജീവിതത്തിലേക്ക് കൊണ്ടുവന്ന കഥ പറഞ്ഞു. ഒരു വിദ്യാർത്ഥിയുടെ കൗതുകത്തോടെ മാഷത് കേട്ടിരുന്നു.

''ദേശാഭിമാനിയിലെ ഉണ്ണിക്കൃഷ്ണനും എം.ടിയും തമ്മിൽ നല്ല ബന്ധമാണ്. നമുക്കവനോട് കാര്യം പറയാം.''

സതീശൻ മാഷ് ഉണ്ണിക്കൃഷ്ണനെ വിളിച്ചു. അര മണിക്കൂറിനകം ഉണ്ണിക്കൃഷ്ണൻ ഊട്ടുപുരയിലെത്തി. മാഷ് തന്നെയാണ് ഉണ്ണിക്കൃഷ്ണനോട് എന്റെ അനുഭവം വിവരിച്ചത്.

''എം.ടിയെ പകൽസമയങ്ങളിൽ കാണാൻപോലും കിട്ടില്ല. അദ്ദേഹം സ്വന്തം ഫ്ളാറ്റിലിരുന്ന് രണ്ടാമൂഴത്തിന്റെ തിരക്കഥയെഴുതിക്കൊണ്ടിരിക്കുകയാണ്. വൈകിട്ട് നമുക്കു പോയി കാണാം.''

ഉണ്ണിക്കൃഷ്ണൻ പറഞ്ഞപ്പോൾ എനിക്ക് സമാധാനമായി. വൈകുന്നേരത്തേക്ക് അപ്പോയിന്റ്മെന്റ് എടുത്തു. കൊട്ടാരം റോഡിലെ 'സിതാര'യിലേക്ക് ചെല്ലുമ്പോൾ എം.ടി. ഏതോ മാഗസിനിൽ കണ്ണും നട്ടിരിപ്പാണ്. ഞങ്ങളെ കണ്ടപ്പോൾ ചിരിച്ചുകൊണ്ട് അകത്തേക്കു ക്ഷണിച്ചു. ഞാൻ ആ മുഖത്തേക്ക് സൂക്ഷിച്ചുനോക്കി. ദൈവം മുമ്പിൽ അവതരിച്ചതുപോലെയാണ് തോന്നിയത്. സാക്ഷാൽ എം.ടി.

വാസുദേവൻനായരാണ് മുമ്പിൽ നിൽക്കുന്നതെന്ന യാഥാർത്ഥ്യം ഉൾക്കൊണ്ടപ്പോൾ എന്റെ കണ്ണുനിറഞ്ഞു. എം.ടിയും ഉണ്ണിക്കൃഷ്ണനും കാണാതെ ഞാൻ കണ്ണുതുടച്ചു. ഉണ്ണിക്കൃഷ്ണൻ എന്നെ പരിചയപ്പെടുത്തി. എം.ടിയിൽനിന്ന് ഞാൻ ദക്ഷിണ സ്വീകരിച്ചു.

''കലോത്സവം തീരുന്നതുവരെ ഞാൻ ഊട്ടുപുരയിലുണ്ട്. സമയം കിട്ടുമ്പോൾ സാർ അതുവഴി വരണം.''

ഞാൻ ക്ഷണിച്ചപ്പോൾ അദ്ദേഹം സമ്മതിച്ചു. പിറ്റേ ദിവസത്തെ ദേശാഭിമാനി പത്രത്തിൽ 'രണ്ടാമൂഴം' എന്റെ ജീവൻ രക്ഷിച്ച കഥയുണ്ടായിരുന്നു. അത് വായിച്ചശേഷം എം.ടി ഉണ്ണിക്കൃഷ്ണനോട് പറഞ്ഞത്രേ - ആ പുസ്തകത്തിന് അങ്ങനെയും ചില കടമകൾ നിർവ്വഹിക്കാനായി. അല്ലേ? എന്ന്. കലോത്സവത്തിന്റെ ഉദ്ഘാടനത്തിനോ സമാപനസമ്മേളനത്തിനോ എം.ടി. ഔദ്യോഗികമായി പങ്കെടുത്തിരുന്നില്ല. എന്നാൽ ഇടയ്ക്കൊരു ദിവസം അദ്ദേഹം എന്നെക്കാണാൻവേണ്ടി മാത്രം ഊട്ടുപുരയിലെത്തി. ഞാൻ അദ്ദേഹത്തെ രണ്ടുകൈയും നീട്ടി സ്വീകരിച്ചു. ജീവിതത്തിൽ ഏറ്റവും സന്തോഷിച്ച നിമിഷങ്ങളിലൊന്നായിരുന്നു അത്. കുറെനേരം സംസാരിച്ചശേഷമാണ് അന്ന് അദ്ദേഹം അവിടംവിട്ടത്. ഇപ്പോഴും മനസ്സിൽ സൂക്ഷിക്കുന്ന മനോഹര നിമിഷങ്ങളാണത്.

■

കോഴിക്കോടൻ സൗഹൃദക്കൂട്ടായ്മ

പുനലൂർ രാജൻ

1963ലാണ് കോഴിക്കോട് മെഡിക്കൽ കോളജിലേക്ക് ജോലിക്ക് വരുന്നത്. ആർട്ടിസ്റ്റ് ഫോട്ടോഗ്രാഫറായാണ് നിയമനം. ടീച്ചിംഗ് പർപ്പസിന് വേണ്ടിയും റിസർച്ചിനും വേണ്ടി ഫോട്ടോയെടുക്കുകയാണ് ജോലി. അന്ന് സാഹിത്യത്തിന്റെ തറവാടാണ് കോഴിക്കോട് നഗരം. വൈക്കം മുഹമ്മദ് ബഷീർ, എം.ടി. വാസുദേവൻ നായർ, എസ്.കെ. പൊറ്റക്കാട്, ഉറൂബ്, പട്ടത്തുവിള കരുണാകരൻ, കെ.എ. കൊടുങ്ങല്ലൂർ, എൻ.പി. മുഹമ്മദ് എന്നിവരൊക്കെയുള്ളത് കോഴിക്കോട്ടാണ്. ഇവരുടെയൊക്കെ കഥകളും നോവലുകളും വായിച്ച് വളർന്ന ചെറുപ്പമായിരുന്നു എന്റേതും. പ്രത്യേകിച്ചും എം.ടി. വാസുദേവൻ നായരുടെ രചനകൾ. കുട്ടിക്കാലത്ത് ഞാനും കഥകളൊക്കെ എഴുതുമായിരുന്നു. അതിനുശേഷമാണ് ഫോട്ടോഗ്രാഫി മനസ്സിലേക്ക് വന്നത്.

സാഹിത്യകാരന്മാരെ കാണാനും പരിചയപ്പെടാനും പണ്ടുമുതലേ ആഗ്രഹമുണ്ട്.

ജോലിയിൽ പ്രവേശിച്ചതിന്റെ പിറ്റേ ദിവസം മുതൽ നഗരത്തിലേക്കിറങ്ങി. സാഹിത്യസദസ്സുകൾ കണ്ടെത്തുകയായിരുന്നു ലക്ഷ്യം. സാഹിത്യകാരന്മാരുടെ പ്രസംഗങ്ങൾ കേൾക്കുക, അവരെ പരിചയപ്പെടുക അതൊക്കെയാണ് പ്രധാന പരിപാടികൾ. അക്കാലത്ത് മിക്ക വൈകുന്നേരങ്ങളിലും കോഴിക്കോട്ട് സാഹിത്യസദസ്സുകളുണ്ടാവും. അവിടെ വെച്ചാണ് പ്രധാനപ്പെട്ട എഴുത്തുകാരെയൊക്കെ കാണുന്നതും പരിചയപ്പെടുന്നതും. വളരെ പെട്ടെന്നുതന്നെ ഈയൊരു സൗഹൃദക്കൂട്ടായ്മയിൽ ഞാനും പങ്കാളിയായി. എഴുത്തുകാർക്ക് ഫോട്ടോഗ്രാഫിയിലുള്ള താൽപര്യവും ഒരു കാരണമായിട്ടുണ്ട്.

മിക്ക ഞായറാഴ്ചകളിലും ഞങ്ങൾ ഒത്തുചേരും. വൈക്കം മുഹമ്മദ് ബഷീർ, എം.ടി. വാസുദേവൻ നായർ, എൻ.പി. മുഹമ്മദ് എന്നിവരൊക്കെയുണ്ടാവും കൂട്ടത്തിൽ. വായനയെക്കുറിച്ചും പുസ്തകങ്ങളെക്കുറിച്ചും രാഷ്ട്രീയവും മാത്രമായിരുന്നില്ല, അവിടത്തെ ചർച്ച.

തികച്ചും വ്യക്തിപരമായ പ്രശ്നങ്ങൾ പരിഹരിക്കാനും പര്സപരം സഹായിക്കാനും ഈ കൂട്ടായ്മകൊണ്ട് സാധിച്ചിട്ടുണ്ട്. ഈ കൂട്ടായ്മയാണ് വാസുദേവൻ നായരും ഞാനും തമ്മിലുള്ള ബന്ധം ദൃഢപ്പെടുത്തിയത്. അദ്ദേഹത്തിന്റെ രചനകളോട് പണ്ടുമുതലേ മാനസികമായ ഒരടുപ്പമുണ്ടായിരുന്നു എനിക്ക്. ഞാനന്ന് ക്വാർട്ടേഴ്സിലാണ് താമസിക്കുന്നത്. ഇക്കൂട്ടത്തിൽ ആരുടെയെങ്കിലും വീട്ടിലായിരിക്കും ഞങ്ങളുടെ ഒത്തുകൂടൽ. ഞായറാഴ്ചയാണെങ്കിൽ ഉച്ചയ്ക്ക് ഊണ് കഴിച്ചശേഷമാണ് പിരിയുക. ചില വൈകുന്നേരങ്ങളിലും ഞങ്ങൾ എവിടെയെങ്കിലും കണ്ടുമുട്ടും. അതിനുവേണ്ടി ചില സ്ഥലങ്ങളും ഞങ്ങൾക്കുണ്ട്.

'എം.ടിയുടെ തെരഞ്ഞെടുത്ത കഥകൾ' എന്ന പുസ്തകം കറന്റ് ബുക്സ് പ്രസിദ്ധീകരിക്കാൻ തയ്യാറായപ്പോൾ വാസുദേവൻ നായർ പറഞ്ഞു. ''പുസ്തകത്തിനുവേണ്ടി എന്റെ കുറച്ച് ക്ലോസപ്പ് ഫോട്ടോകൾ എടുക്കണം.''

അങ്ങനെയാണ് അദ്ദേഹത്തിന്റെ വീട്ടിൽ ചെന്നത്. ഫോട്ടോയ്ക്ക് വേണ്ടി പോസ് ചെയ്താൽ ശരിയാവില്ലെന്ന് അദ്ദേഹത്തിനും എനിക്കുമറിയാം. വാസുദേവൻ നായർ അതിന് തയ്യാറാവുകയുമില്ല. അതിനാൽ കുറെനേരം ഞങ്ങൾ സംസാരിച്ചിരുന്നു. അതിനിടയ്ക്കാണ് ചില പടങ്ങൾ പകർത്തിയത്. അത് പിന്നീട് പുസ്തകത്തിലും കവറിലും അച്ചടിച്ചുവന്നു. അതിൽ എന്റെ ക്രെഡിറ്റ്ലൈൻ നൽകുകയും ചെയ്തു. ജീവിതത്തിൽ ഏറ്റവും സന്തോഷിച്ച നിമിഷങ്ങളിലൊന്നായിരുന്നു അത്. വാസുദേവൻ നായരെപ്പോലെ വിഖ്യാതനായ ഒരെഴുത്തുകാരന്റെ പുസ്തകത്തിൽ ഒരിടം നേടുക എന്നത് ചില്ലറക്കാര്യമല്ലല്ലോ. ഫോട്ടോകളെല്ലാം വാസുദേവൻ നായർക്ക് ഏറെയിഷ്ടമായി. അതിനുശേഷം ഫോട്ടോയുമായി ബന്ധപ്പെട്ട എന്തിനും എന്നെ മാത്രമേ വിളിക്കാറുള്ളൂ.

പിന്നീട് അദ്ദേഹം തിരക്കഥയെഴുത്തിൽ സജീവമായി. ആ സമയത്ത് അധികവും മദ്രാസിലായിരുന്നു കഴിഞ്ഞിരുന്നത്. അച്ഛന് അസുഖം വന്നപ്പോൾ ആശുപത്രിയിലെ എല്ലാ കാര്യങ്ങളും നോക്കിയിരുന്നത് ഞാനായിരുന്നു. തിരക്കായതിനാൽ മദ്രാസിൽനിന്ന് എളുപ്പം ഇങ്ങോട്ട് വരാൻ അദ്ദേഹത്തിന് കഴിഞ്ഞിരുന്നില്ല. ആദ്യകാലത്ത് മദ്രാസിലേക്ക് പോകുമ്പോൾ എന്നെയും ഒപ്പം കൊണ്ടുപോകുമായിരുന്നു. നേരെ പോകുന്നത് ശോഭനാ പരമേശ്വരൻ നായരുടെ അടുത്തേക്കാണ്. അവിടെ പി. ഭാസ്കരൻ മാഷും കാണും. പിന്നീട് സിനിമാചർച്ചകളാണ്. മദ്രാസിൽ പോകുമ്പോഴൊക്കെ വാസുദേവൻ നായർ പറയുന്നൊരു കാര്യമുണ്ട്.

''രാജൻ ഫോട്ടോഗ്രാഫിയിൽ മാത്രം ഒതുങ്ങരുത്. സിനിമാട്ടോഗ്രഫി പഠിക്കണം.''

പക്ഷേ എനിക്കെന്തോ അതിനോട് താൽപ്പര്യം തോന്നിയില്ല. വാസുദേവൻ നായരാണ് മലയാളസിനിമയെ ഔട്ട്ഡോറിലേക്ക് കൊണ്ടുപോയത്. അതുവരെ മദ്രാസിലെ സ്റ്റുഡിയോകളിലായിരുന്നു സിനിമകൾ. 'ഇരുട്ടിന്റെ ആത്മാവ്' അധികവും ഔട്ട്ഡോറിലാണ് ചിത്രീകരിച്ചത്. അതിന് ലൊക്കേഷൻ കണ്ടെത്താൻ അദ്ദേഹം ഒരുപാട് സ്ഥലങ്ങൾ കണ്ടിരുന്നു. 'ഇരുട്ടിന്റെ ആത്മാവി'നുവേണ്ടി ഫോട്ടോകൾ എടുക്കാൻ വാസുദേവൻ നായർ നിയോഗിച്ചത് എന്നെയാണ്. ഞാൻ പകർത്തിയ പ്രേംനസീറിന്റെയും ശാരദയുടെയും പടങ്ങൾ അദ്ദേഹത്തിന് ഏറെ ഇഷ്ടപ്പെട്ടിരുന്നു. ഇക്കാര്യം അദ്ദേഹം ഭാസ്കരൻ മാഷോട് പറയുകയും ചെയ്തു. മെഡിക്കൽ കോളജിലെ സ്റ്റാഫായിരുന്നെങ്കിലും സാഹിത്യകാരന്മാരുടെ ഫോട്ടോകൾ പകർത്താൻ പ്രത്യേക താൽപ്പര്യമായിരുന്നു. അതിൽ മിക്കതും മാതൃഭൂമിയിൽ പ്രസിദ്ധീകരിച്ചു വന്നിട്ടുമുണ്ട്. അത് കണ്ടിട്ടാവണം പലരും വിചാരിച്ചത് ഞാൻ മാതൃഭൂമിയിലെ ജീവനക്കാരൻ ആണെന്നാണ്. ഇപ്പോഴും അങ്ങനെ കരുതുന്നവരുണ്ട്. എന്നെ ജോലിക്കെടുക്കാൻ മാതൃഭൂമി വിളിച്ചിരുന്നു. പക്ഷേ പോയില്ല.

ഭാഷയെ മിഴിവോടെ കൂട്ടിയിണക്കാൻ മലയാളത്തിൽ വാസുദേവൻ നായർക്കല്ലാതെ മറ്റാർക്കും കഴിഞ്ഞിട്ടില്ല. അത് ജേണലിസത്തിൽനിന്ന് കിട്ടിയ പരിശീലനമാണ്. അദ്ദേഹം മാതൃഭൂമിയുടെ സഹപത്രാധിപരായിട്ടാണ് തുടങ്ങിയത്. പിന്നീട് പത്രാധിപരുമായി. ഇടയ്ക്ക് മാതൃഭൂമി വിട്ട് ക്ലാസിക് പുസ്തകങ്ങൾ പ്രസിദ്ധീകരിക്കാനായി ഒരു ബുക്ക് സ്റ്റാൾ തുടങ്ങി. മൂന്നുനാല് പുസ്തകങ്ങൾ പ്രസിദ്ധീകരിച്ചശേഷം അതുപേക്ഷിച്ചു. അതിനുശേഷമാണ് സിനിമയിൽ സജീവമായത്.

അദ്ദേഹത്തിന്റെ രീതികൾ കണ്ടുമനസ്സിലാക്കിയാണ് ഫോട്ടോ എടുക്കാറുള്ളത്. ചില സമയങ്ങളിൽ നല്ലൊരു ഫോട്ടോയ്ക്കുവേണ്ടി ഒരുപാട് സമയം കാത്തിരുന്നിട്ടുണ്ട്. ചിലപ്പോഴാകട്ടെ സെക്കന്റുകൾക്കകം സംഭവിക്കും. ഒരു ബന്ധുവിനോടെന്നപോലെയാണ് എന്നോട് പലപ്പോഴും പെരുമാറിയിട്ടുള്ളത്. പൊതുവെ അദ്ദേഹം അമിതമായി സംസാരിക്കാറില്ല. അത് പലരിലും തെറ്റിദ്ധാരണ ഉണ്ടാക്കിയിരുന്നു.

വൈക്കം മുഹമ്മദ് ബഷീറിന്റെ മരണത്തോടെയാണ് കോഴിക്കോട്ടെ സാഹിത്യസൗഹൃദ കൂട്ടായ്മകൾ ഇല്ലാതായതെന്ന് പറയാം. ആ കൂട്ടത്തിൽ ബാക്കിയുള്ളത് വാസുദേവൻ നായരും ഞാനും മാത്രമാണ്. ഇപ്പോഴും എന്തെങ്കിലും കാര്യമുണ്ടെങ്കിൽ മാത്രമേ അദ്ദേഹത്തെ വിളിക്കാറുള്ളൂ. വാസുദേവൻ നായർ ഇപ്പോഴും തിരക്കിലാണ്. അതിനിടയ്ക്ക് വിളിച്ച് ബോറടിപ്പിക്കേണ്ടതില്ലല്ലോ. എങ്കിലും കാണുമ്പോൾ വല്ലാത്തൊരു സ്നേഹം ഞങ്ങൾക്കിടയിലുണ്ട്. ജീവിതത്തിന്റെ സായാഹ്നത്തിലെത്തി നിൽക്കുമ്പോഴും ഇത്തരം ഓർമ്മകളാണ് മുമ്പോട്ടു നയിക്കുന്നത്. ■

കുടുംബത്തിന്റെ തണൽമരം
എം.ടി. രവീന്ദ്രൻ

വല്യമ്മയുടെ നാല് ആൺമക്കളിൽ ഇളയ ആളാണ് എം.ടി. ഞാനും സഹോദരിയും വിളിച്ചുശീലിച്ചത് ഉണ്ണ്യേട്ടൻ എന്നാണ്. കുട്ടിക്കാലം മുതൽ ഞങ്ങളുടെ മനസ്സിൽ ദൈവതുല്യമായ സ്ഥാനമാണ് അദ്ദേഹത്തിന്. വിദ്യാഭ്യാസത്തിന്റെ വഴികളിലൂടെ സ്വന്തം മക്കളെ നയിക്കാനാണ് വല്യമ്മയും വല്യച്ഛനും ശ്രമിച്ചത്. കോളേജ് വിദ്യാഭ്യാസം നാട്ടിൻപുറത്തെ കുട്ടികൾക്ക് അന്യമായ കാലത്ത്, കഷ്ടപ്പാടുകൾക്കിടയിലും ദൂരനഗരങ്ങളിലെ കോളേജുകളിലേക്ക് മക്കളെ പറഞ്ഞയയ്ക്കാൻ അവർ തയ്യാറായി. എന്നാൽ മക്കൾ വളർന്ന് വലുതായി ഉദ്യോഗസ്ഥരായി കണ്ട് ഏറെക്കാലം ജീവിക്കാൻ വല്യമ്മയ്ക്ക് കഴിഞ്ഞില്ല. ഇളയ മകൻ വലിയ എഴുത്തുകാരനായി മാറുമെന്ന് വല്യമ്മ കരുതിയിട്ടുണ്ടാവില്ല. ലോകമറിയുന്ന എഴുത്തുകാരന്റെ പ്രഭാവലയത്തിൽ ഒരു ദിവസമെങ്കിലും കഴിയാൻ ദൈവം അധികം ആയുസ്സ് കൊടുത്തില്ല, ആ അമ്മയ്ക്ക്.

മാടത്തിൽ തെക്കേപ്പാട്ട് തറവാടിന് നിരവധി താവഴികളുണ്ട്. കൂട്ടുകുടുംബ വ്യവസ്ഥയിൽ ബാല്യകൗമാരങ്ങൾ ചെലവഴിച്ചതുകൊണ്ടാകാം ഏത് ബന്ധുവിനെയും എളുപ്പം തിരിച്ചറിയാൻ ഉണ്ണ്യേട്ടന് കഴിയും. പരസ്പരം അറിയാതെ കഴിഞ്ഞിരുന്ന കുടുംബത്തിലെ പിന്മുറക്കാർ പലപ്പോഴും ഉണ്ണ്യേട്ടനെ അന്വേഷിച്ചുവരാറുണ്ട്. അവരെയൊക്കെ ഒരു പ്രാവശ്യം പരിചയപ്പെടുത്തിയാൽ മതി, കൃത്യമായ ബന്ധം ഉണ്ണ്യേട്ടൻതന്നെ പറഞ്ഞുകൊടുക്കും. വല്യമ്മയുടെ മക്കൾ, ചെറിയമ്മയുടെ മക്കൾ എന്ന വേർതിരിവ് ഒരിക്കലും അദ്ദേഹം കാണിച്ചിരുന്നില്ല.

കുട്ടിക്കാലത്ത് ഉണ്ണ്യേട്ടൻ വലിയ വാശിക്കാരനും വികൃതിക്കാരനുമാണെന്ന് അമ്മ പറയാറുണ്ട്. പിന്നീട് വായനയിലൂടെയും എഴുത്തിലൂടെയും അതിനെയൊക്കെ മറികടന്നു എന്നുവേണം

കരുതാൻ. ഇത്രയും വായിച്ച മനുഷ്യൻ ലോകത്തുതന്നെയുണ്ടോ എന്ന് സംശയമാണ്. ലോകത്തിന്റെ ഏതുകോണിൽ പുതിയ പുസ്തകമിറങ്ങിയാലും അത് ഒരാഴ്ചയ്ക്കുള്ളിൽത്തന്നെ ഉണ്ണ്യേട്ടന്റെ ഷെൽഫിലുണ്ടാവും.

ഞങ്ങളുടെ കുടുംബത്തിന്റെ തണൽമരമാണ് ഉണ്ണ്യേട്ടൻ. ഇപ്പോൾ അപൂർവമായേ അദ്ദേഹം കൂടല്ലൂരിലേക്ക് വരാറുള്ളൂ. ഇതുവഴിയാണ് യാത്രയെങ്കിൽ കൂടല്ലൂരിൽ ഇറങ്ങി വിശ്രമിക്കും. അപ്പോഴേക്കും പഴയ കൂട്ടുകാരിൽ ആരെങ്കിലുമെത്തും. അവരോട് എത്ര സംസാരിച്ചാലും ഉണ്ണ്യേട്ടന് മതിവരില്ല. സംസാരിക്കാൻ വേണ്ടിത്തന്നെയാണ് നിളയുടെ തീരത്ത് അരയേക്കർ സ്ഥലം വാങ്ങി ചെറിയൊരു വീട് നിർമ്മിച്ചത്. മകളുടെ പേരാണ് ആ വീടിനിട്ടത്. അശ്വതി. ഇന്നിപ്പോൾ നിളയുടെ അവസ്ഥ പരിതാപകരമാണ്. കാടും പുല്ലും വളർന്ന് ഇടവപ്പാതിയിൽപോലും ഒഴുക്ക് തടസ്സപ്പെട്ടിരിക്കുന്നു. കുട്ടിക്കാലത്ത് ഉണ്ണ്യേട്ടനും ഞാനുമൊക്കെ പോയിരിക്കാറുള്ള മണൽപ്പരപ്പുകൾപോലും നഷ്ടപ്പെട്ടു. നിളയുടെ ഈ അവസ്ഥയിൽ ഉണ്ണ്യേട്ടന് അതിയായ സങ്കടമുണ്ട്. അതുകൊണ്ടായിരിക്കണം അദ്ദേഹം കൂടല്ലൂരിലേക്കുള്ള യാത്ര കുറച്ചിട്ടുണ്ടാവുക.

ആദ്യകാലത്ത് ഉണ്ണ്യേട്ടൻ 'അശ്വതി'യിലെത്തുമ്പോൾ ഒരുപാട് ബാല്യകാല സുഹൃത്തുക്കൾ കാണാനെത്തും. അടുത്ത കൂട്ടുകാരൻ കുഞ്ഞാൻ മരിച്ചു. ദീർഘകാലം പഞ്ചായത്ത് പ്രസിഡന്റായിരുന്ന അപ്പുണ്ണിമേനോനും ഇപ്പോഴില്ല. 'സ്വർഗവാതിൽ തുറക്കുന്ന സമയം' നോക്കിയിരുന്ന കുട്ടിനാരായണനും ഈ ലോകം വിട്ടുപോയി. കഥാപാത്രങ്ങൾ പടിയിറങ്ങിപ്പോയതിലും ഉണ്ണ്യേട്ടന് വേദനയുണ്ട്. ഇപ്പോൾ കൂടല്ലൂരിലെത്തുന്നത് ഉണ്ണ്യേട്ടന്റെ വായനക്കാരും ആരാധകരുമാണ്. ജനിച്ച ഗ്രാമവും വളർന്ന തറവാട്ടുവീടുമൊക്കെ കണ്ട് അവർ മടങ്ങുന്നു. ഉണ്ണ്യേട്ടന്റെ ആയുസ്സിനും ആരോഗ്യത്തിനും വേണ്ടി ക്ഷേത്രങ്ങളിൽ വഴിപാട് നടത്തുന്ന ആരാധകരെ വരെ കണ്ടിട്ടുണ്ട്. ഒരുപക്ഷേ ലോകത്ത് ഒരെഴുത്തുകാരനും കിട്ടാത്തൊരു ഭാഗ്യമാണിതൊക്കെ. പലരും വിചാരിക്കുന്നത് എം.ടി. ഇപ്പോഴും താമസിക്കുന്നത് കൂടല്ലൂരിലാണെന്നാണ്. ഇപ്പോഴും കൂടല്ലൂരിലെ പോസ്റ്റ് ഓഫീസിൽ ഉണ്ണ്യേട്ടനെ തേടി കത്തുകൾ വരാറുണ്ട്. അതെല്ലാം പോസ്റ്റുമാൻ കോഴിക്കോട്ടേക്ക് റീഡയറക്ട് ചെയ്യും.

ഉണ്ണ്യേട്ടന് എന്റമ്മയെ വലിയ ഇഷ്ടമായിരുന്നു. ഒരുപാട് നോവലുകളിലും കഥകളിലുമൊക്കെ അമ്മ കഥാപാത്രമായി വന്നിട്ടുണ്ട്. ഏട്ടത്തിയുടെ മക്കൾ, അനിയത്തിയുടെ മക്കൾ എന്ന വേർതിരിവൊന്നും കാണിക്കാറില്ല. ഉണ്ണ്യേട്ടൻ വലിയ എഴുത്തുകാരനായി

മാറിയ അവസരത്തിലും അമ്മയെ കാണാൻ ഇടയ്ക്കിടെ കൂടല്ലൂരിലെ വീട്ടിലെത്തും. അമ്മയ്ക്കും ഉണ്ണ്യേട്ടനോട് വലിയ താൽപ്പര്യമാണ്. വരുന്നു എന്നറിഞ്ഞാൽ തലേദിവസംമുതൽ അമ്മ അതിയായ സന്തോഷത്തിലായിരിക്കും. ഇടയ്ക്കിടെ എന്നെ വിളിച്ച് ചോദിക്കും, ''രവിയേ, ഉണ്ണി നാളെയല്ലേ ഇവിടേക്ക് വരണത്?'' വന്നു കഴിഞ്ഞാൽ അമ്മയ്ക്ക് എന്തെങ്കിലും കൈനീട്ടം കിട്ടണം. ഇക്കാര്യം ഉണ്ണ്യേട്ടനും അറിയാവുന്നതിനാൽ കൈനീട്ടം നൽകിയ ശേഷമേ പോകാറുള്ളൂ. അമ്മയോടുള്ള ഇഷ്ടംതന്നെയാണ് എന്നോടുമുണ്ടായിരുന്നത്.

ചെറുപ്പത്തിൽത്തന്നെ എന്റെ അച്ഛൻ മരിച്ചിരുന്നു. അതിനുശേഷം എന്നിൽ ഒരു ശ്രദ്ധ എപ്പോഴുമുണ്ടാകാറുണ്ട്. ഞങ്ങൾ തമ്മിൽ പത്തുവയസ്സിന്റെ വ്യത്യാസമുണ്ട്. ഞാൻ ഹൈസ്കൂളിൽ പഠിക്കുന്ന സമയത്ത് ഉണ്ണ്യേട്ടന് ജോലി 'മാതൃഭൂമി'യിലാണ്. അക്കാലത്ത് സ്കൂളിൽ ആറു രൂപ ഫീസ് കൊടുക്കണം. സാമ്പത്തികമായി പ്രയാസമനുഭവിക്കുന്ന കാലമാണത്. എങ്ങനെ ഫീസടയ്ക്കുമെന്ന ടെൻഷനിൽ കഴിയുന്ന സമയത്താണ് ഉണ്ണ്യേട്ടൻ സഹായവുമായി എത്തിയത്. അദ്ദേഹം എന്റെ അവസ്ഥ എങ്ങനെയോ അറിഞ്ഞു. അതിനുശേഷം എല്ലാ മാസവും പത്തുരൂപ മണിയോർഡറായി അയച്ചു തരും. ആ പണംകൊണ്ടാണ് ഫീസ് കൊടുത്തിരുന്നത്. പത്തുപൈസ കൊടുത്താൽ അന്ന് സ്കൂൾ കാന്റീനിൽനിന്ന് ഊണു കിട്ടും. അതും കഴിച്ച് ബാക്കി വരുന്ന കാശ് അമ്മയുടെ കൈയിൽ കൊടുക്കും.

കുടുംബത്തോട് വല്ലാത്ത ഒരിഷ്ടമാണ് ഉണ്ണ്യേട്ടന്. വലിയ എഴുത്തുകാരനായി മാറിയിട്ടും ആരെയും മറന്നില്ല. കുടുംബത്തിലെ ഓരോരുത്തരുടെയും സാമ്പത്തികസ്ഥിതി അദ്ദേഹത്തിന് നന്നായി അറിയാം. പ്രയാസം അനുഭവിക്കുന്ന ഒരുപാടുപേരെ സഹായിച്ചത് എനിക്കറിയാം. പ്രധാന പുസ്തകപ്രസാധകർ റോയൽറ്റി അയയ്ക്കാൻ തുടങ്ങുമ്പോൾ അത് ഇന്നയാളുടെ പേരിൽ മണിയോർഡറായി അയച്ചേക്കൂ എന്നാണ് പറയാറ്. പ്രസാധകരുടെ വരവു ചെലവ് പുസ്തകത്തിൽ ഇപ്പോഴുമുണ്ടാകും, ആ കണക്കുകൾ. എന്നാൽ അതാരാണെന്ന് ഒരിക്കലും പറയാറില്ല. ഇടതുകൈ ചെയ്യുന്നത് വലതുകൈ അറിയരുത് എന്നാണ് ഉണ്ണ്യേട്ടന്റെ പ്രമാണം.

അസുഖം വന്ന് കിടപ്പിലായ ബന്ധുക്കളെവരെ സഹായിച്ചിട്ടുണ്ട്. അക്കൂട്ടത്തിൽ എഴുത്തുകാർ വരെയുണ്ട്.

പണ്ടൊക്കെ ഓണത്തിനും വിഷുവിനുമൊക്കെ കുടുംബസമേതം തറവാട്ടിൽ വരുമായിരുന്നു. ഒരു ദിവസം കുടുംബത്തോടൊപ്പം

കഴിഞ്ഞ് പിറ്റേ ദിവസം തിരിച്ചുപോകും. വിശേഷദിവസങ്ങളിൽ കൂടല്ലൂരിലേക്ക് വരാൻ നിർബന്ധിക്കുന്നത് വല്യേട്ടനും ഭാര്യയുമാണ്. വല്യേട്ടന്റെ ഭാര്യ ഉണ്ണ്യേട്ടന് 'ഓപ്പു'വാണ്. അച്ഛന്റെ മരുമകളാണവർ. ഉണ്ണ്യേട്ടന് കഷ്ടിച്ച് പത്തുവയസ്സായ കാലത്തായിരുന്നു വല്യേട്ടന്റെ വിവാഹം. ഓപ്പ നന്നായി വായിക്കുമായിരുന്നു. എഴുതാൻ തുടങ്ങിയ കാലത്ത് ഉണ്ണ്യേട്ടന്റെ ആദ്യവായനക്കാരി ഏട്ടത്തിയമ്മയാണെന്ന് കേട്ടിട്ടുണ്ട്. അവർ കൃത്യമായ അഭിപ്രായവും പറയും. എന്റെ സഹോദരിയുടെ വീട് ഒരു കുന്നിൻമുകളിലാണ്. താന്നിക്കുന്നിലെ പ്രകൃതിരമണീയമായ ഇടം ഉണ്ണ്യേട്ടന് ഭയങ്കര ഇഷ്ടമാണ്. എഴുത്തുകാരനായി അറിയപ്പെട്ട സമയത്ത് കൂടല്ലൂരിലെ വീട്ടിലെത്തുമ്പോൾ ആരാധകരും സുഹൃത്തുക്കളും ബന്ധുക്കളുമൊക്കെയായി ഒരുപാടുപേർ കാണാനെത്തും. ആ സമയത്ത് ഒന്നും എഴുതാൻ കഴിയില്ല. എന്തിന് ഭക്ഷണം കഴിക്കാൻപോലും സമയം കിട്ടില്ല. 'രണ്ടാമൂഴം' എഴുതുന്നത് സഹോദരിയുടെ താന്നിക്കുന്നിലെ വീട്ടിൽവച്ചാണ്.

തറവാട്ടിലെ ഭഗവതിയുടെ അനുഗ്രഹം എപ്പോഴും ഉണ്ണ്യേട്ടനൊപ്പമുണ്ട്. ഒരു കർഷകകുടുംബത്തിൽ ജനിച്ച് നാട്ടിൻപുറത്തിന്റെ നന്മകൾ കണ്ട് വളർന്നതുകൊണ്ടാവാം അത് ജീവിതത്തിലും പിന്തുടരാൻ അദ്ദേഹത്തിന് കഴിഞ്ഞിട്ടുണ്ടാവുക. ഉണ്ണ്യേട്ടൻ ഒരിക്കലും സ്വന്തം ഗ്രാമത്തിന്റെ പേര് ചേർത്തല്ല എഴുതിയിരുന്നത്. വായനക്കാർ എഴുത്തുകാരന്റെ ജന്മദേശം കണ്ടെത്തുകയായിരുന്നു. കൂടല്ലൂർ എന്ന ഗ്രാമം അങ്ങനെയാണ് ആഗോളപ്രശസ്തിയിലെത്തിയത്. എം.ടി. എന്ന പ്രതിഭയുടെ വെളിച്ചത്തിലാണ് ഞങ്ങൾ കുടുംബക്കാരിപ്പോഴും കഴിയുന്നത്. എന്തുകാര്യം പറഞ്ഞാലും സാധിച്ചുതരും, ഉണ്ണ്യേട്ടൻ. ആ തണലിന്റെ തണുപ്പിൽ എല്ലാവരും കൃതാർത്ഥരാണ്. അതുമാത്രം മതി ഞങ്ങൾക്ക്.

■

എന്റെ കാണപ്പെട്ട ദൈവം

പി. ശങ്കരനാരായണൻ

കോളേജിൽ പഠിക്കുന്ന കാലത്ത് കഥകൾ വായിക്കാനായിരുന്നു താൽപര്യം. പുളിമാന പരമേശ്വരൻ പിള്ള, പോഞ്ഞിക്കര റാഫി, ടാറ്റാപുരം സുകുമാരൻ എന്നിവരുടെ കഥകൾ വായനശാലയിൽ നിന്നും തിരയുന്നതിനിടയ്ക്കാണ് 'രക്തം പുരണ്ട മൺതരികൾ' എന്ന കഥാസമാഹാരം കൈയിൽ കിട്ടിയത്. രചയിതാവ് എം.ടി. വാസുദേവൻ നായർ. പാലക്കാട് വിക്ടോറിയ കോളജിൽ പഠിക്കുമ്പോൾ സുഹൃത്തുക്കൾ ചേർന്ന് പുറത്തിറക്കിയ ആദ്യസമാഹാരമാണത്. വീട്ടിൽ കൊണ്ടുപോയ ശേഷം ഒറ്റയിരുപ്പിനുതന്നെ വായിച്ചുതീർത്തു. പിന്നീട് വായനശാലയിൽ പോകുമ്പോഴൊക്കെ ഞാൻ അന്വേഷിക്കുന്നത് വാസുദേവൻ നായരുടെ പുതിയ പുസ്തകം വന്നിട്ടുണ്ടോ എന്നാണ്. അദ്ദേഹത്തിന്റെ പുസ്തകം വായനശാലയിൽ എത്തുമ്പോൾ ആദ്യം വായിക്കുന്നത് ഞാനാണ്. പിന്നീടെനിക്ക് റെയിൽവേയിൽ ജോലി കിട്ടി ബോംബെയിലേക്ക് പോയി. എന്നാൽ അവിടെയുണ്ടായ ചില പ്രശ്നങ്ങൾ കാരണം ഞാനടക്കമുള്ളവരുടെ റിക്രൂട്ട്മെന്റ് സർക്കാർ റദ്ദാക്കി. അതോടെ സ്വന്തം നാടായ വടക്കാഞ്ചേരിയിലേക്ക് തിരിച്ചുപോരേണ്ടിവന്നു. വായന കൂടുതൽ ദൃഢമായി.

വാസുദേവൻ നായരുടെ പുസ്തകങ്ങൾ വായിച്ചപ്പോഴാണ് കഥ എഴുതിത്തുടങ്ങിയാലോ എന്ന മോഹമുണ്ടായത്. ആദ്യമാദ്യം എഴുതിയ കഥകൾ ആരെയും കാണിച്ചില്ല. ഒരുപാടെഴുതിയപ്പോൾ പ്രസിദ്ധീകരിച്ചു കാണണമെന്നു തോന്നി. അന്ന് 'മാതൃഭൂമി'യും 'ജയകേരള'വും മാത്രമാണ് പ്രസിദ്ധീകരണങ്ങൾ. 'മാതൃഭൂമി'യിലുള്ളത് എന്റെ പ്രിയപ്പെട്ട എഴുത്തുകാരനായ വാസുദേവൻ നായരാണ്. അദ്ദേഹം വായിച്ച് വിലയിരുത്തുന്നതുതന്നെ ഭാഗ്യമാണ്. ഞാൻ തപാലിൽ കഥ അയച്ചു. പത്തു ദിവസത്തിനകം മറുപടിക്കവറിൽ കഥ തിരിച്ചുവന്നു. ഒപ്പം എം.ടി. വാസുദേവൻ നായരുടെ ഒരു കുറിപ്പും.

‘‘കഥയുടെ ആദ്യഭാഗം നന്നായി. പക്ഷേ അവസാനമെത്തുമ്പോ ഴേക്കും പോരാ. ഇനിയും എഴുതിയെഴുതി പരിശീലിക്കേണ്ടതുണ്ട്. ഇനിയും എഴുതുക. നല്ലൊരു കഥാകാരനാകാൻ ശങ്കരനാരായണന്നു കഴിയും.’’

കഥ പ്രസിദ്ധീകരിക്കാതെ തിരിച്ചുവന്നാൽ ഏതൊരു എഴുത്തു കാരനും സങ്കടമുണ്ടാകും. എന്നാൽ എനിക്ക് അങ്ങനെയല്ല തോന്നി യത്. വാസുദേവൻ നായർ എന്ന മഹാനായ എഡിറ്റർ അത് വായിച്ച് അഭിപ്രായം പറഞ്ഞതുതന്നെയാണ് ഭാഗ്യം. അദ്ദേഹത്തിന്റെ പ്രോത്സാഹനത്താൽ ഞാൻ വീണ്ടും വീണ്ടും എഴുതിക്കൊണ്ടി രുന്നു. പതിവുപോലെ മാതൃഭൂമിയിലേക്ക് അയയ്ക്കും. പത്തുദിവസം കഴിഞ്ഞാൽ തിരിച്ചുവരും. നാൽപ്പത് കഥകൾ തിരിച്ചുവന്നപ്പോൾ ഞാനൊരു കാര്യം ഉറപ്പിച്ചു. ഇനി വാസുദേവൻ നായരെ പോയൊന്ന് കാണണം. തൃശ്ശൂരിനപ്പുറത്തെ ലോകം കാണാത്ത ഞാൻ ആദ്യ മായി കോഴിക്കോട്ടേക്ക് ബസ് കയറി. 1956 ജൂൺ 17ന് രാവിലെ ഒൻപതേകാലിന് മാതൃഭൂമി ഓഫീസിലെത്തി അന്വേഷിച്ചപ്പോൾ എത്തിയിട്ടില്ലെന്നും അർജന്റാണെങ്കിൽ വീട്ടിൽ പോയി കാണാ മെന്നും സെക്യൂരിറ്റി ജീവനക്കാരന്റെ മറുപടി. പോകേണ്ട വഴിയും അദ്ദേഹം പറഞ്ഞുതന്നു. മലയാള മനോരമ ഓഫീസിലെത്തുന്ന തിന് മുമ്പുള്ള കരുണാകര ഫാർമസിക്ക് തൊട്ടടുത്താണ് എം.ടി യുടെ വാടകവീട്. വീട്ടിലേക്ക് കയറിച്ചെല്ലുമ്പോൾ പൂമുഖത്ത് പ്രായമുള്ള ആൾ ഇരിക്കുന്നു. എം.ടിയുടെ അച്ഛൻ നാരായണൻ നായർ. ചികിത്സയ്ക്കുവേണ്ടി മകന്റെ വീട്ടിലെത്തിയതാണ്.

‘‘വാസു ഓഫീസിലേക്ക് പോയല്ലോ.’’

അച്ഛന്റെ മറുപടി കേട്ടപ്പോൾ വന്ന വഴി വീണ്ടും മാതൃഭൂമിയി ലേക്ക്. അച്ചടിച്ച പത്രക്കടലാസിന്റെ മണം നിറഞ്ഞുനിന്ന മുറിയിലെ മരഗോവണിയിലൂടെ മുകളിലേക്ക് കയറി. ആരോ ഒരാൾ വാസു ദേവൻ നായരുടെ മുറി കാണിച്ചുതന്നു. മുറിയിൽ രണ്ടുപേർ ഇരി ക്കുന്നു. പ്രായമുള്ള ആളും ചെറുപ്പക്കാരനും. ചെറുപ്പക്കാരനെ ഒറ്റനോട്ടത്തിൽ തിരിച്ചറിഞ്ഞു. വാസുദേവൻ നായർ. പ്രായമുള്ള ആൾ എൻ.വി. കൃഷ്ണവാര്യരാണെന്ന് പിന്നീടറിഞ്ഞു.

‘‘ഞാൻ ശങ്കരനാരായണൻ. തൃശ്ശൂരിൽനിന്നും സാറിനെ കാണാൻ വേണ്ടി മാത്രം വന്നതാണ്.’’

കാര്യം പറഞ്ഞപ്പോൾ എം.ടി. എന്നോട് ഇരിക്കാൻ പറഞ്ഞു. പെട്ടെന്നാണ് ചായക്കാരൻ വന്നത്. എനിക്കുകൂടി ഒരു ചായ തരാൻ പറഞ്ഞു. അയാൾ ചായ മേശപ്പുറത്തുവച്ചു. മനസ്സിലുണ്ടായ വെപ്രാളംകൊണ്ട് ചായ കൈകൊണ്ട് തട്ടി മറിഞ്ഞു. എം.ടിയുടെ

മേശപ്പുറത്തുവച്ച ഫയലുകളിലേക്കും പേപ്പറുകളിലേക്കും അതൊഴുകി. ഞാനാകെ അസ്വസ്ഥനായി. ആരംഭംതന്നെ മോശമായല്ലോ. പഴയ പേപ്പർ ഉപയോഗിച്ച് വൃത്തിയാക്കാൻ തുനിഞ്ഞപ്പോൾ, എം.ടി. വേണ്ടെന്ന് പറഞ്ഞു. വീണ്ടും ചായക്കാരനെ വിളിച്ച് എനിക്ക് ചായ തന്നപ്പോഴാണ് സമാധാനമായത്.

''കഥകൾ ശ്രദ്ധിക്കാറുണ്ട്. പശ്ചാത്തലമൊക്കെ മനോഹരം. ഇവിടെ പ്രസിദ്ധീകരിച്ചില്ലെന്നു കരുതി സങ്കടപ്പെടേണ്ടതില്ല. മറ്റു പ്രസിദ്ധീകരണങ്ങളിലും എഴുതുക. കൂടുതൽ വായിക്കുക.''

വാക്കുകൾ ശ്രദ്ധിച്ചും സൂക്ഷിച്ചും ഉപയോഗിച്ച എഡിറ്ററെയാണ് ഞാനവിടെ കണ്ടത്. അധികം സംസാരിക്കാതെ ഞാനവിടം വിട്ടു. പിന്നീടും കഥകളെഴുതി അയച്ചുകൊണ്ടേയിരുന്നു. അതൊക്കെയും എം.ടിയുടെ കുറിപ്പോടെ തിരിച്ചുവന്നു. പലപ്പോഴും കൈയൊപ്പോടു കൂടിയ ആ കുറിപ്പുകൾ കിട്ടാനും വായിക്കാനും വേണ്ടി മാത്രമാണ് കഥകൾ അയച്ചത്. ഒപ്പം പോരായ്മകളെ മനസ്സിലാക്കാനും. കുറച്ചു നാളുകൾ കഴിഞ്ഞപ്പോൾ എം.ടി. 'മാതൃഭൂമി' വിട്ടു. അതിനുശേഷം കഥകൾ അയച്ചതേയില്ല. എങ്കിലും എഴുതിക്കൊണ്ടേയിരുന്നു.

1982ലാണ് എം.ടി. വീണ്ടും 'മാതൃഭൂമി'യിൽ ജോയിൻ ചെയ്യുന്നത്. അതറിഞ്ഞപ്പോൾ വീണ്ടും കഥകൾ അയയ്ക്കാൻ തുടങ്ങി. ആ സമയത്ത് എനിക്ക് കൂടുതൽ പക്വത വന്നതുകൊണ്ടാവാം, കഥ പ്രസിദ്ധീകരിച്ചു. പിന്നീട് തുടരെത്തുടരെ എഴുതി. ഇടയ്ക്കിടെ ഞാൻ അദ്ദേഹത്തെ കാണാൻ പോകും. കുറച്ചുസമയം സംസാരിക്കും. കത്തുകളെഴുതും. പതുക്കെപ്പതുക്കെ ഞങ്ങൾ തമ്മിലുള്ള സൗഹൃദം ദൃഢമായി. എന്റെ അമ്മയ്ക്ക് അദ്ദേഹത്തെ വലിയ ഇഷ്ടമായിരുന്നു. ഇക്കാര്യം പറഞ്ഞപ്പോൾ അദ്ദേഹം പറഞ്ഞു - ഒരു ദിവസം ഞാൻ ശങ്കരനാരായണന്റെ അമ്മയെ കാണാൻ വരുന്നുണ്ട്.

പാലക്കാട് പി.ഡബ്ല്യൂ.ഡി ഓഫീസിൽ എൻജിനിയറായ സമയത്ത് ഒരു ദിവസം ഞാൻ വാസുദേവൻ നായരെ ഫോണിൽ വിളിച്ചു.

''നാളെ മുതൽ ഞാൻ ചെറുതുരുത്തി റസ്റ്റ്ഹൗസിൽ കാണും. 'പഞ്ചാഗ്നി' എന്നു പേരിട്ട സിനിമയുടെ ചർച്ചയും എഴുത്തും നടക്കുകയാണ്. സമയം കിട്ടുമ്പോൾ ശങ്കരനാരായണൻ അതുവഴി വരണം.''

എം.ടിയുടെ നിർദ്ദേശം. രണ്ടു ദിവസം കഴിഞ്ഞ് ഒരുച്ചയ്ക്ക് ഞാൻ ചെറുതുരുത്തിയിലെത്തി. എം.ടിയുടെ മുറിയിൽ ശോഭനാ പരമേശ്വരൻ നായരുമുണ്ട്.

''ഇന്ന് ശങ്കരനാരായണനൊപ്പം ഞാനും വീട്ടിലേക്ക് വരണുണ്ട്. എനിക്ക് അമ്മേയെ കാണണം.''

അന്നാണ് വാസുദേവൻ നായർ ആദ്യമായി എന്റെ വീട്ടിലേക്ക് വന്നത്. അമ്മയോട് ഒരുപാടു നേരം സംസാരിച്ചു. രാത്രി ഭക്ഷണം കഴിച്ചതിനുശേഷമാണ് അവിടം വിട്ടത്. പിന്നീട് എപ്പോൾ കാണുമ്പോഴും അമ്മയെക്കുറിച്ചാണ് ചോദിക്കുക. ഒപ്പം വീട്ടുവിശേഷങ്ങളും. എനിക്ക് നാലു പെൺകുട്ടികളാണ്. അതിൽ മൂന്നുപേരുടെ വിവാഹത്തിനും വാസുദേവൻ നായർ വന്നിരുന്നു. വരിക മാത്രമല്ല, ഒരു സഹോദരനെപ്പോലെ എനിക്കൊപ്പം നിൽക്കുകയും ചെയ്തു. അദ്ദേഹത്തിന്റെ വീട്ടിലെ എല്ലാ പ്രധാന ചടങ്ങുകൾക്കും ഞാനുണ്ടാകാറുണ്ട്. കർക്കടകത്തിലെ ഉത്രട്ടാതി ആണ് എം.ടിയുടെ ജന്മനക്ഷത്രം. അദ്ദേഹം വീട്ടിലുള്ള എല്ലാ പിറന്നാളിനും ഞാനും കോഴിക്കോട് കൊട്ടാരം റോഡിലെ വീട്ടിലെത്തും. ഉച്ചയ്ക്ക് പിറന്നാൾ സദ്യ ഉണ്ടിട്ടേ തിരിച്ചുവരികയുള്ളൂ. അത് എം.ടി. ക്ഷണിച്ചിട്ടൊന്നുമല്ല. ആ ദിവസം ഓർത്തുവച്ചുകൊണ്ട് ചെല്ലുന്നതാണ്.

വാസുദേവൻ നായർ എഴുപത്തിയഞ്ചാം പിറന്നാൾ ആഘോഷിച്ചത് എന്റെ നാട്ടിലായിരുന്നു. വടക്കാഞ്ചേരിയിലെ പബ്ലിക് ലൈബ്രറിയിലേക്ക് ഞാനാണ് ക്ഷണിച്ചത്. അന്ന് അദ്ദേഹത്തിന്റെ സാന്നിധ്യത്തിൽ ഞങ്ങൾ എഴുപത്തിയഞ്ചു തിരികൾ കത്തിച്ചുവച്ചു. എൺപതാം ജന്മദിനവും ലൈബ്രറിയിൽ ഞങ്ങൾ ആഘോഷിച്ചിരുന്നു. അന്ന് എം.ടിക്ക് വരാൻ കഴിഞ്ഞില്ല. പകരം ബന്ധുവായ എം.ടി. രവീന്ദ്രനും കുടുംബവുമാണ് വന്നത്.

എന്നെ വലിയ വിശ്വാസമാണ് അദ്ദേഹത്തിന്. അടുപ്പിക്കാൻ പറ്റുന്നവരുമായി മാത്രമേ എം.ടി. ചങ്ങാത്തം കൂടാറുള്ളൂ. അതുകൊണ്ടുതന്നെ അദ്ദേഹത്തിന് അധികം സുഹൃത്തുക്കളില്ല. പുറത്തുനിന്ന് നോക്കുമ്പോൾ പരുക്കൻ സ്വഭാവമാണെന്ന് തോന്നും. എന്നാൽ ആ പാറയ്ക്കുള്ളിൽ തെളിനീരിന്റെ വറ്റാത്ത ഉറവയുണ്ട്. അടുത്തറിയുന്നവർക്കേ അത് മനസ്സിലാവുകയുള്ളൂ. ഞങ്ങൾ കാണുമ്പോൾ സാഹിത്യം സംസാരിക്കാറേയില്ല. കുടുംബത്തെക്കുറിച്ചാണ് ചോദിക്കുക. ഇത്രയും കാലത്തെ സൗഹൃദമുണ്ടായിട്ടും ഒരുകാര്യം പോലും എം.ടിയോട് ആവശ്യപ്പെട്ടിട്ടില്ല. എന്റെ കഥപോലും പ്രസിദ്ധീകരിക്കണമെന്ന് പറയാറില്ല. 'മാതൃഭൂമി' പത്രാധിപരായ സമയത്ത് എം.ടിയുടെ പേരിലല്ല, പത്രാധിപർ എന്നെഴുതിയാണ് കഥകൾ അയയ്ക്കാറുള്ളത്.

വടക്കാഞ്ചേരിയിൽ ഞാൻ സ്വന്തമായി വീട് പണിയുമ്പോൾ മുതൽ മനസ്സിലൊരാഗ്രഹമുണ്ട്. എം.ടിയുടെ 'നീലക്കുന്നുകൾ'

എന്ന കഥയുടെ പേര് വീടിനിടണം. എന്നാൽ ഗൃഹപ്രവേശത്തിന്റെ സമയത്താണ് 'നിർമ്മാല്യം' എന്ന സിനിമയുടെ പ്രവർത്തനങ്ങൾ നടക്കുന്നത്. അതോടെയാണ് ഞാൻ എന്റെ വീടിന് 'നിർമ്മാല്യം' എന്ന പേരിട്ടത്.

എന്റെ വീടിന്റെ ഡ്രോയിംഗ് റൂമിൽ ഒരു ദൈവത്തിന്റെ പടം മാത്രമേയുള്ളൂ. അത് വാസുദേവൻ നായരുടേതാണ്. എന്റെ സുഹൃത്തായ ആർട്ടിസ്റ്റ് ശ്രീധരൻ വരച്ച ചിത്രം. ശ്രീധരൻ സംവിധായകൻ ഭരതനൊപ്പം ആർട്സ് കോളേജിൽ പഠിച്ചതാണ്. എം.ടിയെ പരിചയമില്ലാത്ത ചിലർ വീട്ടിൽ വന്നാൽ ചോദിക്കും - അച്ഛനാണോ ഇതെന്ന്. അതെയെന്ന് ഞാൻ മറുപടിയും നൽകും. എം.ടിയെ അറിയുന്നവർക്ക് ചോദിക്കാനുള്ളത്, എന്തുകൊണ്ട് ഈ ഫോട്ടോ ഇവിടെ വയ്ക്കുന്നു എന്നതാണ്. അവരോട് ഞാൻ പറയും. എനിക്ക് കാണപ്പെട്ട ഒരേയൊരു ദൈവമേയുള്ളൂ. അത് വാസുദേവൻ നായരാണ് എന്ന്.

■

മോനിഷയുടെ എം.ടിയങ്കിൾ

ശ്രീദേവി ഉണ്ണി

വാസ്വേട്ടൻ ഇന്നും ഞങ്ങളുടെ വീട്ടിലെ ഒരംഗമാണ്. ബാംഗ്ലൂരിൽ വന്നാൽ വീട്ടിൽ കയറാതെ പോകാറില്ല. മോനിഷ ജീവിച്ചിരുന്ന കാലത്തായിരുന്നു കൂടുതലും വന്നുകൊണ്ടിരുന്നത്. പൊതുവെ നർമ്മബോധമുള്ള കൂട്ടത്തിലാണ് എന്റെ ഭർത്താവ് ഉണ്ണിയേട്ടൻ. ആ സ്വഭാവം മക്കളായ സജിത്തിനും മോനിഷയ്ക്കും കിട്ടിയിട്ടുണ്ട്. മോനിഷയോടൊപ്പം ചേർന്നാൽ വാസ്വേട്ടനും കുറെനേരത്തേക്ക് കുട്ടികളെപ്പോലാവും. പൊതുവെ ചിരിക്കാൻ പിശുക്ക് കാണിക്കുന്ന വാസ്വേട്ടൻ പൊട്ടിച്ചിരിക്കുന്നത് കണ്ടത് മോനിഷയുടെ മുമ്പിലാണ്. ഒരു ദിവസം വൈകിട്ട് രണ്ടുപേരും ചേർന്ന് തലതല്ലിച്ചിരിക്കുന്നത് കണ്ടപ്പോൾ ഞാൻ മോനിഷയോട് ചോദിച്ചു, ''ഇങ്ങനെ ചിരിക്കാൻ മാത്രം എന്തുണ്ടായി?'' എന്റെ മറുപടി കേട്ടിട്ടും ചിരിയുടെ ശക്തി കൂടുകയല്ലാതെ കുറഞ്ഞില്ല.

''ഈ അമ്മ ട്യൂബ്ലൈറ്റ് പോലെയാണ്. തമാശ പറഞ്ഞാൽ പോലും കുറെനേരം കഴിഞ്ഞാലേ മനസ്സിലാവുകയുള്ളൂ.''

അതുകേട്ട് വീണ്ടും ചിരിച്ചുകൊണ്ട് വാസ്വേട്ടൻ പറഞ്ഞത് ഇപ്പോഴുമോർമ്മയുണ്ട്. ''ജീവിതത്തിൽ ഞാനേറ്റവും ചിരിച്ചിട്ടുള്ളത് ഇവളുടെ തമാശകൾ കേട്ടിട്ടാണ്.''

വീട്ടിലെത്തിയാൽ ഒരു മോളായി കൊണ്ടുനടക്കുകയാണ് പതിവ്. ഞങ്ങളുടെ കുടുംബത്തിലെ എല്ലാ സങ്കടവും സന്തോഷവും ഷെയർ ചെയ്യുന്നത് വാസ്വേട്ടനോടാണ്. ഉണ്ണിയേട്ടന് സഹോദരന്മാരില്ല. അതുകൊണ്ടുതന്നെ ജ്യേഷ്ഠന്റെ സ്ഥാനത്താണ് അദ്ദേഹത്തെ കരുതുന്നത്. മോനിഷയുടെ കാര്യത്തിൽ എന്തു തീരുമാനമെടുക്കണമെങ്കിലും ഉണ്ണിയേട്ടൻ വാസ്വേട്ടനോട് അഭിപ്രായം ചോദിക്കും. പ്രത്യേകിച്ചും സിനിമയുടെ കാര്യത്തിൽ.

ബാംഗ്ലൂരിലെ വീട്ടിലേക്ക് വാസ്വേട്ടൻ വരുന്ന കാര്യം ആരോടും പറയാറില്ല. സ്വന്തം വീട്ടിൽ ഒരംഗം വരുന്നത് എന്തിന് പബ്ലിസിറ്റി

ആക്കണം എന്ന അഭിപ്രായമാണ് ഉണ്ണിയേട്ടന്. അദ്ദേഹം വന്നു എന്നറിഞ്ഞാൽ ആരാധകർ കൂടുമെന്നറിയാം. ഇന്റർവ്യൂ ചെയ്യാനും സംസാരിക്കാനുമായി ധാരാളം പേർ വരും.

''ഇവിടെ വന്നിരിക്കുമ്പോൾ വല്ലാത്തൊരു ശാന്തതയാണ് ഞാൻ അനുഭവിക്കുന്നത്'' എന്ന് വാസ്വേട്ടൻ പറയാറുണ്ട്. ഈയൊരു റിലാക്സ് നഷ്ടപ്പെടരുതെന്ന് കരുതിയാണ് ഞങ്ങളാരെയും അറിയിക്കാത്തതും. വൈകിട്ട് ഞങ്ങളെല്ലാവരും ഒരുമിച്ച് ഭക്ഷണം കഴിക്കാൻ പുറത്തേക്കിറങ്ങും. മോനിഷയും സജിത്തും എം.ടി. അങ്കിൾ എന്നാണ് വിളിക്കാറുള്ളത്. ഇപ്പോഴും സജിത്തിന്റെ മക്കൾക്ക് വാസ്വേട്ടൻ എം.ടി. വല്യച്ഛനാണ്. 'പെരുന്തച്ച'ന്റെ ഷൂട്ടിംഗ് സമയത്ത് വാസ്വേട്ടൻ പറഞ്ഞു.

''നമുക്ക് മോനിഷയെ ഡബിൾ റോളിൽ അഭിനയിപ്പിച്ചാലോ? തമ്പുരാട്ടിയായും അമ്മയായും. ഇവളുടെ അമ്മവേഷം എനിക്കൊന്നു കാണണം.''

അമ്മയുടെ വേഷമിട്ടുവന്നപ്പോൾ മോനിഷ ഭയങ്കര പൊട്ടിച്ചിരിയായിരുന്നു.

''ഈ ചിരിയൊന്നും അമ്മയ്ക്ക് ശരിയാവില്ല.''

നെടുമുടിവേണു പറഞ്ഞു. മോനിഷയുടെ ചിരി കണ്ട് വാസ്വേട്ടനും പിടിച്ചുനിൽക്കാൻ കഴിഞ്ഞില്ല. ഒടുവിൽ അദ്ദേഹം പറഞ്ഞു.

''തൽക്കാലം നീ തമ്പുരാട്ടിയായിത്തന്നെ അഭിനയിച്ചാൽ മതി. നിന്റെയീ പൊട്ടിച്ചിരിയും നിഷ്കളങ്കതയും അമ്മവേഷത്തിന് ചേർന്നതല്ല.''

അങ്ങനെയാണ് കുഞ്ഞിക്കാവ് തമ്പുരാട്ടിയുടെ വേഷത്തിൽ മാത്രം അഭിനയിച്ചത്.

'നഖക്ഷതങ്ങളു'ടെ സെറ്റിൽ പാവാടയും ബ്ലൗസുമിട്ട് വരാൻ പറഞ്ഞപ്പോൾ മോനിഷ വാസ്വേട്ടനുമായി പിണങ്ങി.

''എം.ടി. അങ്കിൾ, എനിക്കീ ഡ്രസ്സ് വേണ്ട. ചുരിദാർ മതി.''

ഇതുകേട്ട് എല്ലാവരും ചിരിച്ചു. വാസ്വേട്ടൻ അവളെ ലൊക്കേഷന്റെ മൂലയിലേക്ക് കൊണ്ടുപോയി കാര്യം പറഞ്ഞു.

''ഗൗരി എന്ന കഥാപാത്രം വേലക്കാരിയാണ്. അതുകൊണ്ടാണ് പാവാട വേണമെന്ന് പറയുന്നത്.''

''അതെന്താ ഗൗരിക്ക് ചുരിദാറിട്ടാൽ?'' എന്നായി അവളുടെ അടുത്ത ചോദ്യം. ഇതുകേട്ട് വാസ്വേട്ടനും ചിരിച്ചു. ഒടുവിൽ വിശദമായി പറഞ്ഞുകൊടുത്തപ്പോഴാണ് പാവാടയും ബ്ലൗസുമിടാൻ സമ്മതിച്ചത്.

പുതിയ സിനിമയുടെ കഥകൾ വാസ്വേട്ടൻ മോനിഷയുമായി ചർച്ച ചെയ്യാറുണ്ട്. ഒരിക്കൽ ഞങ്ങളൊന്നിച്ച് യാത്ര ചെയ്യുമ്പോഴാണ് 'ദയ'യുടെ കഥ വാസ്വേട്ടൻ പറയുന്നത്.

''അങ്കിൾ, ഇതിൽ എനിക്കു പറ്റിയ റോളെന്താണ്?'' കഥ പറഞ്ഞുതീർന്നപ്പോൾ മോനിഷയുടെ ചോദ്യം.

''ദയയിൽ നിനക്ക് ചേരുന്ന റോളൊന്നുമില്ല. ആകെക്കൂടിയുള്ളത് ഒരു ഡാൻസറാണ്. അത് ഡൽഹി ഡാൻസറായതിനാൽ നിനക്ക് തീരെ പറ്റില്ല.''

എന്നാൽ ആ സിനിമ റിലീസായി കാണാനുള്ള ഭാഗ്യം മോൾക്കുണ്ടായില്ല. മോനിഷ കുട്ടിക്കാലം മുതൽ നന്നായി വായിക്കുമായിരുന്നു. പുസ്തകങ്ങൾ വായിക്കാൻ കൊടുത്തിട്ട് വാസ്വേട്ടൻ അഭിപ്രായം ചോദിക്കും. മോനിഷ തന്റെ ഫീഡ്ബോക്സാണെന്ന് അദ്ദേഹം ഇടയ്ക്കിടെ പറയാറുണ്ട്.

മോനിഷയ്ക്ക് മദ്രാസിൽ ഷൂട്ടിംഗുള്ള സമയത്ത് വാസ്വേട്ടനെ വിളിക്കും. ആ സമയത്ത് അദ്ദേഹവും ചിലപ്പോൾ ആ സിനിമാനഗരത്തിലുണ്ടാവും. വാസ്വേട്ടൻ അവിടെയുണ്ടെന്ന് കേട്ടാൽ ആശ്വാസമാണ്. അദ്ദേഹം മോനിഷയോട് പറഞ്ഞിട്ടുണ്ട് - ലൊക്കേഷനിൽ എന്തെങ്കിലും ബുദ്ധിമുട്ട് തോന്നുകയാണെങ്കിൽ അപ്പോൾത്തന്നെ എന്റെ ഫ്ളാറ്റിലേക്ക് വന്നോളൂ എന്ന്. പെൺകുട്ടികളുടെ സുരക്ഷിതത്വത്തിന്റെ കാര്യത്തിൽ അത്രയ്ക്ക് ശ്രദ്ധയുണ്ട്, വാസ്വേട്ടന്.

പല വിഷമഘട്ടങ്ങളിലും വീട്ടിൽ വരികയും സമാധാനിപ്പിക്കുകയും ചെയ്തിട്ടുണ്ട്, വാസ്വേട്ടൻ. മോനിഷ മരിച്ച സമയത്ത് വാസ്വേട്ടനെ കണ്ടപ്പോൾ അദ്ദേഹത്തിന്റെ പേരുവിളിച്ചാണ് ഞാൻ പൊട്ടിക്കരഞ്ഞത്. അന്നത്തെ സംഭവങ്ങൾ അദ്ദേഹം തന്നെ എഴുതിയിട്ടുണ്ട്.

ഞാനും അനിയനും അവന്റെ ഭാര്യയും എന്തോ ആവശ്യത്തിന് കുറ്റിപ്പുറത്തിന് പോയ സമയത്താണ് വാസ്വേട്ടന് ജ്ഞാനപീഠം കിട്ടിയ വാർത്തയറിഞ്ഞത്. അപ്പോൾത്തന്നെ വാസ്വേട്ടനെ വിളിച്ച് അഭിനന്ദനമറിയിച്ചു. ഞങ്ങൾ കുറ്റിപ്പുറത്തുണ്ടെന്ന് പറഞ്ഞപ്പോൾ അദ്ദേഹം പറഞ്ഞു.

''ഞാനും കുറ്റിപ്പുറത്തുണ്ട്. ഒരു മീറ്റിംഗിന് വന്നതാണ്. ഈ സന്തോഷം പങ്കുവയ്ക്കാൻ നമുക്കൊന്നിച്ച് ഭക്ഷണം കഴിച്ചുപോകാം.''

ഞങ്ങളെല്ലാവരും അന്ന് വാസ്വേട്ടനൊപ്പമാണ് സദ്യയുണ്ടത്. ഇന്ത്യയിലെ ഏറ്റവും വലിയ സാഹിത്യ പുരസ്കാരം കിട്ടിയ ദിവസം തന്നെ വാസ്വേട്ടനോടൊത്ത് ഭക്ഷണം കഴിച്ചത് മറക്കാനാവില്ല. എന്റെ മകന്റെ വിവാഹം വന്നപ്പോൾ ഒരു കാരണവരെപ്പോലെ വന്ന്

വീട്ടിലെ എല്ലാ കാര്യങ്ങൾക്കും നേതൃത്വം നൽകിയത് വാസ്വേട്ട നാണ്. എന്റമ്മയെ നേരത്തെതന്നെ വാസ്വേട്ടന് നന്നായി അറിയാം. അമ്മ നിമിഷകവിയാണ്. സമസ്യാപൂരണത്തിൽ എസ്.കെ. പൊറ്റ ക്കാടിനെ വരെ അത്ഭുതപ്പെടുത്തിയ ആളാണ് പാർവതി നേത്യാ രെന്ന് വാസ്വേട്ടൻ പറയുമ്പോൾ എനിക്കത് പുതിയൊരു അറിവാ യിരുന്നു.

വാസ്വേട്ടനെക്കുറിച്ച് ആലോചിക്കുമ്പോൾ മോനിഷയുടെ ചിരി ക്കുന്ന മുഖമാണ് എനിക്കോർമ്മ വരിക. ആ കുട്ടിയെ അത്രയ്ക്ക് വാത്സല്യത്തോടെ കൊണ്ടുനടന്നിട്ടുണ്ട്. അന്നും ഇന്നും ഭയം കലർന്ന സ്നേഹമാണ് വാസ്വേട്ടനോട്. ഞങ്ങളേക്കാളും സ്വാതന്ത്ര്യം മോനിഷയ്ക്കുണ്ടായിരുന്നു. മോനിഷ എന്തുപറഞ്ഞാലും ക്ഷമയോടെ കേട്ട് മറുപടി പറയുന്നതാണ് വാസ്വേട്ടന്റെ ശീലം.

മോനിഷയുടെ മരണത്തോടെ ഞാനാകെ തളർന്നുപോയിരുന്നു. അവിടെ നിന്നും എന്നെ വീണ്ടും അഭിനയത്തിലേക്ക് തിരിച്ചു കൊണ്ടുവന്നതിലും വാസ്വേട്ടന് പങ്കുണ്ട്. മോനിഷ മരിച്ച് ഒരു വർഷത്തിനുശേഷം വാസ്വേട്ടൻ വിളിച്ചു.

''കടവിനുശേഷം 'ഒരു ചെറുപുഞ്ചിരി' എന്നൊരു സിനിമ സംവി ധാനം ചെയ്യുന്നു. അതിൽ നല്ലൊരു റോളുണ്ട്. ബേബി വന്ന് ചെയ്യണം. ഇപ്പോഴത്തെ അവസ്ഥയിൽ ഒരു ചെയ്ഞ്ചാവുകയും ചെയ്യും.''

വാസ്വേട്ടന്റെ വാക്കുകൾ ധിക്കരിക്കാൻ കഴിഞ്ഞില്ല. അതായി രുന്നു തുടക്കം. പിന്നീടിങ്ങോട്ട് ഒരുപാടു സിനിമകൾ ചെയ്തു. വാസ്വേട്ടൻ തിരക്കഥയെഴുതി ലാൽജോസ് സംവിധാനം ചെയ്ത 'നീലത്താമര'യിൽ രണ്ടു മേക്കപ്പാണ് എന്റെ മുഖത്തിട്ടത്. ആ സിനിമ ചെയ്യുന്ന സമയത്ത് അദ്ദേഹത്തെ പോയി കണ്ടിരുന്നു. വാസ്വേട്ടൻ 'നീലക്കുയിലെ'ന്ന പുസ്തകം എനിക്കു തന്നു. എന്നിട്ട് വായിച്ചു വരാൻ പറഞ്ഞു. ആ പുസ്തകം വായിച്ചതിനുശേഷമാണ് സിനിമ യിൽ അഭിനയിച്ചത്.

അമ്മയും അച്ഛനും ഏട്ടനുമൊക്കെ ഒരാളിൽ കാണാൻ കഴിയു മെങ്കിൽ ആ ആൾ വാസ്വേട്ടൻ തന്നെയാണ്. മലയാളികൾക്ക് അദ്ദേഹം പ്രശസ്ത എഴുത്തുകാരൻ എം.ടി. വാസുദേവൻ നായരാണ്. എന്നാൽ ഞങ്ങൾക്ക് അങ്ങനെ കാണാൻ പറ്റില്ല. കുടുംബത്തിന് തണൽ തരുന്ന ഒരു വടവൃക്ഷമാണ് അദ്ദേഹം. അതിന്റെ ചുവട്ടിൽ ഇരിക്കാ നുള്ള അവസരമുണ്ടായതാണ് ഏറ്റവും വലിയ മഹാഭാഗ്യം. ■

ഗുരുത്വത്തിന്റെ അനുഗ്രഹം

കെ. ശ്രീക്കുട്ടൻ

അച്ഛന് (സംവിധായകൻ എം. കൃഷ്ണൻനായർ) ഏറ്റവും വേണ്ടപ്പെട്ട ശിഷ്യരിൽ ഒരാളായിരുന്നു ഹരിഹരൻ സാർ. അതുകൊണ്ടാണ് സിനിമയിൽ താൽപ്പര്യമുള്ള എന്നെ പതിനെട്ടാംവയസ്സിൽ ഹരിഹരൻ സാറിന്റെ മുമ്പിൽ കൊണ്ടുനിർത്തിയത്. അന്നു മുതൽ അദ്ദേഹത്തിനൊപ്പം അസിസ്റ്റന്റ് ഡയറക്ടറായി. തൊട്ടടുത്ത വർഷം ഹരിഹരൻ സാർ സംവിധാനം ചെയ്തത് 'വളർത്തുമൃഗങ്ങൾ' എന്ന സിനിമയായിരുന്നു. എം.ടി. വാസുദേവൻ നായരായിരുന്നു അതിന്റെ രചന. എം.ടി. സാറിനെ പുസ്തകങ്ങളിലൂടെ പരിചയമുണ്ടെങ്കിലും ആദ്യം കാണുന്നത് ആ സിനിമയുടെ ലൊക്കേഷനിൽ വെച്ചാണ്. ആവശ്യത്തിന് മാത്രം സംസാരിക്കുന്ന, എന്നാൽ കാര്യങ്ങൾ കൃത്യമായും വ്യക്തമായും പറയുന്ന ഒരെഴുത്തുകാരൻ. അദ്ദേഹത്തിന് എല്ലാവരും ഒരേപോലെയാണ്. ആരോടും മമതയോ പരിഗണനയോ ഇല്ല. അടുത്തേക്ക് പോകാൻപോലും എനിക്ക് ഭയമായിരുന്നു. എങ്കിലും സംശയങ്ങൾ എന്തെങ്കിലുമുണ്ടെങ്കിൽ തുറന്നുചോദിക്കാനും മടിക്കാറില്ല.

അടുത്ത സിനിമയായ 'പഞ്ചാഗ്നി'യിലൂടെയാണ് എന്റെ പേര് അദ്ദേഹത്തിന്റെ മനസ്സിൽ പതിഞ്ഞത്. ആ സമയത്ത് ഞാൻ അസോസിയേറ്റ് ഡയറക്ടറാണ്. ഗീത അവതരിപ്പിച്ച ഇന്ദിര എന്ന കഥാപാത്രത്തെക്കുറിച്ച് എനിക്കുണ്ടായ ഒരു സംശയം ഞാൻ എം.ടി. സാറിനോട് ബഹുമാനത്തോടെ തുറന്നുചോദിച്ചു. അദ്ദേഹം അത് ഉൾക്കൊള്ളുകയും ഹരിഹരൻസാറുമായി ചർച്ച ചെയ്യുകയും ചെയ്തു.

എഡിറ്റിംഗിന് ഇന്നത്തെപ്പോലെ കമ്പ്യൂട്ടറുകളില്ലാത്ത കാലമാണത്. ഫിലിമിന്റെ ഫൂട്ടേജ് നോക്കിയാണ് ഫൈനൽ എഡിറ്റ് ചെയ്യുന്നത്. 'പഞ്ചാഗ്നി'യുടെ സ്ക്രിപ്റ്റിന് പുറത്ത് അദ്ദേഹം 12,500 അടി എന്ന് എഴുതിവെച്ചിരുന്നു. എന്നുവെച്ചാൽ രണ്ടേകാൽ മണിക്കൂർ.

5400 അടിയാണ് ഒരു മണിക്കൂർ സമയത്തേക്ക് വേണ്ടത്. എം.ടി.സാർ ഊഹം വെച്ച് എഴുതിയതായിരിക്കുമെന്ന് കരുതി. ഫൂട്ടേജ് എടുത്തപ്പോൾ 13000 അടി വന്നു. മദ്രാസിലെ സ്റ്റുഡിയോയിലാണ് എഡിറ്റിംഗ്. സാർ എഴുതിവെച്ചതിലും കൂടുതൽ വന്നപ്പോൾ ഞാനുടൻ തന്നെ അദ്ദേഹം താമസിക്കുന്ന ലോഡ്ജിലേക്ക് ചെന്ന് കാര്യം പറഞ്ഞു. കേട്ടയുടൻ അദ്ദേഹം പറഞ്ഞു, ''ഒരിക്കലും അങ്ങനെ സംഭവിക്കാനിടയില്ല. ഒരുകാര്യം ചെയ്യ്. സിനിമ ഓടിച്ച് കണ്ടു നോക്ക്.''

ഞങ്ങൾ സിനിമ കണ്ടുനോക്കിയപ്പോഴാണ് മനസ്സിലായത്, എം.ടി. സാർ പറഞ്ഞത് കറക്ടാണ്. സ്റ്റോപ്പ് വാച്ച് കൊണ്ട് സമയം അളന്നപ്പോൾ രണ്ടേകാൽ മണിക്കൂർ. എനിക്ക് അദ്ഭുതം തോന്നി. എഴുതുമ്പോൾ ഫൂട്ടേജ് എങ്ങനെ കൃത്യമായി കണക്കുകൂട്ടാൻ പറ്റും? ഈ സീൻ ഇത്രയേ പറയുകയുള്ളൂ എന്ന് അറിയാമായിരുന്നിരിക്കണം. മാത്രമല്ല, സീൻ ബൈ സീനായി ആ സിനിമ അദ്ദേഹം മനസ്സിൽ കാണുന്നുണ്ടാവും. അല്ലെങ്കിൽ ഒരാൾക്കും ഈ രീതിയിൽ പറയാൻ പറ്റില്ല.

അടുത്ത സിനിമ വടക്കൻ വീരഗാഥയായിരുന്നു. അതിൽ എന്റെ ചേട്ടനാണ് (കെ. ജയകുമാർ) പാട്ടെഴുതിയത്. ആ സിനിമയുടെ ലൊക്കേഷനിൽ എല്ലാ ദിവസവും രാവിലെ വന്ന് എം.ടി. സാർ ഞങ്ങളെയൊക്കെ വിളിപ്പിക്കും. ഏതൊക്കെ സീനുകൾ എടുത്തു, എങ്ങനെയൊക്കെയാണ് എന്നൊക്കെ പറഞ്ഞുകൊടുക്കണം. പലപ്പോഴും ഒരു ബീഡിയും വലിച്ച് വളരെ ശാന്തനായാണ് അദ്ദേഹമെത്തുക. ശാരീരികമായും മാനസികമായും നല്ല സ്ട്രെയിനുള്ള ലൊക്കേഷനായിരുന്നു 'വീരഗാഥ'യുടേത്. ഡബ്ബിംഗിന്റെ സമയത്തും എല്ലാ ദിവസവും വൈകിട്ട് എം.ടി.സാർ വരും. ഒരു ദിവസം ഡബ്ബ് ചെയ്ത ഭാഗം പരിശോധിക്കുമ്പോൾ പെട്ടെന്ന് അദ്ദേഹം നിർത്താൻ ആവശ്യപ്പെട്ടു. റിവേഴ്സ് എടുത്തു. മമ്മൂട്ടിയുടെ ചന്തുവിനോട് ഗീതയുടെ കുഞ്ഞി പറയുന്നൊരു ഡയലോഗുണ്ട് - അവൾക്ക് നിങ്ങളെയിപ്പോഴും പകിരി തിരിക്കാൻ കഴിയുന്നുണ്ടല്ലോ.

അവിടെ നിർത്താൻ എം.ടി.സാർ അവശ്യപ്പെട്ടു. ഒരിക്കൽകൂടി ആ സംഭാഷണം വ്യക്തമായി കേട്ടു.

''പകിരിയോ? അതെന്താ സാധനം? അങ്ങനെയൊരു വാക്ക് മലയാളത്തിലില്ല.''

എം.ടി.സാർ ഉറപ്പിച്ചുപറഞ്ഞു.

''സ്ക്രിപ്റ്റിലുണ്ടായിരുന്നു സാർ.''

ഞാൻ പറഞ്ഞപ്പോൾ അദ്ദേഹം സ്ക്രിപ്റ്റ് കൊണ്ടുവരാൻ ആവശ്യപ്പെട്ടു. സ്ക്രിപ്റ്റിന്റെ ഫോട്ടോസ്റ്റാറ്റ് പരിശോധിച്ചു. അതിൽ 'പകിരി' എന്നാണ് വായിക്കുക. ഒറിജിനൽ സ്ക്രിപ്റ്റിന്റെ ഫോട്ടോ സ്റ്റാറ്റ് എടുത്തപ്പോൾ അക്ഷരം ചെറുതായി മുറിഞ്ഞുപോയതാണ്.

‘‘പകിരിയല്ലത്. പങ്കിരിയാണ്. എന്നുവെച്ചാൽ പമ്പരം. മലബാറി ലൊക്കെ ഉപയോഗിക്കാറുണ്ട്. അവൾ നിങ്ങളെയിപ്പോഴും പമ്പരം പോലെ കറക്കുന്നുണ്ടല്ലോ എന്നാണ് ആ സംഭാഷണത്തിന്റെ അർത്ഥം.’’

എം.ടി. സാർ വിശദമായിത്തന്നെ പറഞ്ഞുതന്നു. ഒരക്ഷരം വരു ത്തുന്ന പ്രശ്നങ്ങൾപോലും സഹിക്കില്ല, അദ്ദേഹം.

പതുക്കെപ്പതുക്കെ ഞാൻ സ്വതന്ത്ര സംവിധായകനായി. ജയ റാമിനെ നായകനാക്കി 'പാവക്കൂത്ത്' എന്ന സിനിമ ചെയ്തു. അതു കഴിഞ്ഞ സമയത്താണ് എം.ടി.സാർ പുതിയൊരു സിനിമ സംവി ധാനം ചെയ്യുന്ന വിവരമറിഞ്ഞത്. 'കടവ്' എന്നാണ് പേര്. അതി ലേക്ക് അസോസിയേറ്റ് ഡയറക്ടറാകാൻ വിളിച്ചപ്പോൾ അവാർഡ് കിട്ടിയതുപോലുള്ള സന്തോഷത്തിലായി ഞാൻ. എം.ടി.സാർ എന്നെ ഉപേക്ഷിച്ചില്ലല്ലോ. ദേശീയ, സംസ്ഥാനതലങ്ങളിൽ ഒരുപാട് പുരസ്കാരങ്ങൾ വാരിക്കൂട്ടിയ സിനിമയായിരുന്നു കടവ്. ആ സിനിമയ്ക്ക് ഞാൻ പ്രതിഫലം വാങ്ങാതിരുന്ന കാര്യം എം.ടി.സാർ തന്നെ 'ഭാഷാപോഷിണി'യിൽ എഴുതിയിരുന്നു. അതൊക്കെ വലി യൊരു ബഹുമതിയായി ഇന്നും കരുതുന്നു. എം.ടി.സാറിന്റെ സംവി ധായക കാഴ്ചപ്പാട് മനസ്സിലാക്കാൻ കഴിഞ്ഞത് 'കടവി'ൽ പ്രവർ ത്തിക്കുമ്പോഴാണ്. എല്ലാകാര്യത്തിലും പ്രത്യേക ശ്രദ്ധയുണ്ടായി രുന്നു അദ്ദേഹത്തിന്. ഒരു ഫ്രെയിമിൽ എന്തൊക്കെ വരണം, എന്തൊക്കെ വരരുത് എന്ന കാര്യത്തിലുള്ള നിഷ്കർഷ വേറെയും. 'കടവി'ന്റെ ഷൂട്ടിംഗ് നാളുകൾ ഒരിക്കലും മറക്കാൻ കഴിയില്ല. ആ സമയത്ത് അദ്ദേഹത്തിന് കൃത്യമായി ഉറങ്ങാൻപോലും കഴിഞ്ഞി രുന്നില്ല. ഒരു ദിവസം ഫ്രീയായ സമയത്ത് ഞങ്ങളെയെല്ലാവരെയും വിളിച്ചുകൂട്ടി. പൗർണ്ണമി ദിവസം പുലർച്ചെ എടുക്കേണ്ട സീനിനെ ക്കുറിച്ച് പറഞ്ഞു.

‘‘ഭാരതപ്പുഴയുടെ തീരങ്ങളിൽ മഴ നനഞ്ഞതുപോലെ തോന്നി ക്കണം. ആകാശത്ത് പൂർണ്ണചന്ദ്രൻ വേണം. ആ സമയത്ത് കുറ്റി പ്പുറം പാലത്തിലൂടെ ട്രെയിൻ കടന്നുപോകണം.’’

ആർ.കെ. നായരാണ് അന്ന് പ്രൊഡക്ഷൻ മാനേജർ. അദ്ദേഹം എം.ടി.സാറിനോട് പറഞ്ഞു, ‘‘സാർ ഒട്ടും പേടിക്കേണ്ട. ചന്ദ്രനൊ ഴിച്ച് ബാക്കിയെല്ലാം ഞാൻ ചെയ്തുതരാം.’’

പൂർണ്ണചന്ദ്രൻ വരുന്ന ദിവസം കലണ്ടർ തപ്പിയെയടുത്ത് മനസ്സിലാക്കി. ആ ദിവസം ഷൂട്ട് പ്ലാൻ ചെയ്യാൻ സാർ നിർദ്ദേശിച്ചു. പുലർച്ചെ നാലുമണിക്ക് റെഡിയാവാൻ തലേ ദിവസം തന്നെ സാർ പറഞ്ഞിരുന്നു. സാറിന് ഷുഗറിന്റെ പ്രശ്നമുള്ളതിനാൽ പുലർച്ചെ വരുമോയെന്ന് ഞങ്ങളെല്ലാവരും സംശയിച്ചു. പക്ഷേ എല്ലാ ഊഹങ്ങളെയും കാറ്റിൽ പറത്തിക്കൊണ്ട് മൂന്നേമുക്കാൽ മണിക്കുതന്നെ എം.ടി.സാർ റെഡിയായിരുന്നു. കാറിൽ ഞങ്ങളെല്ലാവരും നിളയുടെ തീരത്തേക്ക്.

ഫയർ എൻജിൻ കൊണ്ടുവന്ന് മണൽപ്പരപ്പ് മുഴുവൻ നനച്ചു. ആകാശത്ത് പൂർണ്ണചന്ദ്രനുണ്ട്. കുറ്റിപ്പുറം പാലത്തിൽ ഒരു പയ്യനെ നിർത്തി. ട്രെയിൻ വരുന്ന ശബ്ദം കേൾക്കുമ്പോൾ കൈയിലുള്ള തുണി പൊക്കി കാണിക്കാൻ അവന് നിർദ്ദേശം നൽകി. അന്ന് ഇന്നത്തെപ്പോലെ മൊബൈൽ ഫോണൊന്നുമില്ല. അതിനാൽ തുണിയാണ് ആശയവിനിമയോപാധി. പ്രധാന വേഷത്തിൽ അഭിനയിക്കുന്ന പയ്യനും റെഡിയായി. എം.ടി.സാർ ക്യാമറയുമായി മണൽപ്പരപ്പിലിരുന്നു. കൂടെ ക്യാമറാമാൻ വേണുസാറും. പിറകിൽ ഞങ്ങളും.

ഇരുപത് മിനുട്ട് കഴിഞ്ഞുകാണും. പാലത്തിലുണ്ടായിരുന്ന പയ്യൻ തുണി ഉയർത്തിക്കാട്ടിയപ്പോൾ സാർ ആക്ഷൻ പറഞ്ഞു. പിന്നീടെല്ലാം ഞൊടിയിടയിലായിരുന്നു. ട്രെയിൻ പതുക്കെ കടന്നുപോകുമ്പോൾ പയ്യൻ നനഞ്ഞ മണൽപ്പരപ്പിലൂടെ നടക്കാൻ തുടങ്ങി. നല്ലൊരു രംഗം ക്യാമറയിൽ പതിഞ്ഞതിന്റെ നിർവൃതിയിലായിരുന്നു അന്ന് യൂണിറ്റ് മുഴുവനും.

'കടവി'നുശേഷം അദ്ദേഹത്തിനൊപ്പം പ്രവർത്തിക്കാൻ കഴിഞ്ഞിട്ടില്ല. എം.ടി.സാറിനൊപ്പം പതിനൊന്ന് സിനിമകളിൽ സഹകരിക്കാനുള്ള മഹാഭാഗ്യം എനിക്കുണ്ടായിട്ടുണ്ട്. ആ ഗുരുത്വത്തിന്റെ അനുഗ്രഹം ഇപ്പോഴും എന്റെയുള്ളിലുണ്ട്. അതുതന്നെയാണ് സിനിമയിൽനിന്ന് കിട്ടിയ സമ്പാദ്യവും.

■

കാലം കാത്തുവെച്ച സുകൃതം

അരുൺ പൊയ്യേരി

'ഒരു പിറന്നാളിന്റെ ഓർമ്മ' എന്ന എം.ടിയുടെ വികാരതീവ്രമായ കഥ ഇങ്ങനെയാണ് അവസാനിക്കുന്നത്.

''ഒരടി പൊട്ടുന്ന ശബ്ദം. കിളിവാതിലിലൂടെ അമ്മ പത്തായത്തിന്റെ മുകളിലേക്ക് കമഴ്ന്നുവീഴുന്നു. എന്റമ്മേയ്... ഞാനറിയാതെ നിലവിളിച്ചുപോയ്.... കുറച്ചുകഴിഞ്ഞപ്പോൾ നെല്ലുകൊട്ടയുമെടുത്ത് അമ്മ പത്തായപ്പുരയുടെ ഒതുക്കുകളിറങ്ങിവന്നു. അപ്പോൾ കവിൾത്തടങ്ങളിലൂടെ കണ്ണീർ ഒഴുകുകയായിരുന്നു. ഇടത്തേ പുരികത്തിന് മുകളിൽ ചോരയും. ആ പിറന്നാൾ ദിവസം ഞാൻ കളിച്ചില്ല. അമ്മ നിർബന്ധിച്ചതുമില്ല അതിൽപിന്നെ ഇരുപത് പിറന്നാളുകൾ കടന്നുപോയി. ഇന്ന് അമ്മയും അമ്മാവനും മുത്തശ്ശിയുമില്ല... ഇരുട്ട് നുഴഞ്ഞുകയറുന്ന അന്തരീക്ഷത്തിലേക്ക് കണ്ണോടിച്ചുകൊണ്ടിരിക്കുമ്പോൾ ഞാൻ ഓർത്തുപോകുന്നു. നാളെ ഏന്റെ പിറന്നാളാണ്.''

ഇതു കഥയാണെങ്കിലും ആത്മകഥാംശം തീരെയില്ലെന്നു പറഞ്ഞുകൂടാ.

90ന്റെ യൗവ്വനം നിലനിർത്തുന്ന എം.ടിക്ക് പിറന്നാളിനോടൊന്നും താൽപ്പര്യമില്ല. എന്നാൽ പത്രങ്ങളും ചാനലുകളും സോഷ്യൽ മീഡിയയും ആഘോഷിക്കുന്നു. എം.ടി. അപ്പോഴും നിസ്സംഗനായി നിർമ്മമനായി എല്ലാറ്റിനും സാക്ഷിയായി കോഴിക്കോട് കൊട്ടാരം റോഡ് 'സിതാര'യിലെ തന്റെ കസേരയിലുണ്ടാവും. കൊറോണയേക്കാൾ വലിയ മഹാമാരിയൊക്കെ അദ്ദേഹം കണ്ടിരുന്നു. അതിനെക്കുറിച്ച് പത്രങ്ങളിൽ ചെറിയ കുറിപ്പും എഴുതിയിട്ടുണ്ട്. എം.ടി. കണ്ട ദുരിതങ്ങളും ജീവിതവും മറ്റാരും കണ്ടിരിക്കാനിടയില്ല. ചുറ്റുവട്ടത്ത് നടക്കുന്നതൊക്കെ സൂക്ഷ്മമായി അറിയുന്നു. കാണുന്നു. സ്വയം വിലയിരുത്തലുമുണ്ടാവും അത്യാവശ്യമെങ്കിൽ പൊതു ഇടങ്ങളിൽ രേഖപ്പെടുത്തുകയും ചെയ്യും.

കർക്കടകത്തിലെ ഉത്രട്ടാതിയാണ് എം.ടിയുടെ പിറന്നാൾ. കൊറോണക്കാലത്തേത് മുഖംമൂടിയണിഞ്ഞ പിറന്നാളായിരുന്നു.

അത്തരമൊരു പിറന്നാൾ ജീവിതത്തിൽ അന്നേവരെയുണ്ടായിട്ടില്ല. എം.ടിയുടെ എല്ലാ പൊതുപരിപാടികളിലും ഒരു നിഴൽപോലെ ചിത്രം പകർത്തുന്ന മാതൃഭൂമി ചീഫ് ഫോട്ടോഗ്രാഫർ കെ.കെ. സന്തോഷിന് ഒരാഗ്രഹം. എം.ടി. പിറന്നാൾ സദ്യയുണ്ണുന്ന ചിത്രമെടുക്കണം. തൊട്ടുമുമ്പുള്ള വർഷമോ മറ്റോ ഇക്കാര്യം സൂചിപ്പിച്ചപ്പോൾ എം.ടിക്ക് താൽപര്യമില്ല. ഒരു തവണ നോ പറഞ്ഞാൽ പിന്നെയത് ആവർത്തിച്ചാൽ എം.ടി. മറ്റൊരാളാകും. എല്ലാം മാന്യമായിരിക്കും. വാക്കുകൾ, നോട്ടം ചലനം, എല്ലാം. ഈ ചെറിയ ജീവിതത്തിൽ ഇതുവരെ ഇങ്ങനെയൊരാളെ കണ്ടിട്ടില്ല. നെവർ ബിഫോർ നെവർ ആഫ്റ്റർ. ഇത്തിരി വാത്സല്യവും സ്നേഹവുമൊക്കെയുണ്ടാവും.

സ്വന്തം കാര്യം പറഞ്ഞ് ഇന്നേവരെ എം.ടിയെ ബുദ്ധിമുട്ടിച്ചിട്ടില്ല. ഏറെ സമ്മർദ്ദങ്ങളാൽ മറ്റുള്ളവർക്ക് വേണ്ടി സമീപിച്ചിട്ടുണ്ട്. അത്ഭുതപ്പെടുത്തിക്കൊണ്ട് എം.ടിയത് ചെയ്തുതന്നിട്ടുമുണ്ട്. ഒന്നുരണ്ടു കാര്യങ്ങൾക്ക് പുറംതിരിഞ്ഞുനിൽക്കുകയും ചെയ്തു. അതിനുള്ള കാരണവും പറഞ്ഞിട്ടുണ്ട്. പിന്നെ കർശനമായ നിർദ്ദേശവും തന്നു.

''മറ്റുള്ളവരുടെ കാര്യം ഏറ്റെടുക്കേണ്ട.''

അതിൽപിന്നെ ശല്യം ചെയ്തിട്ടില്ല.

എം.ടി. ജീവിക്കുന്ന നഗരത്തിൽ പതിനെട്ടു വർഷമായി ഞാനുമുണ്ട്. കൊട്ടാരം റോഡിൽനിന്നും വളരെ അകലെയല്ലാതെ. കാണണമെന്ന് തോന്നിയാൽ ഫ്ളാറ്റിലോ വീട്ടിലോ പോകും. വെറുതെ കാണാൻവേണ്ടി മാത്രം പോകാറില്ല. ആവശ്യമില്ലാതെ ഫോൺ വിളിക്കാറുമില്ല.

ബീഡിയില്ലാതെ എം.ടിക്ക് ഇപ്പോഴും ജീവിതമില്ല. പക്ഷേ പഴയതുപോലെയില്ല. എം.ടി. ഗണേഷ് ബീഡിയാണ് വലിക്കുക. എല്ലാ കടകളിലും അത് കിട്ടില്ല. എങ്കിലും അദ്ദേഹമത് എവിടെ നിന്നെങ്കിലും സംഘടിപ്പിക്കും.

സെൽഫിയെടുക്കുന്നത് എം.ടിക്കിഷ്ടമല്ല. ക്ഷുഭിതനാവും. അനുവാദം ചോദിച്ചാൽ അർദ്ധസമ്മതം. ഒരിക്കൽ ആനക്കുളത്തുവെച്ച് അനുവാദം ചോദിക്കാതെ പരിഷ്കൃതയായ യുവതി സെൽഫിയെടുത്തു. എം.ടി. ക്ഷുഭിതനായി. അതിനു മുമ്പും ചില പരിപാടികളിൽ സമാനമായ അനുഭവങ്ങൾക്ക് സാക്ഷിയായിട്ടുണ്ട്. സെൽഫിമോഹികളോട് വേണ്ട, ഇഷ്ടപ്പെടില്ല എന്നിപ്പോൾ പറയാറുണ്ട്. കൂടെയുള്ളവരും പറയും. എം.ടിയുടെ പിന്നാലെ നടക്കുന്നവൻ എന്നൊരു വിളിപ്പേരുണ്ട് എനിക്ക്. സന്തോഷം ഒപ്പവും മുമ്പിലും നടക്കാൻ കഴിയില്ലല്ലോ. അതിനുള്ള യോഗ്യത വേണ്ടേ?

എം.ടി. ജീവിച്ച നഗരത്തിൽ അദ്ദേഹത്തിന്റെ കാൽപ്പാടുകളിലൂടെ ഒന്നു നടക്കാൻ കഴിഞ്ഞു. അതിനാരോടാണ് നന്ദി പറയേണ്ടത്? ■

ഞങ്ങളുടെ ഉണ്ണിമാമ

എം.ടി. രാമകൃഷ്ണൻ

(പബ്ലിക് റിലേഷൻസ് ഓഫീസർ കോട്ടയ്ക്കൽ ആര്യവൈദ്യശാല)

ഞങ്ങൾ കുടുംബാംഗങ്ങൾക്ക് അദ്ദേഹം എം.ടി. വാസുദേവൻ നായരല്ല. ഞങ്ങളുടെ എല്ലാമെല്ലാമായ ഉണ്ണിമാമയാണ്. ഓർമ്മ വെച്ചനാൾ മുതൽ കേൾക്കാൻ തുടങ്ങുന്നതാണ് ഉണ്ണിമാമയെ ക്കുറിച്ച്. അമ്മയും മറ്റ് കുടുംബാംഗങ്ങളുമൊക്കെ ഇടയ്ക്കിടെ പറയുമ്പോഴാണ് എന്റെയുള്ളിലും അദ്ദേഹത്തോടുള്ള ആദരവും സ്നേഹവും രൂപപ്പെടുന്നത്.

ഉണ്ണിമാമയുടെ വലിയമ്മയുടെ മകളുടെ മകനാണ് ഞാൻ. പാലക്കാട് ജില്ലയിലെ കൂടല്ലൂരിൽത്തന്നെയാണ് എന്റെയും ജനനം. ഒരേ തറവാടാണ് ഞങ്ങളുടേത്. കുറച്ച് മുതിർന്നപ്പോൾ അദ്ദേഹവു മായി സംസാരിക്കാൻ തുടങ്ങുന്നു. അടുത്തിടപഴകുന്നു. ആ ബന്ധം അങ്ങനെ വളർന്നു.

എപ്പോഴും എന്നോടൊരു സൗമനസ്യം ഉണ്ണിമാമ കാണിക്കാ റുണ്ട്. ഒരു ചെറിയ കാലയളവിനുള്ളിൽത്തന്നെ അദ്ദേഹത്തിന്റെ എല്ലാ പുസ്തകങ്ങളും ഞാൻ വായിച്ചുതീർത്തിട്ടുണ്ട്. തിരക്കഥയെ ഴുതിയതും സംവിധാനം ചെയ്തതുമായ എല്ലാ സിനിമകളും കാണു കയും ചെയ്തു. ഞാൻ കുട്ടിയായിരിക്കുമ്പോഴാണ് 'നിർമ്മാല്യ' ത്തിന്റെ ഷൂട്ടിംഗ് നടക്കുന്നത്. ആ സിനിമയുടെ ലൊക്കേഷൻ നോക്കാനായി ഉണ്ണിമാമയും സംഘവും നാട്ടിലേക്ക് വന്നത് ഇപ്പോഴും മനസിലുണ്ട്. അതിനുശേഷം എടപ്പാളിനടുത്ത് മൂക്കുതല ഗ്രാമത്തി ലായിരുന്നു 'നിർമ്മാല്യ'ത്തിന്റെ ഷൂട്ടിംഗ്. പലപ്പോഴും അതേ ക്കുറിച്ച് വീട്ടിലും നാട്ടിലും സംസാരമുണ്ടാകും. അന്ന് സിനിമയ്ക്ക് പേരിട്ടിട്ടില്ല. 'നിർമ്മാല്യം' റിലീസായ ആദ്യത്തെ ദിവസം കൂടല്ലൂ രിൽനിന്നും എന്റെ അമ്മാവനായ എം.ടി. അച്യുതൻ നായരുടെ

കൂടെ ഞാനുൾപ്പെടെ ഒരു സംഘം അംബാസിഡർ കാറിൽ തൃശ്ശൂർ സ്വപ്നയിൽ പോയി കണ്ടു. അന്നൊക്കെ ഒരു അംബാസിഡർ കാറിൽ ഏഴുപേർ കയറും. പിന്നീടും ആ സിനിമ പല തവണ കണ്ടിട്ടുണ്ട്. മുതിർന്നപ്പോൾ കണ്ടപ്പോഴാണ് കൂടുതൽ മനസ്സിലാക്കാൻ കഴിഞ്ഞത്.

പിന്നീടെനിക്ക് കോട്ടയ്ക്കൽ ആര്യവൈദ്യശാലയിൽ ജോലി കിട്ടി. ആദ്യം കോയമ്പത്തൂരിലായിരുന്നു പോസ്റ്റിംഗ്. അന്ന് അതുവഴി കടന്നുപോകുമ്പോഴൊക്കെയും ഉണ്ണിമാമയെ കാണാറുണ്ട്. 'താഴ്വാരം' എന്ന സിനിമയുടെ ഷൂട്ടിംഗ് അക്കാലത്തായിരുന്നു. അട്ടപ്പാടി, മണ്ണാർക്കാട് എന്നിവിടങ്ങളിലായിരുന്നു ഡയറക്ടറും നടീനടന്മാരും യൂണിറ്റിലുള്ളവരും താമസിച്ചിരുന്നത്. ഉണ്ണിമാമയാകട്ടെ, കോയമ്പത്തൂരിലും. തമിഴ്നാട് ടൂറിസം കോർപ്പറേഷന്റെ ഹോട്ടൽ തമിഴ്നാട്ടിൽ.

എല്ലാ ദിവസവും ഷൂട്ടിംഗ് കഴിഞ്ഞുവരുന്ന സമയത്ത് ഞാൻ ഹോട്ടലിന്റെ ലോബിയിലുണ്ടാകും. ഏറെനേരം ഞങ്ങൾ സംസാരിക്കും. ചില സമയങ്ങളിൽ ഒപ്പം ഭക്ഷണം കഴിക്കും. രാത്രിയോടെ പിരിയും. അതിലെ വില്ലനായി അഭിനയിച്ച സലീം ഗൗസ് ഉണ്ണിമാമയെ കാണാൻ വന്നത് ഓർമ്മയിലുണ്ട്. അതുകഴിഞ്ഞ് ഞാൻ കോട്ടയ്ക്കലേക്ക് സ്ഥലംമാറി വന്നു. ആ സമയത്തും ഇതുവഴി പോകുമ്പോൾ അദ്ദേഹം വിളിക്കും, തമ്മിൽ കാണും. ഇടയ്ക്കൊക്കെ വീട്ടിലും വരാറുണ്ട്. കൂടല്ലൂരിൽതന്നെ ഷൂട്ട് ചെയ്ത സിനിമയായിരുന്നു 'ബന്ധന'വും 'കടവും'. ആ ലൊക്കേഷനിൽ പോകാനും ഷൂട്ടിംഗ് കാണാനും കഴിഞ്ഞിട്ടുണ്ട്. എന്റെ വീട് 'ബന്ധന'ത്തിലെ ഒരു സീനിലുണ്ട്.

കഴിഞ്ഞ മുപ്പതു വർഷമായി എല്ലാ വർഷവും പതിന്നാല് ദിവസം ഉണ്ണിമാമ കോട്ടയ്ക്കൽ ആര്യവൈദ്യശാലയിൽ ചികിത്സയ്ക്ക് വരാറുണ്ട്. ആ സമയത്ത് നിരന്തരം കാണാനും സംസാരിക്കാനും അവസരമുണ്ടാകും. ലോകത്തിലെ എല്ലാ വിഷയങ്ങളെക്കുറിച്ചും ഉണ്ണിമാമയ്ക്ക് നല്ല ഗ്രാഹ്യമാണ്. എന്റെ മകൻ ഉണ്ണിയോടും ഭാര്യ ബീനയോടും സിനിമയെക്കുറിച്ചും സ്പോർട്സിനെക്കുറിച്ചും ആനുകാലിക സംഭവങ്ങളെക്കുറിച്ചും സംസാരിക്കും.

എന്റെ നാട്ടിലെ പഴയ ആളുകളെക്കുറിച്ച്, ഗ്രാമത്തിന്റെ സ്ഥിതിയെക്കുറിച്ച്, കുടുംബത്തിലെ മുൻതലമുറയെക്കുറിച്ച്, ഇപ്പോഴുള്ളവരെക്കുറിച്ചൊക്കെയും സംസാരിക്കാറുണ്ട്. ഇങ്ങനെ സംസാരിക്കുമ്പോൾ ഒരാളെക്കുറിച്ചും മോശമായി ഒന്നും പറയാറില്ലെന്നത് ഞാൻ ഉണ്ണിമാമയിൽ കണ്ട സവിശേഷത.

സാധാരണഗതിയിൽ ജൂൺ, ജൂലൈ മാസങ്ങളിലാണ് അദ്ദേഹം കോട്ടയ്ക്കലിൽ ചികിത്സക്ക് വരാറുള്ളത്. കഴിഞ്ഞ വർഷം നവംബർ മാസത്തിൽ ചികിത്സയ്ക്കായി വന്നിരുന്നു. കോട്ടയ്ക്കൽ ആര്യവൈദ്യശാലയുമായി ഉണ്ണിമാമയ്ക്ക് വളരെ അടുത്ത ബന്ധമാണുള്ളത്.

ചികിത്സയ്ക്ക് വരുന്ന സമയത്ത് അത്യാവശ്യം വേണ്ടപ്പെട്ടവരെ കാണും. അപരിചിതരായവർ പോലും വരാറുണ്ട്. ഒരു ചെറുപുഞ്ചിരിയോടെ സ്വീകരിക്കും. അവർ ആദരവും സ്നേഹവും പ്രകടിപ്പിക്കുകയും സമ്മതം ചോദിച്ച് ഒരു ഫോട്ടോയെടുത്ത് തിരിച്ചുപോവുകയും ചെയ്യും. ചിലർ അവർ എഴുതിയ പുസ്തകം കൊടുക്കാനായി വരും, മറ്റു ചിലർ ഉണ്ണിമാമ എഴുതിയ പുസ്തകം കൊണ്ടുവരും, അതിൽ ഒപ്പ് വാങ്ങിക്കും, അതിനൊക്കെ ചികിത്സയ്ക്കും വിശ്രമത്തിനും തടസ്സമാവാത്ത വിധത്തിൽ അദ്ദേഹം സമ്മതിക്കാറുണ്ട്.

മിക്കവാറും രണ്ടാഴ്ചയിലൊരിക്കൽ, അല്ലെങ്കിൽ മാസത്തിലൊരിക്കൽ കാണാറുണ്ട്. തിരൂർ തുഞ്ചൻപറമ്പിൽ വരുമ്പോൾ ഞാനും കുടുംബവും അങ്ങോട്ടേക്ക് ചെല്ലും. തുഞ്ചൻ ഉത്സവം തുടങ്ങിയ സമയങ്ങളിൽ കോട്ടയ്ക്കൽ ആര്യവൈദ്യശാലാ മാനേജിംഗ് ട്രസ്റ്റി ഡോ. പി.എം. വാരിയരും കുടുംബവും അഡീഷണൽ ചീഫ് ഫിസിഷ്യൻ ഡോ.കെ.മുരളീധരൻ തുടങ്ങിയവരും ഉണ്ണിമാമയെ കാണാൻ വരും. ഒരു മാസത്തിനിടയ്ക്ക് കാണാൻ കഴിഞ്ഞില്ലെങ്കിൽ ഞാനും കുടുംബവും കോഴിക്കോട്ടേക്ക് പോയി കണ്ടിട്ടുവരും.

അദ്ദേഹമിപ്പോൾ ഞങ്ങളുടെ കുടുംബത്തിലെ കാരണവരാണ്. നിറഞ്ഞ ബഹുമാനത്തോടെയും അതിലേറെ സ്നേഹത്തോടെയും മാത്രമേ ഉണ്ണിമാമയുടെ മുമ്പിൽ പോകാറുള്ളൂ. അടുത്തെത്തിയാലുള്ള അദ്ദേഹത്തിന്റെ ചെറുപുഞ്ചിരി കാണുമ്പോൾ വല്ലാത്തൊരു സന്തോഷമാണ്. അദ്ദേഹത്തിന്റെ അനന്തിരവനായി ജനിക്കാൻ കഴിഞ്ഞതുതന്നെയാണ് ജീവിതത്തിലെ ഏറ്റവും വലിയ ഭാഗ്യം.

■